தலைமைத்துவப் பண்புகள்

கவியரசு அய்யாக்கண்ணு

<u>**சமர்ப்பணம்**</u>

மறைந்த நண்பன் திரு. ராஜாவெங்கடேஷ்க்கு

பொருளடக்கம்

'ஒரு ஆசிரியர் இரண்டு புத்தங்கங்களை விட மேலானவர்' (A teacher is better than two books) என்ற பழமொழி ஆங்கிலத்தில் உண்டு. ஒரு ஆசிரியர் புத்தகத்தில் இருப்பதை விட அதிகமான தகவல்களையும் அறிவையும் மாணவர்களுக்கு வழங்குவார் என்பதற்காக கூறப்படும் பழமொழிகளில் ஒன்று அது. அது போல இப்புத்தகத்தை எழுதி உள்ள பேராசிரியர் கவியரசு அவர்கள் தனது பேராசிரியர் துறையில் தனக்குக் கிடைத்த அனுபவங்கள், தன்னைச் சுற்றி உள்ள ஆளுமைகளின் அனுபவங்கள், தன்னுடைய முயற்சிகளின் வாயிலாக தனக்குக் கிடைத்த ஆற்றல்கள் என பல்வேறு அற்புதமான கருத்துகளை வெறுமனே திணிக்காமல் சுவாரஷ்யமான நிகழ்வுகளின் ஊடே நம்முள்ளே கடத்தி இருக்கிறார். முதலில் அவருக்கு எனது நெஞ்சார்ந்த வாழ்த்துகள். வாழ்வில் சாதிக்கத் துடிக்க நினைத்து சந்தர்ப்ப சூழல்களாலோ அல்லது மற்ற புற-அகக் காரணிகளால் ஓரிடத்தில் கட்டுண்டோ அல்லது ஒரே இடத்தில் திரும்ப திரும்ப சுழன்று கொண்டே இருக்கும் அனைவருக்கும் இப்புத்தகத்தில் பகிரப்பட்டிருக்கும் நிகழ்வுகள் ஒரு முயற்சிக்கான தூண்டுதலாக அமையும் என்பதில் எந்த சந்தேகமும் இல்லை. இப்புத்தகத்தில் பகிரப்பட்டிருக்கும் நிகழ்வுகள் எதோ மலையை சாய்த்த கதையோ அல்லது வானத்தைப் பிளந்த கதையோ இல்லை. நம் தினசரி அன்றாட வாழ்க்கையில் நாம் கவனிக்கத் தவறிய அல்லது தற்காலிக தோல்விக்குப் பிறகு மேற்கொண்டு முயற்சிக்கத் தவறிய சின்ன சின்ன நுணுக்கங்களை யதார்த்த நிகழ்வுகளின் வாயிலாக பேராசிரியர் கவியரசு அவர்கள் நம்முள்ளே கடத்துகிறார். அனுபவமே மிகச் சிறந்த ஆசான் என்று கூறுவார்கள். இப்புத்தகத்தில் ஒரு ஆசானின் அனுபவங்கள் நம்முள்ளே நேர்மறை உளவியல் தாக்கத்தை நிச்சயம் ஏற்படுத்தும் என்பதில் ஐயமில்லை. என்னுடைய எழுத்தாற்றலைக் கண்டு தொடர்ந்து ஊக்குவித்து தன்னம்பிக்கையை

அணிந்துரை

என்னுள் கடத்தி எப்படி என்னை எழுத்தாளன் ஆக்கினாரோ அது போல தன் எண்ணங்களையும் ஆற்றலையும் எழுத்தின் வழியே கடத்தி வாசிக்கும் ஒவ்வொருவருக்குள்ளும் ஊக்குவிப்பையும், தன்னம்பிக்கையும் கடத்தி இருக்கிறார். இது போல தொடர்ந்து பல சுயமுன்னேற்ற புத்தகங்களை அவர் எழுத வேண்டும் என வேண்டி விரும்பி கேட்டுக் கொள்கிறேன்...!

பேராசிரியர் கவியரசு அவர்கள் சென்னை அண்ணா பல்கலைக்கழகத்தில் தான் கடந்து வந்த மிக முக்கியமான நிகழ்வுகளையும் மனிதர்களையும் தலைமைத்துவப் பண்புகளோடு விவரிக்கும் விதம் அவரின் ஆழ்மனதில் ஊறியுள்ள தலைமைத்துவம் கோட்பாடும் அவரின் கூர்ந்து கவனிக்கும் திறனும் நம்மை வியக்கச் செய்கிறது. தோல்வி கிடைத்தாலும் உன் பணியை தொடர்ந்து செய். வெற்றி கிடைத்தாலும் உன் பணியை தொடர்ந்து செய். (தொடர்ச்சி + முயற்சி = வளர்ச்சி) என்ற சூத்திரத்தை தன் புத்தகத்தினுள் தொடர்ச்சியாக கடத்தி இருக்கிறார் பேராசிரியர் கவியரசு அவர்கள். எவன் ஒருவன் தன் செயல் நடவடிக்கையை அனைத்து சூழலிலும் தொடர்கிறானோ அவனுக்கு அதிர்ஷ்ட தேவதையின் முத்தம் கிடைக்கும். அதிர்ஷ்டம் என்பது தொடர்ச்சியான முயற்சியின் ஒரு பகுதி தான் என்பதையும் தெளிவாக எடுத்து வைக்கிறார்.

- விஜயகுமார் தமிழன்பன்

14.03.2024

முன்னுரை

தலைமை என்ற வார்த்தை உலகிலுள்ள பல்வேறு மொழிகளில் உள்ள அற்புதமான வார்த்தைகளில் ஒன்று. தலைமை என்பது நம்பிக்கை நிறைந்த சொல். ஆற்றல் மிகுந்த வார்த்தை. பல்வேறு மனங்களை ஒன்றிணைத்து இலக்குகளை அடைய உதவும் ஒப்பற்ற ஒரு ஆயுதம். அனுபவங்களை பரிசளித்து உங்களின் வெற்றியை உறுதி செய்யும் ஓர் காரணி. தலைமைப்பண்புகள் பற்றிய இந்த புத்தகம் உங்கள் கைகளில் தவழ்ந்து கொண்டு இருக்கின்றதா? வெகுவிரைவில் நீங்கள் தலைமைத்துவத்தில் சிறப்புற போகின்றீர்கள் என்று அர்த்தம். மதிப்புக்கூட்ட கூடிய பல்வேறு உத்திகள், செயல்கள் மற்றும் தலைமைத்துவத்தில் நீங்கள் மேற்கொள்ள வேண்டிய பல்வேறு விடயங்களை இந்தப் புத்தகத்தில் பகிர்ந்துள்ளேன். இவையாவுமே என்னுடைய சொந்த அனுபவங்கள் வாயிலாகவும், நண்பர்கள், புத்தகங்கள் மற்றும் சமூக வலைத்தளங்கள் வாயிலாகவும் நான் உள்வாங்கிக் கொண்டவை. நான் பெற்ற இந்தச் சிறு அனுபவம் ஏதோ ஒரு வகையில், ஏதோ ஒரு சூழ்நிலைகளில், ஏதோ ஒரு காலகட்டத்தில் தலைமைத்துவத்தில் சிறப்புற விரும்பும் உங்களைப் போன்ற நபர்களுக்கு உதவும் என்ற நம்பிக்கையுடன் இதனை நூலாக வடித்துள்ளேன். கலைகளில் எழுத்துக்கலைக்கு இருக்கும் ஆற்றல் மிகப்பெரிது, கற்காலம் தொடங்கி நிகழ்காலம் வரை மனிதன் தனது சிந்தனைகளை மற்றும் நிகழ்வுகளை கடத்த எழுத்தையே ஒரு ஆற்றல் மிகு கருவியாக பயன்படுத்தியுள்ளான். கிறுக்கல்களில் தொடங்கி, குகை ஓவியங்கள், கல்வெட்டுகள், செப்பேடுகள், அச்சுப் பிரதிகள் என காலங்களுக்கு ஏற்ப தொழில்நுட்பத்தைப் புகுத்தி தனது சிந்தனை மற்றும் கருத்துகளை கடத்த எழுத்தை ஒரு கருவியாக பயன்படுத்தியுள்ளான். மனிதகுல வரலாற்றில்

எழுத்திற்கு இருக்கும் வலிமை ஓரளவு புரிந்த காரணத்தால் தான் இதனை புத்தகமாக வடிக்க ஆவல் கொண்டேன்.

புத்தகங்கள் எழுத வேண்டும் என்று முடிவான போது என்னிடமே நிறைய குழப்பங்கள். எதைப் பற்றி புத்தகங்கள் எழுதுவது? வரலாற்று புதினம் எழுத வேண்டும் என்று நெடுநாள் ஆவல். ஏனோ இன்று வரை அதற்கு செயல் வடிவம் தர இயலவில்லை. "ஹேம் ரேடியோ" அடிப்படை இயக்கம் மற்றும் செய்முறை சம்மந்தமாக ஒரு புத்தகம் எழுத வேண்டும் என்றும் முடிவு செய்து வைத்திருந்தேன். ஏதோ திடீரென்று மனதில் உதித்ததுதான் இந்த "தலைமைத்துவப்பண்புகள்" பற்றிய புத்தகம். நான் சந்தித்த பல்வேறு மனிதர்கள், அவர்களின் அனுபவங்கள், அண்ணா பல்கலைக்கழகம் இயங்கும் முறை, இன்டெர்னல் குவாலிட்டி அசுரன்ஸ் செல் (IQAC)-யில் நான் பெற்ற அனுபவங்கள், அணுகுமுறைகள், பயன்படுத்திய உத்திகள் என அனைத்தையும் தொகுத்து இங்கே கட்டுரையாக வழங்கியுள்ளேன்.

தலைமைத்துவப் பண்புகள் பற்றி உனக்கு என்ன தெரியும் என்று நீங்கள் உங்களின் புருவங்களை உயர்த்துவது எனக்குத் தெரிகின்றது. நிர்வாகத்திலும், தலைமைத்துவத்திலும் பெரிதாக விருப்பமில்லாமல் ஆராய்ச்சி, வகுப்பறை, வீடு என்று இருந்த ஒருவனால் எப்படி தலைமைத்துவத்தைப் பற்றியும் அதன் பண்புகள் குறித்தும் புத்தகம் எழுத முடியும் என்ற உங்களின் கேள்வியும் எனக்குப் புரிகின்றது. 2022-ஆம் ஆண்டு தான் நான் முதன் முதலில் தலைமைப் பண்பில் இணைந்தேன். முதலில் IQAC எனப்படும் இன்டெர்னல் குவாலிட்டி அசுரன்ஸ்-யில் வளாக ஒருங்கிணைப்பாளர் என்ற பொறுப்பு. பிறகு, அதே ஆண்டு துணை இயக்குநராக பொறுப்பேற்றுக் கொண்டேன். இதுவே தலைமைப்பண்பில் என்னுடைய அனுபவம். அடிக்கோடிட்டு சொல்ல வேண்டுமென்றால் ஒரு வருடத்திற்கு குறைவான அனுபவம் மட்டுமே.

தலைமைத்துவத்தை பற்றி 2022-ஆம் ஆண்டு வரை எனக்கு நேரடி அனுபவம் கிடையாது என்பது ஒருவகையில் உண்மைதான். ஆனால் எந்த ஒரு விஷயத்தையும் ஆழ்ந்து ஆராய்ந்து அனுபவப்பூர்வமாக அதனை உள்வாங்கிக் கொண்டு செயல்படுத்தி பார்க்கும் திறன் என்னுடைய பலங்களில் ஒன்று என்பது எனக்கு நன்றாக தெரியும். அந்த வகையில் பெறப்பட்ட அடிப்படை அறிவையும், செயல்படுத்திப் பார்க்கும் திறனையும் ஒன்றிணைத்து, வழங்கப்பட்ட தலைமைப்பண்பில் பொருத்தி நான் பெற்ற அனுபவங்களை மற்றவர்களும் தெரிந்து கொள்ளும் பொருட்டு இதனை புத்தகமாக எழுதியுள்ளேன்.

"நீங்கள் பெறும் ஒவ்வொரு அனுபவமும் அதனை ஒட்டி கிடைக்கப்பெறும் புரிதலும் உங்களின் அடிப்படையை வலுவானதாக மாற்றக்கூடிய காரணிகள்"

தலைமைத்துவம் பற்றிய எனது அனுபவம் முதன் முதலில் அண்ணா பல்கலைக்கழக இன்டெர்னல் குவாலிட்டி அசூரன்ஸ் செல்லில் (IQAC) இருந்து தான் துவங்கியது. எனது வாழ்க்கையில் என்னுள் பொதிந்துள்ள தலைமைப்பண்பினை எனக்கு அடையாளம் காட்டியதில் அண்ணா பல்கலைக்கழகத்தின் பங்கும், IQAC-யின் பங்கும் மிகப்பெரிது. எனக்கு இந்த வாய்ப்பினை வழங்கிய பல்கலைக்கழகத்தின் துணைவேந்தரான மதிப்பிற்குரிய முனைவர் வேல்ராஜ் ராமலிங்கம் அவர்களுக்கும், பதிவாளர் பிரகாஷ் ஜெகதீசன் அவர்களுக்கும், துறைத்தலைவர் பரமசிவம் அவர்களுக்கும், IQAC-யின் இயக்குனர் குணசேகரன் ராஜா அவர்களுக்கும், எனது சகாக்களான மேஜர் சுரேஷ்பாபு, முனைவர் பேரரசு, முனைவர் சங்கீதா, முனைவர் பகவதியம்மாள், முனைவர் இந்திராகாந்தி, முனைவர் சாந்தகுமார், முனைவர் பாலாஜி மற்றும் IQAC-யின் அனைத்து ஊழியர்களுக்கும் எனது நன்றிகளை இங்கே பகிர நான் கடமைப்பட்டு இருக்கின்றேன்.

என்னைப் பொறுத்தவரையில் அதிகாரத்திலும் தலைமையிலும் நீடித்து நிலைத்திருப்பது மட்டும் தலைமைப்பண்புகள் ஆகிவிடாது. மாறாக, உங்களால் ஒருவர் தனது வாழ்வில் மேன்மையடையும் போதோ

அல்லது உயர்நிலையினை எட்டும் போதோ உங்களைப் பற்றி சிந்தித்தாலே நீங்கள் தலைமைப்பண்பின் உன்னத நிலையினை எட்டி விட்டீர்கள் என்று அர்த்தம். பிறருக்கான அர்த்தமுள்ள வாழ்க்கையே தலைமைத்துவத்தின் அடிப்படை தத்துவம். புத்தனையும் அவரது போதனைகளையும் ஏற்று அறவழிகளில் பயணித்துக் கொண்டிருப்பவர்களே புத்தனின் தலைமைப்பண்பிற்கான ஓர் அடையாளம். நீங்கள் எந்த மதத்தினரை சார்ந்தவராக வேண்டுமானாலும் இருக்கலாம். உங்களின் மதம் கூறும் நற்பண்புகளைப் பின்பற்றி அறம் சார்ந்து பயணிக்கும் உங்கள் அனைவரிடமும் ஒருவித தலைமைப்பண்பு நிறைந்துள்ளது. அதனைத் தட்டி எழுப்ப முயற்சி செய்யுங்கள். நீங்கள் அனைவரும் சாதிக்கப் பிறந்தவர்கள். சிறந்த சிந்தனையாளர்கள். ஆக்கப்பூர்வ செயல்களை வெளிப்படுத்துவதற்காகவே இறைவனால் படைக்கப்பட்டவர்கள். உங்களிடம் தலைமைப்பண்பிற்கான எண்ணற்ற ஆற்றல்கள் பொதிந்துள்ளது என்பதை முதலில் உணருங்கள். உங்களுள் பொதிந்துள்ள ஆற்றல்களை மேம்படுத்தி அதனை சுதந்திர வானில் சிறகடித்துப் பறக்க முயற்சியுங்கள்.

ஒரு முறை நானும், ஓய்வு பெற்ற தலைமை ஆசிரியருமான எனது மதிப்பிற்குரிய பாட்டனார் திரு. கோவிந்தனுடன் பேசிக்கொண்டு பயணிக்கும்போது எங்களை கடந்து சென்ற வெள்ளை நிற அம்பாசிட்டர் வாகனம் ஒன்று சற்று தொலைவு சென்று நின்றது. அதிலிருந்து வெள்ளை வேட்டியுடன் இறங்கிய நபர் நேராக எங்களை நோக்கி வந்து எனது பாட்டனார் கால்களில் விழுந்து ஆசி பெற்றார். அவரைப் பற்றி விசாரிக்கையில் அவர் தற்போது சென்னை உயர் நீதிமன்றத்தில் நீதிபதியாக உள்ளார் என்பதும், எனது தாத்தாவின் முன்னாள் மாணவர் என்பதும் தெரிய வந்தது. அருகில் இருக்கும் தனது இல்லத்திற்கு வருமாறு அன்புடன் வேண்டுகோள் விடுத்தார். வயது முதிர்வின் காரணமாக எனது பாட்டனாரால் அவரை

சரிவர நினைவுகூர முடியவில்லை என்றாலும் மனமார அவரை வாழ்த்திவிட்டு அங்கிருந்து விடைபெற்றார்.

கல்வி போதிப்பதில் மட்டும் மனிதன் உயர்ந்த உன்னத நிலையினை அடைய முடியும். உலகிலுள்ள வேறு எந்த பணிகளாலும் இத்தகையதோர் சிறப்பினை எட்ட முடியாது. கல்வி என்பது அறியாமை என்னும் இருளை விலக்கி அவர்கள் வாழ்வில் ஒளியினை ஏற்றும் உன்னத தீபம். தன்னிடம் உள்ளவற்றில் மனிதன் விரும்பி பிறரிடம் பகிரும் ஒரே கருப்பொருள் கல்வி மட்டுமே என்று எனது பாட்டனார் என்னிடம் கூறினார். மேலும், கல்வியினை போதிக்கும் ஆசிரியர் பணியில் பயணப்பட நாம் அனைவரும் பெருமைப்பட வேண்டும் என்றும், அத்தகையதொரு உன்னத வாய்ப்பினையே இப்பிறவியில் இறைவன் நமக்காக வழங்கியுள்ளான் என்றும் அவர் குறிப்பிட்டார். அது வரை இராணுவ பாதுகாப்பு மற்றும் ஆராய்ச்சித்துறையில் பணியில் சேர வேண்டும் என்ற எனது எண்ண ஓட்டத்தை முழுமையாக ஆசிரியர் பணி நோக்கி மடைமாற்றிய பெருமை எனது பாட்டனாரையே சாரும்.

- கவியரசு அய்யாக்கண்ணு

isrokavi@gmail.com

நன்றி

இந்தப் புத்தகத்தை எழுத எனக்கு ஊக்குவிப்பாக இருந்த எழுத்தாளரும் எனது மாணவ நண்பருமான விஜயகுமார் தமிழன்பனுக்கு எனது நன்றியினை தெரிவித்துக் கொள்கின்றேன். இந்த நூலுக்கு மெய்ப்புத்திருத்தம் செய்து உதவிய பேராசிரியர் முனைவர் த.பூவை சுப்பிரமணியன் அவர்களுக்கும் எனது நன்றியினை தெரிவித்துக் கொள்கின்றேன். எனது பல்வேறு செயல்களுக்கு ஊக்கமளித்து உறுதுணையாக நின்று என்னை எனக்கே அடையாளம் காட்டிய மனைவி ராகவி, தந்தை அய்யாக்கண்ணு, தாயார் கற்பகம், சகோதரர்களான கார்த்தி, கபிலன் மற்றும் மழலை சிரஞ்சீவிக்கு எனது மனமார்ந்த நன்றிகள்.

நன்றி

பிரபல ஊக்குவிப்பு எழுத்தாளர் நாகலட்சுமி சண்முகம்
மற்றும் பிரையன் டிரேசி.

1. அண்ணா பல்கலைக்கழகமும் இன்டெர்னல் குவாலிட்டி அசூரன்ஸ் செல்லும்

தலைமைப்பண்பை நோக்கிய எனது பயணத்தை நீங்கள் புரிந்து கொள்ளும் முன் அண்ணா பல்கலைக்கழகத்தை பற்றியும் எனது தலைமைப்பண்பினை வார்த்தெடுத்த IQAC பற்றியும் புரிந்துகொள்வது இன்றியமையாதது. எனவே, முதல் இரண்டு அத்தியாயத்தில் அண்ணா பல்கலைக்கழகம் பற்றியும் IQAC உருவானதை பற்றியும், அதன் செயல்பாடுகள் குறித்தும் விவரித்துள்ளேன். அதனை நீங்கள் புரிந்து கொண்டால் தான் என்னுடன் இந்தப் புத்தகத்தில் பயணிக்க ஏதுவாக இருக்கும் என்ற காரணத்தினாலும், அண்ணா பல்கலைக்கழகத்தை பற்றி பொதுமக்களின் புரிதலுக்காகவும் இவற்றை இங்கே பகிர நான் கடமைப்பட்டு இருக்கின்றேன். அண்ணா பல்கலைக்கழகமானது கிண்டி பொறியியல் வளாகம் (CEG), மெட்ராஸ் தொழில்நுட்ப வளாகம் (MIT), அழகப்பா தொழில்நுட்ப வளாகம் (ACT) மற்றும் SAP வளாகத்தை ஒன்றிணைத்ததே ஆகும். இதில் எம்.ஐ.டி எனப்படும் மெட்ராஸ் தொழில்நுட்ப வளாகம் மட்டும் தாம்பரத்தை அடுத்துள்ள குரோம்பேட்டையில் ஜி.எஸ்.டி சாலைக்கு அருகாமையில் சுமார் 52 ஏக்கர் சதுரப் பரப்பளவில் அமைந்துள்ளது. மறைந்த தொழிலதிபரான திரு.இராஜம் அவர்களால் 1949 ஆம் ஆண்டு ஜூலை மாதம் தொடங்கப்பட்ட இக்கல்லூரி பின்னர் அண்ணா பல்கலைக்கழகம் உருவானதும் அத்துடன் இணைத்துக் கொள்ளப்பட்டது. மீதமுள்ள கிண்டி பொறியியல் வளாகம், அழகப்பா தொழில்நுட்ப வளாகம் மற்றும் SAP வளாகம் அனைத்தும் கிண்டியிலுள்ள உள்ள சர்தார் படேல்

சாலையில் அருகே சுமார் 189 ஏக்கர் சதுரப்பரப்பில் அமைந்துள்ளது. அழகப்பா தொழில்நுட்ப கல்லூரி வளாகமானது இந்திய விடுதலைக்கு முன்பு கடந்த 1944-ஆம் ஆண்டு திரு அழகப்பா செட்டியார் அவர்களால் தொடங்கப்பட்டது. SAP வளாகமானது 1957 ஆம் ஆண்டு தொடங்கப்பட்டது. இந்திய திருநாட்டில் கட்டிடக்கலைக்காக முதன் முதலில் தொடங்கப்பட்ட தொழில்நுட்ப கல்லூரி என்ற பெருமையை தன்னகத்தே சுமந்து கொண்டு அமைதியாக வீற்றிருக்கும் கல்லூரியாகும்.

கிண்டி பொறியியல் கல்லூரியானது கடந்த 17-ஆம் நூற்றாண்டில் ஆங்கிலேயே அரசின் தேவைக்காக 1794 ஆண்டு தொடங்கப்பட்டது. முதலில் "ஸ்கூல் ஆஃப் சர்வே" என்ற பெயரில் தொடங்கப்பட்டு பிறகு சிவில் இன்ஜினியரிங், மெக்கானிக்கல் இன்ஜினியரிங் என பல்வேறு தொழில்நுட்ப பிரிவுகளையும், பொறியியல் துறைகளையும் தன்னகத்தே இணைத்துக்கொண்டது. ஆசியாவின் மிக பழமையான தொழில்நுட்ப கல்லூரி என்று பெருமையையும், ஐரோப்பாவை தாண்டிய முதல் தொழில்நுட்ப பல்கலைக்கழகம் என்ற பெருமையும் கொண்டு கல்விப்பணிகளில் தனது தனித்திறனை உலகளவில் பறைசாற்றி வருகின்றது. மறைந்த தமிழகத்தின் முன்னாள் முதல்வரான மாண்புமிகு சி.என் அண்ணாதுரையினை பெருமைப்படுத்தும் விதமாக இந்த அனைத்து வளாகத்தையும் ஒன்றிணைத்து அக்டோபர் மாதம் நான்காம் தேதி 1978-ஆம் ஆண்டு பேரறிஞர் அண்ணா தொழில்நுட்ப பல்கலைக்கழகம் (தற்போது அண்ணா பல்கலைக்கழகம்) என்ற பெயரில் அன்றைய குடியரசு தலைவர் நீலம் சஞ்சீவ ரெட்டி அவர்களின் திருக்கரங்களால் முன்னாள் முதல்வர் எம்.ஜி. ராமசந்திரன் தலைமையில் உதயமானது. இதன் முதல் துணைவேந்தராக மதுரை மாவட்டம் மேலூர் கிராமத்தை சார்ந்த பேராசிரியர் ப. சிவலிங்கம் அவர்கள் பொறுப்பேற்றுக் கொண்டார்.

ப. சிவலிங்கம் அவர்களைத் தொடர்ந்து இன்று வரை சுமார் பதினோரு பேராசிரியர்கள் அண்ணா பல்கலைக் கழகத் துணை வேந்தர்களாக பணியாற்றியுள்ளனர். இவர்கள் அனைவரும் ஆளுமையில் சிறந்து விளங்கியவர்கள். அண்ணா பல்கலைக்கழக வளர்ச்சிக்கும் அதன் அடிப்படை கட்டமைப்பிற்கும் வித்திட்டவர்கள். இவர்களின் தலைமையின் கீழ் அண்ணா பல்கலைக்கழகம் உலக தரத்திற்கு நிகராக பல்வேறு சாதனைகளை புரிந்துள்ளது. குறிப்பிட்டு கூற வேண்டும் என்றால் சிங்கள் விண்டோ சிஸ்டம் எனப்படும் "ஒற்றை சாளர கலந்தாய்வு முறையை" உலகிற்கு அறிமுகப்படுத்தியதில் அண்ணா பல்கலைக்கழகத்தின் பங்கு அளப்பரியது. இதனை இன்று அகில இந்திய மருத்துவ கழகம் முதல் அண்டை மாநில பல்கலைக்கழகங்கள் வரை தங்களது கலந்தாய்விற்கு பயன்படுத்தி வருகின்றன. உலகின் முதல் மாணவர் செயற்கோளான "அனுசாட்" முற்றிலும் அண்ணா பல்கலைக்கழக மாணவர்களால் உருவாக்கப்பட்டு கடந்த 2009-ஆம் ஆண்டு பி.எஸ்.எல்.வி C12 ராக்கெட் மூலம் விண்ணில் ஏவப்பட்டு சரித்திர சாதனை புரிந்தது. பல்கலைக்கழக மானியக் குழுவான யு.ஜி.சி தனது IX வது வழிகாட்டுதலின் படி உலக அளவில் வளர்ந்து வரும் துறைகளாக அண்ணா பல்கலைக்கழக உயிரி மருத்துவ மற்றும் கருவி பொறியியல் துறையைக் கண்டறிந்து அவற்றை உலகத்தரத்திற்கு நிகராக மேம்படுத்தும் வகையில் பல்வேறு நிதி ஆதாரங்களை வழங்கி சிறப்பித்துள்ளது. இந்திய அளவில் தேர்ந்தெடுக்கப்பட்ட பதினைந்து பல்கலைக்கழகங்களுக்குள் அண்ணா பல்கலைக்கழகம் இத்தகைய சிறப்பினை பெற்றுள்ளது என்பது இங்கு குறிப்பிடத்தக்கது. ட்ரோன் தொழில்நுட்ப துறையில் ஆளில்லா விமானங்களுக்கான பயிற்சியை மேற்கொள்ள சிவில் விமானப் போக்குவரத்து இயக்குநரகத்தின் (டி.ஜி.சி.ஏ) அனுமதி பெற்ற முதல் பல்கலைக்கழகம் என்ற சிறப்பு அந்தஸ்தைப் பெற்றுள்ளது. இத்துடன் உலகின் தலை சிறந்த ஆராய்ச்சி மையங்களாக

IRS எனப்படும் இந்திய தொலை உணர்வு மையம், படிக வளர்ச்சி மையம், கல்வி மற்றும் மல்டிமீடியா ஆராய்ச்சி மையம், ஹெல்த்கேர் கருவி மேம்பாட்டுக்கான தேசிய மையம், ஆற்றல் சுற்றுச்சூழல் மற்றும் நிலைத்தன்மைக்கான கண்டுபிடிப்பு மையம் போன்ற பல்வேறு தனித்துவமான ஆராய்ச்சி மையங்களையும் தன்னகத்தே கொண்டுள்ளது.

பொறியியல் துறையினை இந்தியாவிற்கு முதன் முதலில் அறிமுகப்படுத்தியதில் தொடங்கி இயந்திரவியல், மின்பொறியியல் மற்றும் விண்வெளி பொறியியல் துறைகளில் இளங்கலை பாடப்பிரிவை உருவாக்கி இந்திய பொறியியல் துறைக்கு அடித்தளம் அமைத்தது மட்டுமின்றி உலகின் தலை சிறந்த பொறியியல் வல்லுனர்களையும் தொழில்நுட்ப நிபுணர்களையும் தொடர்ந்து உருவாக்கிக் கொண்டிருக்கின்றது அண்ணா பல்கலைக்கழகம். அண்மையில் வெளியான குவாக்குரலி சைமோண்ட்ஸ் எனப்படும் QS தர வரிசையின் படி உலகின் தலைசிறந்த பல்கலைக்கழகங்களுள் 427 என்ற இடத்தையும் இந்திய அளவில் முதல் 10 தலைசிறந்த பல்கலைக்கழகங்களுள் ஒன்று என்ற சாதனையை படைத்துள்ளது. முறையான திட்டமிடல், சிறந்த தலைமைத்துவ வழிகாட்டுதல் மற்றும் பல்கலைக்கழக ஊழியர்களின் அர்ப்பணிப்பு உணர்வின் காரணமாகவும் இவை அனைத்தும் சாத்தியமாகின என்பதே நிதர்சன உண்மை.

தேசிய மதிப்பீடு மற்றும் தரச்சான்று அவை சுருக்கமாக NAAC என்பது இந்தியாவின் உயர் கல்வி நிறுவனங்களின் திறனை மதிப்பிட்டு, தரவரிசைப்படுத்தும் ஓர் அமைப்பாகும். இந்திய அரசின் பல்கலைக்கழக மானியக் குழு (UGC) வழங்கும் நிதியில் தன்னாட்சியுடன் செயல்படும் இந்த அமைப்பானது பெங்களூரைத் தலைமை இடமாக கொண்டு இயங்கி வருகின்றது. 1986-ல் இயற்றப்பட்ட தேசிய கல்விக் கொள்கைப் பரிந்துரைக்கேற்ப 1994-ஆம் ஆண்டு

இந்த அமைப்பு நிறுவப்பட்டது. இந்த கல்விக் கொள்கையின் நோக்கமானது உயர்கல்வி நிறுவனங்களில் உள்ள கல்வி தரக் குறைபாடுகளை கண்டறிந்து அதனைக்களைய தேவையான நடவடிக்கைகளை மேற்கொள்வதாகும். உயர்கல்வி நிறுவனங்கள் தங்களின் தரங்களை தொடர்ந்து உயர்த்தவும், குறைபாடுகளை களையவும் பல்வேறு விதமான செயல் திட்டங்களை NAAC அமைப்பு வகுத்துள்ளது. அதன் அடிப்படையில் சிறப்பாக செயல்படும் உயர்கல்வி நிறுவனங்களை நேரில் சென்று ஆய்வு செய்து தரச்சான்றுகள் வழங்கப்படுகின்றன. மத்திய அரசின் பல்வேறு நிதிகளை உயர்கல்வி நிறுவனங்கள் பெறுவதற்கு இத்தகைய தரச்சான்றுகள் முக்கியத்துவம் பெறுகின்றன. உயர்கல்வி துறையின் திறனைத் தொடர்ந்து ஊக்குவிக்கும் வண்ணம் NAAC அமைப்பானது கடந்த 2018-ஆம் ஆண்டு ஒவ்வொரு கல்வி நிறுவனங்களும் இன்டெர்னல் குவாலிட்டி அசூரன்ஸ் செல் (IQAC) என்ற அமைப்பை உருவாக்க வேண்டும் என்றும் அதன் செயல்பாடுகள் எவ்வாறு இருத்தல் வேண்டும் என்று வரையறை செய்து சுற்றறிக்கையினை வெளியிட்டது. அதன் அடிப்படையில் அண்ணா பல்கலைக்கழகமும் தங்கள் அமைப்பில் இன்டெர்னல் குவாலிட்டி அசூரன்ஸ் செல் என்ற அமைப்பை உருவாக்கியது. அதுவரை திட்டமிடல் மற்றும் மேம்பாடு (P&D) உடன் இணைந்து செயல்பட்ட இந்த அமைப்பு கடந்த 2018-ஆம் ஆண்டு முதல் தனி மையமாகச் செயல்பட துவங்கியது. இந்த அமைப்பின் முக்கிய பணிகளாக, ஒட்டுமொத்த நிறுவனத்தின் செயல் திறன்களை மேம்படுத்தி அதனை முன்னேற்றப்பாதையில் அழைத்து செல்வது மட்டுமின்றி, தேசிய மதிப்பீடு அவையின் தரச்சான்று பெறவும் (NAAC தரச்சான்று), தேசிய அங்கீகார வாரியத்தின் (NBA) அங்கீகாரத்தை பெறவும், AICTE எனப்படும் அகில இந்திய தொழில்நுட்பக் கல்விக் குழுவின் தொழிற்கல்விப் பாடங்களுக்கான அனுமதி பெறவும் உரிய நடவடிக்கைகளை மேற்கொள்கின்றது. அத்துடன் உலகளாவிய கல்வி நிலையங்களுக்களான தரவரிசை

போட்டிகளான குவாக்குரலி சைமோண்ட்ஸ் (QS) மற்றும் டைம்ஸ் ஹியர் எஜுகேஷன் (THE) தரவரிசை போட்டிகளில் பங்கு பெறவும். NIRF எனப்படும் தேசிய தரவரிசைப் போட்டியில் பங்கு பெறவும் தேவையான அனைத்து நடவடிக்கைகளை மேற்கொள்கின்றது. பெறப்படும் தரவரிசைகள் மற்றும் அங்கீகாரங்களுக்கு ஏற்ப உயர் கல்வியின் தரத்தை மேம்படுத்த தொடர்ந்து திட்டமிடல் நடவடிக்கைகளில் ஈடுபடுவது இன்டெர்னல் குவாலிட்டி அசூரன்ஸ் செல்லின் முக்கிய பணிகளில் ஒன்றாகும்.

■■■

2. நாம் ஏன் NAAC மற்றும் NBA செல்ல வேண்டும்?

நான் எங்கு சென்றாலும் பொதுவாக என்னிடம் கேட்கப்படும் கேள்விகளில் ஒன்று, பல்கலைக்கழகத்தில் உள்ள பெரும்பான்மை பணியாளர்களுக்கு அவ்வப்போது மனதில் எழும் கேள்வியும் கூட? நாம் மாநில கல்வி நிலையம் ஆயிற்றே! நமக்கு இந்த அங்கீகாரங்களும், மதிப்பீடுகளும் தேவைதானா? இந்த கேள்விகளுக்கு விடை அளிக்கும் முன்பு ஒரு சிறு கதையினை உங்களுக்கு சொல்ல நான் கடமைபட்டு இருக்கிறேன்.

ஒரு ஊரில் தந்தையும் மகனும் வாழ்ந்து வந்தனர். மகன் வளர்ந்து பருவம் அடைந்ததும் சுயதொழில் செய்ய விரும்பினான். அதற்குத் தேவையான முதலீட்டினை தந்தையிடம் கேட்டான். மிகவும் வறுமையின் பிடியில் சிக்கி தவித்த அவனது தந்தை, தனது தந்தையார் அவருக்கு ஆசையாக பரிசளித்த கைக்கடிகாரத்தை மகனிடம் கொடுத்து இதனை அருகில் இருக்கும் கடைக்கு சென்று விற்று வா என கூறினார். மகனும் அருகில் இருந்த கடைக்கு சென்று கைக்கடிகாரத்தை காட்டினான். கைக்கடிகாரத்தை உற்று நோக்கிய கடைக்காரர், "இது பழைய கடிகாரம், உடைந்து வேறு இருக்கின்றது. மிஞ்சி போனால் 20 ரூபாய் தர முடியும்'' என கூறினார். நடந்த நிகழ்வினை மகன் தந்தையிடம் கூறினான். 20 ரூபாய் வைத்து கொண்டு உன்னால் ஒன்றும் செய்ய இயலாது. நீ வேண்டுமானால் அருகில் இருக்கும் கடிகார கடையில் சென்று விசாரித்து விட்டு வா என்று கூறினார். கடிகாரக்கடைக்கு சென்ற இளைஞன் அங்கு உள்ள நபரிடம் கைக்கடிகாரத்தை காட்டினான். கடிகாரத்தை பார்த்த கடையின் ஊழியர் இந்த கடிகாரத்தை 400 ரூபாய் கொடுத்து வாங்கி கொள்வதாக கூறினார். மகன் தந்தையிடம் மீண்டும் முறையிட்டான். 400 ரூபாய் வைத்து கொண்டும் உன்னால் எதுவும் செய்ய முடியாது. நீ வேண்டுமானால் அடுத்த தெருவில் உள்ள

தொல்பொருள் அருங்காட்சியகத்திற்கு சென்று விசாரித்து விட்டு வா! என கூறினார். கைக்கடிகாரத்துடன் அருங்காட்சியகத்திற்கு சென்ற மகன் அங்குள்ள ஊழியரிடம் கடிகாரத்தைப் பற்றி கூறினான். கடிகாரத்தை உற்று நோக்கிய அருங்காட்சியகத்தின் ஊழியர். ஐயா, இந்த கடிகாரம் முதலாம் உலகபோரின் போது பிரான்ஸ் நாட்டில் உருவாக்கப்பட்டது. உலகிலே 50 கைக்கடிகாரங்கள் மட்டும்தான் இது போல உள்ளது. இந்த கடிகாரத்தில் உள்ள கற்கள் அனைத்தும் வைரங்களால் ஆனவை. என்னால் இந்த கடிகாரத்திற்கு 75 லட்சம் வரை தர இயலும் என்று கூறினார். ஆச்சரிய கடலில் மூழ்கிய இளைஞன் நடந்தவற்றை தந்தையிடம் கூறினான். அனைத்தையும் அமைதியாக கேட்டுக்கொண்டிருந்த தந்தை கூறினார். அன்பு மகனே! நான் இந்த கடிகாரத்தை விற்பதற்காக உன்னிடம் கொடுக்கவில்லை. மாறாக இப்பொருளின் மதிப்பை உணர்த்தவே உனக்கு இதனை கொடுத்தேன். எந்தப் பொருள் எங்கு இருக்க வேண்டுமோ அங்கே இருந்தால் தான் அதன் மதிப்பு புலப்படும். எனவே உனக்கு மதிப்புக்கூட்ட கூடிய இடங்களையும் செயல்களையும் முதலில் நீ தேர்ந்தெடு. அதுவே உன்னை வாழ்வில் முன்னோக்கி அழைத்துச் செல்ல உதவும் என்று கூறினார்.

தரவரிசைகள் (Ranking) மற்றும் அங்கீகாரங்கள் (Accrediation) உயர் கல்வி நிறுவனங்களின் சுய திறன்களை அறிந்து கொள்ள உதவுவதுடன். மற்ற உயர் கல்வி நிறுவனங்களில் பின்பற்றப்படும் சிறந்த கல்வி முறைகளை தங்கள் நிறுவனத்துடன் இணைத்து, வருங்கால சங்கதியினருக்கு சிறந்த கல்வியினை வழங்க வழிவகை செய்கின்றன. இன்றைய நவீன கால கட்டங்களுக்கு ஏற்ப பல்கலைக்கழகங்களின் சுய திறனை அறியவும், கற்றலை மேம்படுத்தவும், அங்கீகாரம் மற்றும் ரேங்கிங் முறை முக்கியத்துவம் பெறுகின்றது. தந்தை மகனுக்கு கூறியது போல, நம்முடைய தரத்தையும், மதிப்பையும் வெளியுலகத்திற்கு பறைசாற்ற இம்மாதிரியான,

அங்கீகாரங்கள் மற்றும் ரேங்கிங் முறைகள் உதவுகின்றன. இவை அனைத்தையும் காட்டிலும் மத்திய அரசின் உயர்கல்வித் துறை மற்றும் அகில இந்திய தொழில்நுட்ப கல்வி குழுவின் நிதியினை பெறவும் ரேங்கிங் மற்றும் அங்கீகாரங்கள் இன்றியமையாததாக கருதப்படுகின்றன.

தரவரிசை மற்றும் அங்கீகாரங்கள் அனைத்தும் மத்திய அரசிற்கு நீங்கள் அளிக்கும் தகவல்களின் அடிப்படையில் மட்டுமே நிர்ணயம் செய்யப்படுகின்றன. பல்கலைக்கழகத்தில் நீங்கள் மேற்கொள்ளும் அனைத்து செயல்களுமே தரவரிசை மற்றும் அங்கீகாரங்களில் பிரதிபலிக்கின்றன. இதில் நீங்கள் மென்மையுற வேண்டுமெனில் "டீம் ஒர்க்" எனப்படும் கூட்டு நடவடிக்கைகளில் ஈடுபடுவதென்பது முக்கியத்துவம் பெறுகின்றன. ரேங்கிங் மற்றும் அங்கீகாரங்களில் பங்கு பெறவும் நிறுவனத்தின் திறனை உயர்த்தவும் பல்வேறு துறைகளிலிருந்தும், மையங்களிடமிருந்தும் உரிய கால அளவிற்குள் தகவல்கள் உங்களை வந்து சேர வேண்டும். இதில் தாமதித்தாலோ அல்லது போதுமான தகவல்கள் உங்களுக்கு கிடைக்கவில்லை என்றாலோ நீங்கள் அதற்கான விளைவுகளை சந்திக்க நேரிடும். நாங்கள் சந்தித்ததில் மிகவும் சவால் நிறைந்த பணியாக 2023-NAAC மற்றும் 2023-NIRF-ஐ குறிப்பிடுகிறேன். NAAC மற்றும் NIRF-ஐ பொறுத்தவரை புல முதல்வர்கள் (டீன்) அலுவலகத்தில் இருந்து பெறப்படும் தகவல்கள் உங்களை தலை சுற்ற வைத்துவிடும். சில நேரங்களில் உங்களின் தலையை பிய்த்து கொள்ளவும் செய்யும். நான் ஒரு இரகசியம் சொல்லட்டுமா? IQAC-யில் பணிபுரியும் பலருக்கு முன் மண்டையில் முடி இல்லாமல் இருப்பதற்கு இதுவே முக்கிய காரணம். பொதுவாக உயர்கல்வி நிறுவனங்களில் முதலாம் ஆண்டு மாணவர்களின் எண்ணிக்கை என்னவென்று தகவல் கேட்டால், புலமுதல்வர் அலுவலகத்தில் இருந்து பெறப்படும் தகவல் ஒரு எண்ணிக்கையில் இருக்கும். அதே தகவல் அட்மிசன் மையத்திடம் இருந்து பெறப்படும் போது

வேறு எண்ணிக்கையில் இருக்கும். என்.ஆர்.ஐ (NRI) எனப்படும் வெளி நாட்டவரின் தகவல் மையத்தில் இருந்து பெறப்படும் தகவல் முற்றிலும் வேறு எண்ணிக்கையில் இருக்கும். இந்த ஒவ்வொரு தகவல்களும் ஒன்றுக்கு ஒன்று முரண்பட்டதாகவும் சில சமயங்களில் நீங்களே ஆச்சர்யப்படும் வகையில் அமைந்திருக்கும்.

பொதுவாக உங்களின் கீழ் அமைந்திருக்கும் அலுவலங்களில் இருந்து தகவல்கள் தாமதமாகவே உங்களை வந்து சேரும். பல தரப்பட்ட நினைவூட்டல்கள், தொலைபேசி உரையாடல்கள், கடித பரிமாற்றங்களுக்குப் பிறகு திருவாரூர் தேர் போல மெல்ல ஆடி அசைந்து தகவல்கள் உங்களை வந்து சேரும். இவ்வாறாக கடைசி நேரத்தில் பெறப்படும் தகவல்களால் உங்களுக்கோ அல்லது உங்களின் நிறுவனத்திற்கோ எந்த ஒரு பயனும் இருப்பதில்லை. உங்களின் அறிவினைப் பயன்படுத்தி சிந்தித்து செயல்பட இவைகள் இடம் அளிப்பதில்லை. மாறாக, தகவல்கள் வந்து சேர்ந்தால் போதும் என்ற மனநிலைக்கு நீங்கள் உந்தப்படுவீர்கள். இம்மாதிரியான சூழ்நிலைகளை பொறுமை, நிதானம் மற்றும் கவனத்துடன் கையாள வேண்டும். NIRF மற்றும் QS தொடர்பான தகவல் சமர்ப்பிப்பின் போது இது ஒரு பெரும் சவாலாகவே எங்கள் முன் தோன்றும். பொதுவாக தகவல் உங்களை வந்து சேரும்போது அவை சரியானவை போல முதலில் தோன்றினாலும், கடந்த ஆண்டு தகவல்களோடு ஒப்பிடுகையில், அதில் உள்ள மாறுபாடுகளும், குளறுபடிகளும் உங்கள் கண் முன்னே காட்சிப்பிழை போல தோன்றும். இம்மாதிரியான நேரங்களில் நீங்களே களத்தில் இறங்கி செயல்பட தயாராக இருத்தல் வேண்டும். அதற்கு ஏற்றவாறு பல்வேறு தகவல்களை முன்கூட்டியே நீங்கள் தயார் நிலையில் வைத்துக்கொள்ள வேண்டும். சில சமயம் நீங்கள் கேட்கும் தகவல் ஒன்றுக்கு ஒன்று முரண்பட்டதாக இருக்கின்றன என்று உங்களின் ஊழியர்கள் உங்களிடம் குறைபட நேரலாம். உங்கள் மீது கோவம் கூட கொள்ளலாம்.

இவை அனைத்துமே கடைசி நேர தகவலைச் சரி பார்ப்பதற்கும் அதனை திருத்திக் கொள்ளவும் உதவுகின்றன என்பதை அவர்கள் உணராததால் ஏற்படுகின்ற விளைவுகளே. முடிந்தவரை நீங்கள் கேட்கும் அனைத்து வித தகவலுக்கான விளக்கங்களை முன்கூட்டியே உங்கள் ஊழியர்களிடம் வழங்கிவிடுங்கள். இத்தகைய நடவடிக்கை என்பது உங்கள் ஊழியர்களிடமிருந்து சிறந்த செயல்பாட்டினை நீங்கள் தருவிக்கும் ஒரு ஒப்பற்ற முயற்சியாகும். இது உங்களையும் உங்களின் குழுவினரையும் வெற்றியை நோக்கி அழைத்துச்செல்லும்.

3. உழைப்பிற்கான அங்கீகாரம்

கடின உழைப்பினைச் செலுத்தி நீங்கள் மேற்கொள்ளும் எந்த ஒரு செயல்களையும் அதன் விளைவுகளையும் மனித மனங்கள் உடனடியாக அங்கீகரிக்க முற்படுவதில்லை. மாறாக நீங்கள் மேற்கொள்ளும் செயல்களிலுள்ள குற்றங்களையும் அதில் பொதிந்துள்ள குறைகளையுமே முதலில் முன்னிலைப்படுத்த விருப்புகின்றனர். இப்படிப்பட்ட ஒரு அசாதாரண சூழ்நிலையினை தான் நாங்கள் NAAC-2023 போது முதலில் எதிர்கொண்டோம். கிட்டத்தட்ட NAAC தகவல் திரட்டல் பணிகள் அனைத்தும் முடிந்த சமயம். குழு திரட்டிய தகவல்கள் அனைத்தையும் சரி பார்க்கவும், உள்மதீப்பீடு செய்யவும் ஒரு குழுவை அழைத்திருந்தோம். பல்கலைக் கழகத்தைச் சார்ந்த பேராசிரியர்களை உள்ளடக்கிய குழு அது. அவர்கள் நாங்கள் திரட்டிய தகவல் அனைத்தையும் தெள்ளத் தெளிவாக ஆராய்ந்தார்கள். பிறகு எங்களை நோக்கி அடுக்கடுக்கான கேள்விகளைத் தொடுத்தனர். எங்களுக்கு தெரிந்த விடைகளை போதுமான அளவிற்கு எடுத்துரைத்தோம். மதீப்பீடு எப்படி செய்வது என்று குழுவிற்கு முன்பே முழுமையாக விளக்கியிருந்தோம். அனைவரும் அதனை ஒருமனதாக ஏற்றுக்கொண்டனர். உள்மதீப்பீடு முடிந்ததும் எங்களின் செயல்களை பாராட்டிவிட்டு நன்றி தெரிவித்து விட்டு சென்றனர். குழுவில் இடம் பெற்றிருந்த பேராசிரியார்களில் ஒருவர், பல்கலைக்கழகத்தில் வேலை பார்க்கும் தனது மனைவியிடம் இவ்வாறு கூறினார் "NAAC பற்றி IQAC-யில் வேலை பார்ப்பவர்களுக்கு புரிதலின்றி எதையோ செய்து கொண்டு இருக்கின்றனர் என்று." நீங்கள் உங்களின் நிறுவனத்தின் வளர்ச்சிக்காக எவ்வளவு சிறப்பான செயல்களை மேற்கொண்டாலும், உங்களின் சக்திக்கு அப்பாற்பட்டு நீங்கள் உழைத்தாலும், உங்களின் செயல்களையும், உழைப்பையும் எளிதாக குறை கூற

உங்களை சுற்றிலும் சிலர் இருக்கத்தான் செய்வார்கள். இப்படி குறை கூறுபவர்களை விட்டுவிட்டு உங்கள் செயல்களில் அதிகம் கவனம் செலுத்துங்கள். இவர்களை போன்றவர்கள் "எதிர்மறைவா(வியா)திகள்." இவர்கள் எந்த ஒரு செயல்களையும் மேற்கொள்ள முற்பட மாட்டார்கள். வேலை செய்பவர்கள் மீது எதாவது குற்றம் குறையினை தேடி கண்டுபிடித்து எதிர்மறை எண்ணங்களை தொடர்ந்து விதைத்துக் கொண்டே இருப்பார்கள். இவர்களை போன்றோரிடம் வாதிட்டு உங்களின் உன்னத நேரத்தை வீணடிக்காதீர்கள். இவர்களை கண்டாலே அந்த இடத்தை விட்டு சென்றுவிடுங்கள். இவர்களை போன்ற எதிர்மறை வாதிகளிடமிருந்து ஆற்றல் மிகும் கருத்துகளோ, சிறப்பான செயல்களோ வெளிப்படுவதில்லை. மாறாக எதிர்மறை எண்ணங்கள் மட்டுமே முன்னிலை பெறுகின்றன.

NAAC சம்பந்தமாக நானும் எங்களது குழுவும் இரவு பகல் பாராமல் உழைத்தோம். பல்கலைக்கழகத்திலுள்ள அனைத்து ஊழியர்களுக்கும் NAAC பற்றின விழிப்புணர்வு மற்றும் புரிதலை ஏற்படுத்தினோம். இது ஒரு நீண்ட நெடிய முயற்சி. நினைத்துப் பார்த்தால் எப்படி இது சாத்தியமாயிற்று என்று இன்று வரை எங்களுக்கு வியப்பாகவே உள்ளது. இத்தகைய ஒரு கடின முயற்சியில் 35 துறைகளும், 90 ஆராய்ச்சி மையங்களும், சுமார் இரண்டாயிரத்திற்கு மேலான மனித ஆற்றலும் தானாகவே முன்வந்து எங்களோடு இணைந்துகொண்டது என்று சொன்னால் உங்களால் நம்பமுடிகின்றதா? நீங்கள் உங்கள் நிறுவனத்திற்கு நன்மை பயக்கும் செயல்களில் தொடர்ந்து ஈடுபடும்போது ஒட்டுமொத்த நிறுவனமும், அவற்றில் பணிபுரியும் ஊழியர்களும் உங்களுக்கு உதவ முற்படுவார்கள் என்பதற்கு எங்களின் இந்த முயற்சியே ஒரு சிறந்த சான்று.

நீங்கள் IQAC-யில் இருந்து இதுவரை சாதித்தது என்னவென்று எங்களிடம் யாராவது கேட்டால்? QS

தரவரிசையில் முன்னேறியதை பற்றியோ, NIRF தர மதிப்பீட்டில் உயர்ந்ததை பற்றியோ அல்லது NAAC மற்றும் NBA அங்கீகாரம் பெற்றதை பற்றியோ குறிப்பிட மாட்டோம். மாறாக, இவை அனைத்தையும் பற்றின புரிதலை அண்ணா பல்கலைக்கழகத்தின் அனைத்து ஊழியர்களுக்கும் நாங்கள் கொண்டு சென்றதே எங்கள் குழுவின் மகத்தான சாதனை என்று குறிப்பிடுவோம். நம்புங்கள்! இது அவ்வளவு எளிதான காரியம் அல்ல. இரண்டாயிரத்திற்கும் மேலான மனித ஆற்றல் சங்கமிக்கும் ஒரு பல்கலைக்கழகத்திற்குள் அதன் அனைத்து ஊழியர்களிடமும் இத்தகைய புரிதலை ஏற்படுத்துவதென்பது உங்கள் கற்பனைக்கும் எட்டாத ஒரு செயல். இதனை மேற்கொள்ள தெளிவான திட்டமிடல் அவசியம். அதை விட உங்கள் ஊழியர்களிடம் நீங்கள் நேரடியாக உரையாடுவது மிக முக்கியம்.

எப்படி இவற்றை நீங்கள் சாத்தியமாக்கினீர்கள்?

விரக்தியின் விளிம்பில் பயணப்பட்டு கொண்டிருந்த எங்கள் ஊழியர்களை உற்சாகமூட்டும் வண்ணம் அவர்களின் உன்னத செயல்களால் பல்கலைக்கழகம் அடைந்துள்ள முன்னேற்றங்களை முதலில் பட்டியலிட்டோம். பிறகு அதனை நேரடியாக சென்று அவர்களிடம் எடுத்துரைத்தோம். முதலில் அவர்களின் கருத்துகளையும் பின்னூட்டங்களையும் செவி கொடுத்து கேட்டுக்கொண்டோம். பிறகு எங்களின் நேர்மறை எண்ணங்கள் கொண்டு அவர்களின் எதிர்மறை எண்ணங்களை வீழ்த்தினோம். எங்களின் இந்த முயற்சியில் நாங்கள் பயன்படுத்தும் வார்த்தைகளை மிகக் கவனமாக கையாண்டோம். கூடுமான வரை ஊக்கம் மற்றும் உற்சாகமூட்டும் சிறந்த சொற்களையே பயன்படுத்தினோம். இதற்கு எங்களின் பேச்சாற்றல் திறனை நாங்கள் உயர்த்திக்கொள்ள வேண்டும் என்பதை முதலில் உணர்ந்து அதற்கான நடவடிக்கைகளில் ஈடுபட்டோம். கூடுமான வரையில் நாங்கள் சந்திக்கும்

நபர்களை பற்றின தரவுகளை முன்கூட்டியே அறிந்து வைத்துக்கொள்வது எங்களின் அன்றாட நடவடிக்கைகளில் ஒன்றானது. இவை எங்களுக்கு பல்வேறு வகையில் தகவல்களை பெற பயனுள்ளதாக அமைந்தது.

அண்ணா பல்கலைக்கழக ஊழியர்களிடம் நாங்கள் நேரடியாக ஒரு பிணைப்பை ஏற்படுத்திக் கொண்டால் மட்டுமே எங்களால் ஆற்றல் மிகு செயல் நடவடிக்கைகளில் ஈடுபட முடியும் என்பதை உணர்ந்து அதற்கான திட்டமிடலில் ஈடுபட்டோம். இந்தியன் ரிசெர்ச் இன்பார்மேஷன் நெட் ஒர்க் சிஸ்டம் (IRINS) எனப்படும் இணைய வழி ஆராய்ச்சி தகவல் மேலாண்மை சேவையினை இதற்காக நாங்கள் முதலில் பயன்படுத்திக்கொண்டோம். IRINS என்பது இந்திய தகவல் மற்றும் நூலக மையத்தால் உருவாக்கப்பட்ட ஒரு இணைய வழி சேவையாகும். இது இந்தியாவில் உள்ள பல்வேறு கல்வி நிறுவனங்களின் ஆராய்ச்சி, நிதி ஆதாரங்கள், ஆய்வுக்கட்டுரைகள், இந்திய அறிவுசார் சொத்துரிமை கண்டுபிடிப்புகளை ஒருங்கிணைப்பதற்காக இந்திய அரசால் உருவாக்கப்பட்டு கடந்த 2007-ஆம் ஆண்டு முதல் புழக்கத்தில் உள்ளது. அண்ணா பல்கலைக்கழகமும் இதில் உறுப்பினராக உள்ளது என்றாலும் அண்ணா பல்கலைகழக ஊழியர்களுக்கு இதை பற்றின போதிய விழிப்புணர்வு இல்லாமல் இருந்து வந்தது. நாங்கள் இந்த சேவையை மேம்படுத்த திட்டமிட்டோம்.

IQAC இயக்குனர் குணசேகரன் ராஜா மற்றும் அண்ணா பல்கலைக்கழக நூலக இயக்குனர் அறிவுடை நம்பி அவர்கள் இதற்கான திட்டத்தை வகுத்தனர். இவர்களின் உதவியோடு அனைத்து அண்ணா பல்கலைக்கழக ஊழியர்களிடமும் IRINS பற்றின விழிப்புணர்வினை ஏற்படுத்தினோம். அதில் உள்ள சேவைகள், அதனால் அவர்களுக்கும் அவர்கள் சார்ந்துள்ள துறைகளுக்கும் ஏற்படுகின்ற நன்மைகள் என அனைத்து அண்ணா

பல்கலைக்கழக ஊழியர்களிடமும் நேரடியாக சென்று எடுத்துரைத்தோம். எங்களின் இந்த முயற்சி பல்கலைக்கழகத்தில் பெரும் வரவேற்பை பெற்றுத் தந்தது. ஒரு கட்டத்தில் நாங்களே எதிர்பார்க்காத அளவிற்கு எங்களுக்கு தகவல்கள் வரத் தொடங்கின. ஒருவரை ஒருவர் போட்டி போட்டுக் கொண்டு தங்கள் தரவுகளை அதில் பதிந்தனர். ஒரு சில நேரங்களில் தங்களுக்கு ஏற்பட்ட சிக்கல்களையும், பிரச்சனைகளையும் எங்களிடம் எடுத்துக் கூறினர். இவை அனைத்தையும் நூலகத்தின் துணை நூலகர்களான முனைவர் கிருஷ்ணமூர்த்தி மற்றும் முனைவர் கோதைநாயகி அவர்களின் உதவியோடு செம்மைப்படுத்தினோம்.

எங்கள் இலக்குகள் என்ன என்பதை நாங்கள் முழுமையாக உள்வாங்கிக் கொண்டு பயணித்ததால் 407 நபர் கொண்ட எங்களின் ஆசிரியர்களின் எண்ணிக்கையினை 907-ஆக உயர்த்தினோம். 12,334 என்று இருந்த ஆராய்ச்சி ஆய்வு கட்டுரைகளை முறையே ஒழுங்குபடுத்தி 21,880 ஆக உயர்த்தினோம். ஆராய்ச்சி கட்டுரைகளின் பரிந்துரைகளான ஸ்காப்ஸ் பரிந்துரைகளை 1,53,661 இருந்து 2,17,848 ஆகவும், கிராஸ் ரெபெரென்ஸ் பரிந்துரைகளை 89,090 இருந்து 1,97,279 எனவும் உயர்த்தினோம். அறிவுசார் சொத்துரிமை குறியீடுகளை 22-லிருந்து 277-ஆக உயர்த்தினோம். இவை அனைத்துமே அந்த ஆண்டு வெளியான QS மற்றும் NIRF தரவரிசையில் பிரதிபலித்தது. 2023-ஆம் ஆண்டு வெளியான NIRF தரவரிசையின் படி கடந்த ஆண்டை காட்டிலும் இம்முறை ஆராய்ச்சி, பொறியியல், பல்கலைக்கழகங்கள் வரிசையில் முதல் 15 இடங்களுக்குள் முன்னேறி சாதனை படைத்தோம். உலகளாவிய QS தரவரிசையில் கடந்த ஆண்டு 801-1000 ஆக இருந்த எங்களின் தரவரிசை இந்த ஆண்டு நானூறு இடங்களுக்கு மேல் முன்னேறி 427 என்ற இடத்தை எட்டினோம். இதன் மூலம் இந்தியாவிலுள்ள முதல்

10 தலைசிறந்த பல்கலைக்கழகங்கள் வரிசையில் இடம்பிடித்து சரித்திர சாதனை புரிந்தோம்.

சோனி நிறுவனத்தின் தாரக மந்திரம்

"அகியோ மோரிடா" புகழ் பெற்ற சோனி நிறுவனத்தை நிறுவியவர். எலக்ட்ரானிக்ஸ் துறையில் "சோனி" என்ற நிறுவன பெயரையும் "மேட் இன் ஜப்பான்" என்ற பெயரையும் பொன் எழுத்துகளால் பொறிக்க செய்தவர். இரண்டாம் உலகப்போருக்கு பிறகு, ஜப்பான் என்றால் தரம் குறைந்த பொருட்களையும் மலிவான விளையாட்டுச் சாதனங்கள் மற்றும் குடைகளை தான் தயாரிக்க முடியும் என்ற எண்ணத்தை உடைத்து தரமான எலக்ட்ரானிக்ஸ் பொருட்களை உலகிற்கு அறிமுகம் செய்து வைத்தவர். டேப் ரெக்கார்டர், வாக்மேன் மற்றும் வீடியோ கேசட் பிளேயரை கண்டுபிடித்து உலகிற்கு அறிமுகம் செய்து வைத்ததில் இவரது பங்கு மிகச்சிறந்தது.

இவர் தனது சுயசரிதையில் இவ்வாறு குறிப்பிடுகின்றார் "டேப் ரெக்கார்டரை விற்பனை செய்வதில் இருந்து நான் ஒரு அனுபவத்தை பெற்றேன். விற்பனையில் மக்கள் தொடர்பு எவ்வளவு முக்கியம் என்ற ஆழ்ந்த அனுபவத்தை நான் நேரடியாக பெற்றிருந்தேன். மக்களுக்கு தேவையான எத்தகைய பொருட்களை நீங்கள் தயாரித்தாலும், அதனை சரியான நபர்களிடம் கொண்டு போய் சேர்க்க வேண்டும். இல்லையென்றால் நீங்கள் பெரும்பாலும் தோல்விகளையே சந்திக்க நேரிடும். ஜப்பானிய வர்த்தக முறையில் உற்பத்தியாளருக்கும் பொருட்களை பயன்படுத்துவோருக்கும் இடையே தொடர்பு இல்லாமலே இருந்து வந்தது. இடைத்தரகர்கள் மூலமே அனைத்து பொருட்களும் விற்பனை செய்யப்பட்டது. இதனால் உற்பத்தியாகும் பொருட்கள் எந்த வகையில் மக்களின் வேலையினை எளிதாக்கும் என்று மக்களுக்கு புரியவைக்கும் சூழல் அங்கு நிலவவே இல்லை.

தொழில்நுட்பம் சார்ந்த ஒரு பொருளை வாங்குகின்றவர்களுக்கு அந்த பொருளின் முழுப்பயன்பாடும் அறிய வாய்ப்பே இல்லை. இம்மாதிரியான சமயங்களில் தயாரிப்பாளர்கள் அந்த பொருளின் உபயோகத்தை மக்களிடம் எடுத்துக்கூற வேண்டும். அத்தகைய நடவடிக்கையே, எங்களின் பொருளை விற்பனையில் முன்னோடியாக செயல்பட வைத்தது."

அகியோ மோரிடாவும் அண்ணா பல்கலைக்கழகமும்

அகியோ மோரிடா- வின் இந்த உத்தியினை தான் நாங்கள் NIRF, NBA, IRINS மற்றும் NAAC தகவல் திரட்டலின் போது பயன்படுத்தினோம். தகவல் தருபவர்களுக்கு அதனை கோறுவோருக்கும் இடையே ஒரு இணக்கமான சூழலை முதலில் உருவாக்கி கொண்டோம். எதற்காக அங்கீகாரம் மற்றும் ரேங்கிங் செல்கின்றோம் என்று ஒவ்வொரு துறைகளுக்கும், ஆய்வகங்களுக்கும், ஏன் ஒவ்வொரு ஆசிரியர்களுக்கும் நேரில் சென்று எடுத்துரைத்தோம். எதற்காக நீங்கள் இந்த வேலையினை மேற்கொள்ள வேண்டும். இதனால் உங்களுக்கு கிடைக்கப்பெறும் பயன்கள் என்னவென்று ஒன்று விடாமல் எடுத்துரைத்தோம்.

விளைவுகள் பற்றி நானும் எங்களது குழுவும் ஒரு போதும் கவலை கொள்ளவில்லை. மாறாக, நாங்கள் எடுத்துக் கொண்ட முயற்சிகளில் எங்களின் முழு கவனத்தையும் செலுத்தினோம். எங்கு எல்லாம் தகவல் பெற முடியவில்லையோ அங்கு எல்லாம் தேவையான நடவடிக்கைகள், கலந்துரையாடல்கள், கூட்டங்கள் என அனைத்து முயற்சிகளையும் மேற்கொண்டோம். நீங்கள் எடுத்துக்கொண்ட இந்த முயற்சியின் மூலம் NAAC A++ அங்கீகாரம் பெற்று விட்டீர்களா? என்று எங்களிடம்

யாராவது கேட்டால் அதற்கான விடை எங்களிடம் இல்லை. ஆனால், நாங்கள் மேற்கொண்ட இந்த முயற்சியின் வாயிலாக ஒரு விடயத்தை அனைத்து அண்ணா பல்கலைக்கழக ஊழியர்களுக்கும் தெளிவுப்படுத்தினோம். நாங்கள் எந்த ஒரு செயல்களை மேற்கொண்டாலும் அதில் அவர்களின் பங்கும் முக்கியதுவம் பெறுகின்றது என்று. எங்களின் இந்த சீரிய முயற்சி பல்கலைக்கழகத்தில் பல்வேறு நேர்மறை எண்ணங்களையும், பாராட்டுகளையும் பெற்றுத் தந்தது. இது மேலும் எங்களை புதிய உத்வேகத்துடன் செயல்பட உதவி புரிந்தது. இன்றுவரை நாங்கள் IQAC-யில் மேற்கொண்ட நடவடிக்கைகளில் மிகச்சிறந்த நடவடிக்கையாக இதை தான் கருதுகிறோம்.

■■

4. இலக்கை நோக்கிய முயற்சி

தலைமைத்துவத்தை நோக்கிய உங்களது பயணத்தில் நீங்கள் பின்பற்ற வேண்டிய முக்கியமான நடவடிக்கைகளில் ஒன்று இலக்கை நோக்கி பயணிப்பது. இவை உங்களின் தலைமைப்பண்பினை வார்த்தெடுப்பதுடன் அதனை பட்டைத் தீட்டிக்கொள்ளவும் உதவுகின்றன. அத்துடன் நிர்வாகத்தை முழுமையாக புரிந்து கொள்ளவும், உங்கள் ஊழியர்களின் மன ஓட்டத்திற்கு ஏற்ப உத்திகளை புதுப்பித்துக்கொள்ளவும் இவை பெரிதும் உதவுகின்றன. நிர்வாகத்துடனும், உங்களின் ஊழியர்களுடனும் ஒரு இணக்கமான சூழ்நிலையினை நீங்கள் உருவாக்கி கொள்வதென்பது உங்களின் இலக்குகளை எளிதாக அடைய உதவும் ஒருவித உத்தி. சாதாரண உங்களின் ஊழியர்களை அசாதாரண சாதனையாளர்களாக மற்ற நீங்கள் எடுக்கும் ஒரு முன் நடவடிக்கை. தலைமைப்பண்பில் நீங்கள் சிறப்புற, உங்களின் ஊழியர்கள் உங்களைப் பின்தொடர, உங்களின் ஒருசில பழக்கவழங்களை மாற்றியமைத்தாலே போதும் உங்களின் இலக்குகள் உங்கள் வசப்படும். உங்களின் இலக்குகளை அடைய நீங்கள் மேற்கொள்ள வேண்டிய பல்வேறு நடவடிக்கைகள் கீழே கொடுக்கப்பட்டுள்ளன.

எளிமையாகத் தொடங்குங்கள்

"கிடைச்ச வேலைய நாம சின்சியரா செஞ்சிட்டு போய்கிட்டே இருக்கணும். கைல இன்னைக்கு கேண்டில் இருக்கா? 10 அடி தான் வெளிச்சம் தெரியுதா? நடங்க, டார்ச் லைட் வரட்டும் அப்பறம் நடப்போம்-னு நினைச்சா ஊரு போய் சேர முடியாது. போகுற வரைக்கும் போய் கிட்டே இருப்போம். ஊருக்கு போறது மட்டும் சந்தோசம் கிடையாது. அந்த பயணமே ஒரு சந்தோசம் தானே" ஒரு

கலந்துரையாடல் நிகழ்வின் போது திரைப்பட இயக்குனர் திரு எஸ்.ஜே. சூர்யா அவர்கள் கூறிய வரிகள் இவை. எனக்கு மிகவும் பிடித்த வரிகளும் கூட.

IQAC-யில் நான் கற்றுக்கொண்ட பாடங்களுக்கு இவை பொருந்தும். ஒரு கடினமான வேலையை எடுத்து செயல்படுத்த முற்படுகின்றீர்களா? முதலில் மனநிறைவுடன் அவற்றை ஏற்றுக்கொண்டு செயல்படுத்த முயற்சி செய்யுங்கள். பிறகு அவற்றை முறையாக திட்டமிட்டு கொள்ளுங்கள். சிறிய அளவில் தான் நீங்கள் எடுத்துக்கொண்ட முயற்சி செயல்வடிவம் பெருகின்றதா? கவலை கொள்ளாதீர்கள்! அவற்றை அப்படியே ஏற்றுக்கொள்ளுங்கள். முழுதாக முடிந்தால் தான் அந்த வேலையை நிறைவு பெரும் என்ற உங்களின் மனநிலையினை மாற்றிக் கொள்ளுங்கள். தொடர்ந்து முயற்சி செய்யுங்கள் உங்களின் செயல்கள் நீங்கள் எதிர்பார்த்ததை விட பன்மடங்கு பரிணாம வளர்ச்சி அடைந்திருப்பதை நீங்கள் காணமுடியும். NAAC பொறுத்தவரைக்கும் நாங்கள் கையாண்ட தாரக மந்திரமும் இதுவே.

எந்த ஆண்டும் இல்லாத வகையில் இந்த ஆண்டு நாங்கள் NAAC கையாண்ட அணுகு முறைகளை நான் இங்கே குறிப்பிட விரும்புகின்றேன். முதலில் NAAC சம்பந்தமான பல்வேறு அடுக்குகளைப் பிரித்துக்கொண்டோம். அதற்கான திட்டங்களை வகுத்துக்கொண்டோம். NAAC மொத்தம் 7 மெட்ரிக் பிரிவுகளையும் 115 துணை பிரிவுகளையும் உள்ளடக்கியது. இதில் QNM, QLM என்று இருவகை உண்டு. ஒன்று ஐந்து வருட தகவல்களின் தொகுப்பு. மற்றொன்று அந்த தகவலுக்கான வலுக்கூட்டும் எழுத்து வர்ணனை. 35 டிபார்ட்மென்ட் மற்றும் 90 ரிசெர்ச் சென்டர்ஸ் எனப்படும் ஆராய்ச்சி மையங்களின் தகவல் அனைத்தையும் தனித் தனியே திரட்டி அதனை ஒன்று கோர்க்கும் முயற்சியென்பது மிக கடினம். இந்த பணியின் போது

நீங்கள் திரட்டிய தகவல்கள் தவறாக போக வாய்ப்பு அதிகம். தகவலில் போதிய துணை ஆதாரங்கள் இல்லாமல் போகலாம் அல்லது ஒரு சில துறைகள் மற்றும் ஆராய்ச்சி மையங்கள் தங்களின் தகவல்களை தர தாமதிக்கலாம். இவற்றையெல்லாம் நீங்கள் முறையாக திட்டமிட்டு பொறுமையாக கையாள வேண்டும். சரியான தகவல்களோ அல்லது உரிய ஆதாரமோ இல்லாத பட்சத்தில் நீங்கள் பல்கலைக்கழகத்திற்கான ஒரு சில மதிப்பெண்களை இழக்க நேரிடும்.

யாரையும் குறை கூறாதீர்கள்

மனித மூளையின் சிந்தனைகளும் அதன் செயல்களும் சற்று விசேஷமானவை. நவீன அறிவியலும், தொழில்நுட்பமும் எவ்வளவு முயன்றும் விடையறியா விந்தையாகவே இன்றளவும் அவைகள் உள்ளன. மனித சிந்தனைகள் மனங்களுக்கு ஏற்றவாறும் சூழ்நிலைகளுக்கு ஏற்றவாறும் தன்னைத்தானே மாற்றிக்கொள்ளும் தன்மைகொண்டது. கடந்த கால நினைவுகளுடன் நிழல் காலத்தை ஒப்பிட்டு எதிர்காலத்தின் வளர்ச்சியினை நோக்கி தன்னிச்சையாக முடிவெடுக்கும் சிறப்பு திறன் பெற்றதே மனித மனங்கள். இவைகள் பெரும்பாலும் தாய் தந்தையின் மரபு வழியாகவும், புறச்சுழல்களாலும், சூழ்நிலைகளாலும் தன்னைத்தானே மாற்றி வடிவமைத்துக் கொள்ளும் ஆற்றல் கொண்டது. ஒருவரின் செயல்பாடுகள், மேலே குறிப்பிட்ட இவ்வகை காரண காரியங்களால் அமையுமே தவிர தனிப்பட்ட நபரை பொறுத்தோ, அவர்களின் குணாதிசயங்கள் பொறுத்தோ அமைவதில்லை. அதனால் முடிந்தவரை எவரையும் குறை கூறாதீர்கள். அவரது குறைகளை விடுத்து, அவரிடம் காணப்படும் நிறைகளை மட்டும் உங்களுக்குள் உள்வாங்கிக் கொள்ளுங்கள். அதனை எவ்வாறு நிறுவனத்தின் வளர்ச்சிக்குப் பயன்படுத்த முடியும் என்று

எத்தனியுங்கள். இது உங்களின் தலைமைப்பண்பின் நேர்மறை ஆற்றலை மேம்படுத்த உதவும்.

ஆதாரமற்ற தவறானத் தகவல்களை பரப்பாதீர்கள்

ஒரு தலைவர் என்ற ரீதியில் ஆதாரமற்ற செய்திகளை ஒரு போதும் பகிராதீர்கள். இது உங்கள் மீதுள்ள மதிப்பினையும் நம்பகத்தன்மையினையும் முற்றிலும் சிதைத்துவிடும். கல்லூரி வட்டார வாட்சாப் (புலனக்) குழுவில் எனக்கு நேர்ந்த ஒரு அனுபவத்தை இங்கே நான் பகிர்ந்து கொள்ள விரும்புகின்றேன். இந்திய திருநாட்டின் 74-வது சுதந்திர தினத்தை கொண்டாடுகையில் கல்லூரி நண்பர் ஒருவர் வாட்ஸ்-ஆப் மூலமாக பகிர்ந்த தகவல். ஆங்கிலேயர்கள் நமக்கு ஏன் ஆகஸ்ட் 15 ஆம் தேதி சுதந்திரம் வழங்கினார்கள் என்றும், அதன் பின்னால் பொதிந்திருக்கும் கூடுதல் சுவாரசிய தகவல் என்று குறிப்பிட்டு ஒரு செய்தியினை பகிர்ந்திருந்தார். இந்தியாவிற்கு சுதந்திரம் தர மவுண்ட்பேட்டன் முன்வந்த போது ஆகஸ்ட் மாதம் 14 ஆம் தேதி சுதந்திரம் தர விரும்பியதாகவும், அன்றைக்கு மறு தினம் முழு பவுர்ணமி என்பதால் இந்தியர்களின் கோரிக்கையினை ஏற்று நிறைந்த பவுர்ணமி தினமான ஆகஸ்ட் 15 ஆம் தேதி இந்தியாவிற்கு சுதந்திரம் வழங்கினார் என்றும் குறிப்பிட்டிருந்தார். அவர் கூறிய கருத்தின் உண்மை தன்மையினை அறிய இணையத்தில் தமிழ்வழி மாத காலண்டரை பின்னோக்கிப் பார்க்கையில் அன்றைய தினம் பவுர்ணமி இல்லை என்பதும், அவர் பகிர்ந்த தகவல் முற்றிலும் தவறானது என்பதும் புலனாயிற்று. யாரோ எங்கேயோ வழங்கிய தவறானத் தகவலை உண்மையென நம்பிய எனது நண்பர் அவற்றைக் குறித்து ஆராயாமல் பெறப்பட்ட தவறான தகவல்களை மற்றவர்களிடம் கடத்த முயற்சித்துள்ளார் என்பது பிறகு கண்டுபிடிக்கப்பட்டது. தாங்கள் கேட்கும் கருத்துகளின் உண்மைத்தன்மையினை

அறிவின் துணைக்கொண்டு முழுமையாக ஆராயாமல் ஒரு சிலர் மேற்கொள்ளும் இம்மாதிரியான நடவடிக்கைகள் காரணமாக பொய்கள் நெடித்து நிலைத்து சமூகத்தில் இன்றும் அழியாமல் வலம் வந்து கொண்டிருக்கின்றன. கண்ணால் பார்ப்பதும் பொய். காதால் கேட்பதும் பொய். தீர விசாரிப்பதே மெய் என்ற பழமொழிக்கேற்ப பிறரால் பகிரப்படும் தகவல்கள் அனைத்தும் உண்மையென எண்ணாமல் உங்கள் அறிவின் துணைக்கொண்டு அதன் உண்மைத் தன்மையினை வெளிப்படுத்த முயற்சியுங்கள்.

2016ஆம் ஆண்டு பணமதிப்பிழப்பின் ஒரு நடவடிக்கையாக 500 மற்றும் 1000 ரூபாய் நோட்டுகள் இனி செல்லாது என மத்திய அரசு கடந்த 2016 நவம்பர் மாதம் ஆறாம் தேதி அறிவித்தது. இதற்கு மாற்றாக புதியவகை 2000 ரூபாய் நோட்டுகளை அறிமுகம் செய்தது. இந்தப் புதிய வகை ரூபாய் நோட்டுகளில் மிகவும் நேர்த்தியாகவும், பாதுகாப்பானதாகவும், ரிசர்வ் வங்கி மூலம் அச்சிடப்பட்டு மக்களின் புழக்கத்திற்கு வந்தது. இந்தப் புதியவகை ரூபாய் நோட்டுகளில் ஒரு வகை எலக்ட்ரானிக்ஸ் சிப்புகள் பொருத்தப்பட்டுள்ளது எனவும், அரசிற்கு எதிராகப் பதுக்கப்படும் இவ்வகை ரூபாய் நோட்டுகளை செயற்கைக்கோள்களின் உதவியோடு எளிதில் கண்டுபிடித்துவிடலாம் என்றும் வதந்திகள் தீவிரமாக பரவின. இதனை வலுப்படுத்தும் விதமாக பல்வேறு பிரபலங்கள் தங்களது ட்விட்டர் (தற்போது x) பக்கங்களிலும் முகநூல் பக்கங்களிலும் தங்களது தவறான கருத்துக்களை பதிவிட்டு ஒளி வடிவ காணொளிகளை வெளியிட்டனர். இதனை உண்மையென நம்பிய சாமான்ய மனிதரான எனது வீட்டின் உரிமையாளர் இதை பற்றிய என்னுடைய கருத்தினை அறிய முற்பட்டார். இப்போது நம்மிடம் இருக்கும் தொழில்நுட்பத்தின் படி அப்படி ஒரு மைக்ரோ அளவிலான சிப்பினை ரூபாய் நோட்டிற்குள் வைக்க இயலாது என்றும் ஜி.பி.எஸ் உதவியுடன் ரூபாய் நோட்டு பதுக்கல்களை கண்டறிய முடியாது என்றும்

எடுத்துரைத்தேன். திடீரென்று தன் சட்டைப்பையில் வைத்திருந்த இரண்டாயிரம் ரூபாய் நோட்டினை என்னருகே நீட்டிய வீட்டின் உரிமையாளர் அந்த நோட்டின் பின்புறம் உள்ள மங்கள்யான் செயற்கோள் படத்தை என்னிடம் சுட்டிக்காட்டி "சும்மாவா இந்த செயற்கைகோளின் புகைப்படத்தை போட்டு இருக்காங்க. இதை வச்சி ரூபாய் நோட்டுகளை எளிமையா கண்டுபிடிச்சிடலாம்னு தான் போட்டு இருக்காங்க. அரசாங்கம் ஒன்னும் முட்டாள் இல்ல தம்பி" என்று ஒரு விளக்கம் அளித்தார். அறியாமை இருளில் வீற்றிருக்கும் இவரை போன்றோரை நினைத்து கோபம் கொள்வதை விடுத்து அன்று பரிதாபமே எனக்கு மேலோங்கி நின்றது. ரூபாய் நோட்டுகளில் மைக்ரோ சிப்புகள் இருப்பதாக யாரோ சொன்ன வதந்தியை நம்பி அவற்றின் உண்மைத்தன்மையினை ஆராயாமல் ஒரு சிலர் மேற்கொண்ட இம்மாதிரியான தவறான கருத்துப் பரப்புரையென்பது கிட்டத்தட்ட பிரச்சனைகளுக்கான தீர்வுகளை மேற்கொள்ளாமல் அதனை இரட்டிப்பாகும் தன்மையாக அமைந்தது.

நீங்கள் தலைமைப்பண்பில் பணிபுரியும் போது இம்மாதிரியான பொய்களையும், புரளிகளையும் அவ்வப்போது சந்திக்க நேரிடலாம். இவ்வகையான நிகழ்வின் போது, நீங்கள் அமைதியுடன் செயல்பட வேண்டும். பக்குவமாக அவர்களது அறியாமையை களைய முற்பட வேண்டும். இவ்வாறான செயல்களை நீங்கள் மேற்கொள்ளும் போது அவர்களின் மனம் புண்படாதவாறு பார்த்துக்கொள்ள வேண்டும். என்னைப் பொறுத்தவரை இம்மாதிரியான தகவல்கள் யாவும் பட்டிமன்றங்களின் வாயிலாகவும், மோட்டிவேஷன் கருத்தரங்கங்கள் மூலமாகவும், மேடைப் பேச்சுக்கள் மூலமாகவும் எளிதாக பரவுகின்றன. யாரோ! எப்பொழுதோ சொன்ன கருத்துகளை தங்களின் அறிவின் துணைக்கொண்டு சிந்திக்காமல் பகிர்வதன் விளைவாக ஏற்படும் அறியாமைதான் இந்தப் பிழைகள். இவைகளை முற்றிலுமாக களைவதென்பது

கிட்டத்தட்ட நடவாத காரியம். இவை யாவும் பல்வேறு நபர்களால், பல்வேறு கட்டங்களில், பல்வேறு சூழ்நிலைகள் வாயிலாகவும் தொடர்ந்து பிரதிபலித்துக் கொண்டே இருக்கும். ஒரு சிறந்த தலைவராக முடிந்தவரை இவ்வாறான தவறான கருத்துகளையும் உதாரணங்களையும் நீங்கள் தவிர்க்க முற்படுங்கள்.

மனிதன் அவ்வப்போது தற்செயலாக நிகழும் நிகழ்வினை தனக்குச் சாதகமாக பயன்படுத்திக்கொள்ள முற்படுவான். அவ்வகையான நிகழ்வுகள் தனக்காக மட்டுமின்றி பிறருக்காகவும், தன் நிறுவனத்திற்காகவும் பயன்படுத்த முயற்சிக்கும் போது அவன் சிறந்த நிர்வாகத் திறனுடையவனாக வெளிப்படுகின்றான். நிர்வாகம் என்பது தனி மனித செயல்பாடுகளின்றி அது ஒரு கூட்டு முயற்சியே. பல்வேறு வகைப்பட்ட சிந்தனை கொண்ட நபர்களின் கருத்துகள் மற்றும் சிந்தனைகள் ஒன்றாக சங்கமிக்கும் ஒப்பற்ற ஓர் மகாசமுத்திரமாகும். நீங்கள் கரையோரம் நின்று இரசிக்கும் நபராக இருந்தால் அந்த மகா சமுத்திரத்தின் அழகை மட்டும் கண்டு இரசிக்கலாம். அந்த சமுத்திர கடலில் நீங்கள் நீந்துவராக இருந்தால் ஆழ்கடலில் மூழ்கி அரியவகை முத்தெடுக்கலாம். கடல் தன்னுள் புதைத்து வைத்திருக்கும் எண்ணற்ற வளங்களை கண்டு இரசிக்கலாம்.

சமுத்திரக் கடலின் கரையோரம் நின்று நீங்கள் ஆழ்கடலை இரசிப்பவரா? அல்லது ஆழ்கடலில் மூழ்கி முத்தெடுப்பவரா? என்பதை நீங்கள் தான் தீர்மானிக்க வேண்டும்.

சமுத்திரம் என்பது உங்கள் மனதின் பிம்பங்களை பிரதிபலிக்கும் ஒரு வகை அரிய கண்ணாடி. அதனை நீங்கள் எவ்வாறு காண விரும்புகின்றீர்களோ அவ்வாறே அவை உங்களுக்குக் காட்சிபடும். புரிதலோடும், கற்றுக்கொள்ளும் ஆர்வத்தோடும், செயல்களில் நீங்கள்

தொடர்ந்து ஈடுபடும் போது அவை மதிப்பு கூட்டப்பட்டு உயர்நிலையினை அடைகின்றது. ஆர்வமில்லாமல் நீங்கள் ஈடுபடுகின்ற எந்த ஒரு செயலும் அதன் இலக்குகளை சென்றடைவதில்லை.

■■■

5.ஆற்றலை ஒன்று குவியுங்கள்

பிரபஞ்ச சூட்சமத்தில் பொதிந்துள்ள ஆற்றல்களிலே மிகப்பெரிய ஆற்றல் மனித பேராற்றல். அதனைச் சரியாக நெறிப்படுத்தி முறையாக மடை மாற்றினால் நீங்கள் விரும்பும் எண்ணற்ற சிந்தனைகளுக்கு எளிதில் செயல்வடிவம் தர முடியும். ஒவ்வொரு மனிதனிடமும் பொதிந்துள்ள தனித்திறனை கண்டுபிடித்து வேலையினை அவர்களுக்கு பகிர்ந்தளிப்பதன் மூலம் நீங்கள் இதனை அடைய முடியும். உங்களின் கீழ் பணிபுரியும் தனி நபரோ அல்லது குழுக்களோ, உங்களிடமிருந்து ஏதோ ஒன்றைக் கற்றுக்கொள்ள வேண்டும் என்ற உயரிய சிந்தனையை நீங்கள் முதலில் உருவாக்க வேண்டும். இவ்வாறாக கற்றுக் கொள்ளப்படும் செயல்களானது அவர்களின் வாழ்கைத் தரத்தை நேரடியாகவோ அல்லது மறைமுகமாகவோ உயர்த்தும் வண்ணம் அமைய வேண்டும். உங்களின் கீழ் பணிபுரியும் நபர்களிடம் அவர்கள் மேற்கொள்ளும் செயல்களைப்பற்றிய முழு விளக்கத்தையும் அளிக்க வேண்டும். அவ்வாறு மேற்கொள்ளும் செயல்களால் அவர்கள் திறன் மேம்படுவதை பற்றியும் அதனால் ஏற்படும் விளைவுகள் பற்றியும் எடுத்துரைக்க வேண்டும்.

கடின சவால் நிறைந்த திட்டம் சார்ந்த பணிகளில் நீங்கள் ஈடுபட போகின்றீர்களா? முதலில் அதில் இருக்கும் கருத்துகளையும் செயல்களையும் முழுமையாக உள்வாங்கி கொள்ளுங்கள். அந்தச்செயலை எப்படி எளிதாகவும் சிறப்பாகவும் செய்ய வேண்டும் என்று திட்டமிடலில் ஈடுபடுங்கள். பிறகு உங்கள் குழுவிடம் அத்திட்டம் சார்ந்த செயல்களை அதை மேற்கொள்ளும் வழிமுறைகளையும் விளக்குங்கள். நீங்கள் மேற்கொள்ளும் இத்தகைய செயல்களின் பலனாக அவர்களின் திறன் எவ்வாறு மேன்மையடையும் என்பதை ஆராயுங்கள். அவர்களின் இத்தகைய பங்களிப்புகளின் மூலம் அவர்கள்

பெறப்போகின்ற நன்மதிப்புகள் பற்றியும், விளைவுகள் குறித்தும் முழுமையாக எடுத்துரையுங்கள். இவ்வாறு நீங்கள் செயல்படுவதன் மூலம் பல்வேறு குழுக்களிடமோ அல்லது தனி நபரிடமோ சிறந்த செயல்பாட்டினை எளிதில் பெற முடியும். உங்களுக்கும், உங்களின் ஊழியர்களுக்கும் புரிதல் ஏற்படுத்த இத்தகைய நடவடிக்கைகள் முக்கியத்துவம் வாய்ந்ததாக கருதப்படுகின்றது. புரிதல் ஒருவித ஈர்ப்பினை ஏற்படுத்தும் ஆற்றல் கொண்டவை. பல்வேறு செயல்களை மேம்படுத்தி சிறந்த விளைவுகளை ஏற்படுத்தும் சக்தி கொண்டவை. புரிதலை சரியாக கையாள கற்றுக்கொண்டால் நீங்கள் விரும்பும் அனைத்து வித செயல்களையும் எளிதில் திறன்பட செய்து முடித்துவிடலாம். இதுவரை நாம் வேலை சார்ந்த புரிதல் பற்றி அலசிக் கொண்டிருந்தோம். இனி மனித மனங்களைப் பற்றியும் அதனைச் சார்ந்த விடயங்கள் குறித்தும் பார்ப்போம். தலைமைப்பண்பை பற்றிக் குறிப்பிடுகையில் மனித மனங்களைப் பற்றி விவாதிப்பதும் இன்றியமையாததாக கருதப்படுகின்றது.

மனித மனங்களை பற்றின புரிதல் மிக அவசியமா?

தலைமைப்பண்பில் நீங்கள் சிறப்புற வேண்டுமானால் பல்வேறு பண்புகளை கொண்ட மனித மனங்களைப் பற்றியும் அதன் சிந்தனைகளைப் பற்றியும் புரிந்து கொள்வதென்பது முக்கியம். மனித மனங்கள் ஒரே நிலைப்பாடுகள் இன்றி அவ்வப்போது காலங்களுக்கும் சூழ்நிலைகளுக்கும் ஏற்ப தன்னை தானே வடிவமைத்துக் கொள்ளும் திறன் கொண்டவை. இவற்றை நீங்கள் பல்வேறு சூழ்நிலைகளில் பொருத்திக்கொள்ள இயலும். சிறு வயதில் செய்தி வாசிப்பாளராக வேண்டும் என்ற சிந்தனை கொண்ட எனது நண்பரொருவர் காலப்போக்கில் அறிவியல் மீது நாட்டம் கொண்டு இன்று ஆசிரியராக பணியாற்றிக் கொண்டிருக்கின்றார். ஒருவேளை எதிர்வரும் காலங்களில்

அவரின் சிந்தனைகளும் விருப்பங்களும் மாற நேரிடலாம். உங்களின் அலுவலகத்திலோ அல்லது உங்களின் நிர்வாகத்திலே இவ்வாறான நிலையில்லா சிந்தனை கொண்ட நபர்களுடன் நீங்கள் பயணிக்கும் சூழல் ஏற்படலாம். அவர்களின் கருத்துகளோ அல்லது செயல்களோ அவ்வப்போது உங்களை எரிச்சலூட்ட நேரலாம். இவ்வாறான சமயங்களில் உங்களின் ஊழியர்களை பற்றி நீங்கள் முழுமையாகப் புரிந்து வைத்துக்கொள்வது முக்கியத்துவம் பெறுகின்றது. எவ்வாறு அவர்களைப் புரிந்துகொள்வது? மிக எளிது. அவர்களின் மன ஓட்டத்திற்கு ஏற்ப முதலில் அவர்களை ஏற்றுக்கொள்ள முற்படுங்கள். அவர்களின் கருத்துகளை முழுமையாக கேளுங்கள். அவர்கள் தொடர்ந்து வளர உங்களின் பின்னூட்டங்களை வழங்குங்கள். அவர்கள் தற்போது கொண்டுள்ள சிந்தனையின் வாயிலாக ஏற்பட கூடிய சாதக பாதங்களை எடுத்துரையுங்கள். அவர்கள் புதிதாக தேர்ந்தெடுக்கும் பாதையில் அவர்கள் ஒரு சிறு குழந்தை என்பதையும் அவற்றில் அவர்கள் பயணப்பட வேண்டிய தூரம் அதிகம் என்பதையும் சுட்டிக்காட்டுங்கள். மாறாக, அவர்கள் முன்பே செய்து கொண்டிருந்த செயல்களில் அவர்கள் தான் சிறந்தவர்கள் என்பதையும் அவர்களின்றி வேறு எவராலும் அத்தகைய சிறந்த செயல்களை வெளிப்படுத்த முடியாது என்பதையும் எடுத்துரையுங்கள். உங்களின் ஊழியர்களையும் அவர்களது சிந்தனைகளையும் புரிந்து வைத்துக்கொள்வதென்பது ஒரு வகை கலை. தொடர் பழக்க வழக்கங்கள் மற்றும் நடவடிக்கையின் வாயிலாக அதனை நீங்கள் எளிதில் வசப்படுத்த முடியும். முயன்று பாருங்கள்.

சின்னஞ்சிறு மாற்றங்கள் தான் பெரிய பலன்களை ஈட்டித்தரும்

உங்கள் இலக்குகளை நீங்கள் அடைய வேண்டுமானால் குழு நபர்களின் சிறு முயற்சிகளையும் அவர்களது

செயல்களையும் மனதார பாராட்ட முற்படுங்கள். உதாரணமாக நான் துணை இயக்குனராக IQAC பணிபுரிந்த சமயம் NAAC தகவல் திரட்டலின் போது ஒவ்வொரு துறைக்கும் நேரடியாகச் சென்று மென்பொருள் இயக்கம் குறித்தும், தகவல் எந்த வகையில் இருக்க வேண்டும் என்பதைப் பற்றியும் தெளிவாக எடுத்துரைப்பது எங்களின் முக்கியக் கடமைகளில் ஒன்றாக கருதினோம். இது உளவியல் ரீதியான ஒருவகை உத்தி. சற்று கடினமான வேலையும் கூட. அதன்படி ஒவ்வொரு துறைக்கும், ஆராய்ச்சி மையங்களுக்கும் நாங்கள் நேரில் சென்று சந்திக்க வேண்டிய சூழல் ஏற்பட்டது. சுமார் 35 துறைகள், 90 ஆராய்ச்சி மற்றும் நிர்வாக மையங்களை நேரில் சந்தித்தோம். இதனை ஒருவகையில் எங்களுக்கு சாதகமாக நாங்கள் பயன்படுத்திக்கொண்டோம். ஒன்று, இவர்கள் அனைவருக்கும் எங்களையும், எங்களது வேலை முறையினையும் அறிமுகப்படுத்திக் கொண்டோம். இரண்டாவது NAAC 2023 முயற்சியில் எங்களை விட உங்கள் அனைவரின் பங்கும் இன்றியமையாதது என்பதையும் உணர்த்தினோம். இந்த அணுகுமுறையானது எங்களுக்கு பல்வேறு அனுகூலங்களையும் பலன்களையும் பெற்றுத் தந்தது.

NAAC 2023 தகவல் திரட்டும் பணியின் போது உற்பத்தித் தொழில்நுட்ப துறையை சார்ந்த பேராசிரியர்களான ரங்கராஜூலு, முகேந்திரன் மற்றும் எலக்ட்ரானிக்ஸ் துறையை சார்ந்த பேராசிரியை கவிதா போன்றோர்கள் ஏற்படுத்திய சிறு மாற்றங்கள் எங்களை பெரிதும் கவர்ந்தன. எதிர்காலத்தில் பல்கலைக்கழத்தில் தகவல் ஒன்றிணைக்கும் பணிக்கு அவை அடிப்படை காரணியாக அமைந்தது என்றும் கூட கூறலாம். பேராசிரியை கவிதா நான் முதுநிலை மாணவனாக இருந்த சமயம் எனக்குப் பாடம் எடுத்தவர். தனது செயல்களில் கவனம் செலுத்துவது மட்டுமல்லாமல் 100 விழுக்காடு அதனைச் சிறப்பாக செயல்படுத்திக் காட்டும் எண்ணமுடையவர். பேராசிரியர்

ரங்கராஜூலு ஒரு சிறந்த திட்டமிடல் வல்லுனர். எந்த ஒரு செயலையும் நேர்த்தியாகத் திட்டமிட்டு அதனை செயல்படுத்துவதில் நிபுணத்துவம் கொண்டவர். பேராசிரியர் முகேந்திரன் எதற்கும் அலட்டிக் கொள்ளாமல் செயல்படும் கர்மவீரர். இவர்களிடம் பிறவியில் இருந்தே ஒருவித தலைமைத்துவம் பொதிந்துள்ளது என்று கூட அவ்வவ்போது எனக்கு தோன்றும். அந்த வகையில் அவர்களின் செயல்பாடுகள் மிக நேர்த்தியாகவும் சிறப்பாகவும் அமையும்.

எனக்குத் தெரிந்த வரையிலும் இவர்களை மட்டுமே இங்கே உதாரணமாக கூறியிருக்கிறேன். இவர்களோடு இணைந்து பணியாற்றும் சந்தர்ப்பம் எனக்கு வாய்த்ததால் இவர்களின் ஆளுமைப்பண்பு எனக்குப் புலப்பட்டது. இவர்களைப் போலவே பல்கலைக்கழகத்தின் உயர்வுக்கும், வளர்ச்சிக்கும் அயராது உழைப்பவர்கள் பலர் இருக்கக்கூடும். இனிவரும் காலங்களில் இவர்களைப் போன்று பல்வேறு ஆற்றல் கொண்ட ஒப்பற்ற மனிதர்களோடு பயணிக்கும் வாய்ப்பு எனக்கு கிட்ட வேண்டும் என்று விருப்புகிறேன். இவர்களை போன்று தன்னலம் கருதாமல் தங்களின் துறைக்காகவும், பல்கலைக்கழக வளர்ச்சிக்காகவும் தொடர்ந்து உழைக்கும் அன்பு நிறைந்த உள்ளங்களால் தான் அண்ணா பல்கலைக்கழகம் தனது பெயரை இன்றும் உலகளாவிய வகையில் பறைசாற்றிக் கொண்டு இருக்கின்றது.

"எங்களைப் பொறுத்தவரை செய்ய வேண்டிய கடமைகளை செய்வோம். தொடர்ந்து செய்து கொண்டு தான் இருப்போம்"

தலைமைப்பண்பில் சிறப்பிக்க விரும்பும் நபர்களிடம் இருக்க வேண்டிய முக்கியமான பண்புகளில் ஒன்று, தனக்கு கீழ் பணிபுரிபவர் தன்னிடமிருந்து எதாவது ஒன்றை கற்றுக்கொள்ள வேண்டும் அல்லது தான் வேலை செய்யும்

பாங்கினை கற்றுக்கொள்ள வேண்டும் என்ற முனைப்பு. "சட்டியில் இருந்தால் தானே அகப்பையில் வரும்" என்ற பழமொழிக்கேற்ப தலைவராகிய நீங்கள் பல்வேறு செயல்களில் நிபுணத்துவம் பெற்றவராக விளங்க வேண்டும். நீங்கள் நிபுணத்துவம் கொண்டவராக இருந்தால் மட்டுமே உங்களின் ஊழியர்கள் ஏதோ ஒன்றை உங்களிடம் இருந்து கற்றுக்கொள்ள எத்தனிப்பார்கள். உங்களின் திறமைகளை நீங்கள் வளர்த்துக்கொள்வதில் இருந்துதான் தொடங்குகின்றது உங்களின் தலைமைத்துவத்திற்கான பயணம். எனவே உங்களின் திறன்களைக் கண்டறிந்து அதனை வளர்த்துக்கொள்ள அதீத கவனம் செலுத்துங்கள். இவை உங்களின் தலைமைத்துவ பயணத்திற்கு உதவியாக அமையும். அத்துடன் உங்கள் நிறுவனத்தில் பணிபுரியும் ஊழியர்கள் தங்களது தலைவர்கள் வெறும் வேலை மட்டும் தருகின்றார் என்பதைத் தாண்டி உங்களிடமிருந்து எதோ ஒன்றை இவை கற்றுக் கொள்ளவும் உதவும்.

பட்டைத் தீட்டிக்கொள்ளுங்கள்

நிர்வாக மேலாண்மையைப் பொறுத்தவரை குரு சிஷ்யன் பரம்பரை போன்ற ஒரு இணைப்பு முறை முக்கியத்துவம் பெறுகின்றது. இங்கே கற்றுக்கொடுப்பவருக்கும் கற்றுக்கொள்பவருக்கும் இடையே ஒர் உள்ளார்ந்த புரிதல் மிக அவசியம். இவை அனைத்தும் சரியாக இருக்கும் பட்சத்தில் அவர்கள் மேற்கொள்ளும் அனைத்துவித செயல்களுமே மதிப்புக் கூட்டப்படுகின்றது. பூமியில் இருந்து வெட்டி எடுக்கப்படும் வைரமானது முதலில் கருமை நிறமாகத் தோன்றினாலும் அவை பட்டறையில் பட்டைத் தீட்டப்படும் போது அதன் மதிப்பு பன்மடங்கு கூட்டப்படுகின்றது. இங்கே முக்கியமாக நீங்கள் கவனிக்கபட வேண்டிய விடயம் வைரம் மின்னும் தன்மை. வைரம் எவ்வளவு தூரம் பட்டறையில் பட்டை தீட்டப்படுகின்றதோ அந்த அளவு வைரத்தின் மதிப்பு கூடிக்கொண்டே செல்கின்றது. இவ்வாறாக

வெட்டியெடுக்கப்பட்ட வைரம் அதன் முழு மதிப்பீட்டை அடைய இரண்டு செயல்கள் இன்றியமையாதது. ஒன்று பட்டைத் தீட்டப்படும் "வைரம்" மற்றொன்று வைரத்தை "பட்டைத் தீட்டும்நபர்". இவ்விரு நடவடிக்கைகள் பொறுத்தே வைரம் அதன் கூட்டுத்தொகையினை அடைகின்றது. அதே போல வேலையை செய்பவரும் தலைமையினை வழி நடத்துபவரின் கூட்டுச் செயலாற்றும் நடவடிக்கையே அவர்களின் மதிப்பினையும் அவர்கள் மேற்கொள்ளும் செயல்களின் மதிப்பினையும் உயர்த்துகின்றது. உங்களை நீங்கள் பட்டைத் தீட்டிக்கொள்ள விரும்புகின்றீர்களா? அதற்கான நடவடிக்கையில் உடனே இறங்குங்கள். உங்களுக்கான தலைவரை நீங்கள் தான் முதலில் தேர்ந்தெடுக்க வேண்டும். அதுவே முதல் நிலை. இதில் நீங்கள் தேர்ந்துவிட்டால் போதும். பிறகு, அதுவே உங்களை தலைமைப்பண்பை நோக்கி வழிநடத்திச் செல்லும். நீங்கள் உங்களுக்கான தலைவரைத் தேர்ந்தெடுக்கும் போது அதீத கவனத்துடன் செயல்பட வேண்டும். சில நேரங்களில் நீங்கள் எடுக்கும் முடிவுகள் உங்களுக்குச் சாதகமாக அமையாமல் போகலாம். அப்படிபட்ட சூழ்நிலைகளையும் கருத்தில் கொண்டு நீங்கள் சாமர்த்தியமாக செயல்பட வேண்டும். ஒவ்வொரு சூழ்நிலைகளும் உங்களுக்கான ஒரு அனுபவத்தையும், உன்னத பாடத்தையும் அளித்துக்கொண்டே செல்கின்றன. அதனை ஆக்கப்பூர்வமாக கையாள கற்றுக்கொண்டால் எதிர்வரும் காலங்களில் நீங்களும் ஒரு சிறந்த தலைவராகவே விளங்குவீர்கள்.

நிர்வாகத்திலுள்ள பல்வேறு பணிகளை மேற்கொள்ள ஊழியர்களும் அவர்களது ஒத்துழைப்பும் அவசியம். அவர்களே நிறுவனத்தின் அஸ்திவாரம். அவர்களிடம் வெளிப்படும் சாதாரண செயல்களை மதிப்புக்கூட்டு செயல்களாக மாற்ற சிறந்த தலைமைத்துவம் அமைய வேண்டும். இவ்விரண்டும் சீரான புரிதலோடு பயணிக்கும் பட்சத்தில் நிறுவனத்தின் வளர்ச்சி என்பது சிறப்பான

செயல்பாடுகள் மூலம் வெளிப்படுகின்றது. என்னைப் பொறுத்த வரையில் பேராசிரியர் குணசேகரன் சிறந்த குழுத் தலைவர். ஆழ்ந்த சிந்தனை கொண்டவர். பல்வேறு மாற்றுக் கருத்துகளுக்கு இடம் அளிப்பவர். எந்த காரியத்தையும் சீராக யோசித்து அதனை செயல்படுத்த முயற்சிப்பவர். குழு உறுப்பினரின் தனித்தன்மையினைக் கண்டறிந்து அதனை மேலும் செம்மைப்படுத்தும் வகையில் பல்வேறு ஆலோசனைகளை வழங்குபவர். அவரின் தலைமையின் கீழ் பணிபுரியும் போது அவ்வப்போது ஒரு சில ஆச்சரியங்களை நீங்கள் காண நேரிடும். கடினமான செயல்களுக்கு எளிதான செயல்வடிவம் கொடுப்பதில் பேராசிரியர் குணசேகரன் ஒரு சிறந்த நிபுணர். அதே போல, எவ்வளவு கடின வேலைகளாயினும் அதனை விட்டுக்கொடுக்காமல் போராடும் தன்மை அவரிடம் உண்டு. அவரோடு பயணிக்கையில் கடைசி வரை நீங்கள் ஒரு அழுத்தத்தில் பயணிப்பது போல் உணர்வீர்கள். ஆனால், அந்த அழுத்தம் தான் உங்களுக்குள் பொதிந்திருக்கும் தலைமைப்பண்பை மேலெழுப்புகின்ற உந்து சக்தி என்பது பின்பு தான் புலப்படும். அவரிடம் பணியாற்றிய எந்த ஒரு ஊழியரும் தலைமைப்பண்பில் சோடை போனதில்லை என்பதே நிதர்சன உண்மை.

அண்ணா பல்கலைக்கழகத்தின் சிறப்பே அதன் தன்னாட்சி முறையில் செயல்படும் துறை ரீதியான அமைப்பு முறையே. அதாவது பல்கலைக்கழகங்களில் உள்ள அனைத்துத் துறைகளும் தனியாகவும், தன்னிச்சையாகவும் செயல்படும் அந்தஸ்தை பெற்றிருக்கும். இம்மாதிரியான துறைகள் தங்களுக்கு வேண்டிய பொருட்களையோ அல்லது ஆள் சேர்ப்பு நடவடிக்கைகளையோ, பல்கலைக்கழகத்தின் வழிகாட்டுதல் படி தன்னிச்சையாக செயல்படுத்திக் கொள்ள முடியும். இப்படி தன்னிச்சையாக செயல்படுவதன் மூலம் "ப்ரொடக்ட்டிவிட்டி" எனப்படும் உற்பத்தித்திறன் பன்மடங்கு மேம்படுத்தப்படுகின்றது. அண்ணா

பல்கலைக்கழகத்தின் வளர்ச்சிக்கு பின்னால் இருக்கும் தாரக மந்திரம் எதுவென்று என்னிடம் கேட்டால்? இந்த அமைப்பு முறை தான் என்று நான் குறிப்பிடுவேன். இப்படி தன்னிச்சையான முறையில் துறைகளும், மையங்களும் செயல்படுவதன் மூலம் பல்கலைக்கழகம் கால விரயமின்றி பல்வேறு ஆக்கபூர்வச் செயல் நடவடிக்கைகளை மேற்கொள்ள முடிகின்றது. மாணவர்களின் நலனைக் கருத்தில் கொள்ளவும், பல்கலைக்கழக ஊழியர்களின் நலனில் அக்கறை எடுத்துக் கொள்ளவும், துரித நடவடிக்கைகளை மேற்கொள்ளவும் இந்த அமைப்பு முறை உதவுகின்றது. இப்படி தன்னிச்சையாக செயல்படும் அமைப்பு மற்றும் துறைகளில் உள்ள மிகப்பெரிய சிக்கலே அதன் தகவல் பரிமாற்றம். ஒரு துறை சார்ந்த விடயங்களை மற்ற துறை சார்ந்தவர்களிடம் பகிர்வதில் உண்டான நிர்வாக ரீதியான சிக்கல்கள். நீங்கள் உங்கள் துறை சார்ந்த தகவல்களை உங்கள் ஊழியர்களிடம் இருந்து எளிதில் பெற்றுக்கொள்ளலாம். ஆனால் அடுத்தவர் துறை சார்ந்த தகவல்களை பெறுவதற்கு நீங்கள் அவர்கள் துறைகளை நாட வேண்டி வரும். இதனால் நேர விரயம், கால விரயம் ஏற்படுவது மட்டுமின்றி உங்கள் பணிகளில் தொய்வு நிலை ஏற்படக்கூடும். எளிதில் முடிய வேண்டிய பணிகளுக்கு வாரக்கணக்கில் நீங்கள் காத்திருக்கும் நிலை ஏற்படும். இதன் காரணமாக உங்களின் செயல்கள் மற்றும் நடவடிக்கைகளை நீங்கள் தள்ளி போட நேரிடும். காலம் தாழ்த்தி மேற்கொள்ளப்படும் எந்த ஒரு செயலும் அதன் முழுமையை அடைவதில்லை. நீங்கள் அசாதாரணமாக கருதும் அந்தக் காலவிரயம் தான் உங்களின் செயல் திறனை மழுங்கடிக்க கூடிய காரணி. நீங்கள் ஆக்கப்பூர்வமாக ஏதாவது ஒன்றை செயல்படுத்த விருப்பினால், இன்றிலிருந்து காலத்தை மிச்சப்படுத்துங்கள். இதனை உங்கள் செயல்பாடுகளின் மூலம் வெளிப்படுத்துங்கள். உதாரணமாக 8.30 மணிக்குக் கல்லூரி வர வேண்டும் என்றால் 8.00 மணிக்கே வர முயற்சி செய்யுங்கள். இதனால் உங்களுக்கு அரைமணி நேரம்

மிச்சமாகும். அவசர கதியில் வகுப்பிற்கு செல்ல வேண்டிய சூழ்நிலைகளை நீங்கள் முற்றிலும் தவிர்க்கலாம். அரைமணி நேரத்தில் மீண்டும் ஒருமுறை அன்றைக்கு வகுப்பில் எடுக்க வேண்டிய பாடங்களை மறுபதிவு செய்யலாம். இவை நீங்கள் சிறப்பாக பாடங்களை தொகுத்து வழங்குவதற்கு உதவும். நிர்வாகம் மற்றும் உங்களின் உயர் அதிகாரிகளிடமிருந்து வரும் வேலைகளை அவசரம், மிக அவசரம், அவசரமில்லை என வகைப்படுத்திக் கொள்ளுங்கள். இந்தத் தொகுப்பு முறை உங்களின் வேலைகளை எளிதாக்குவது மட்டுமின்றி, காலவரைக்குள் நீங்கள் செய்து முடிக்க வேண்டிய செயல்களை உங்களுக்கு நினைவூட்டிக்கொண்டே இருக்கும்.

நவீன காலகட்டத்தில் செல்போன் மற்றும் மடிக்கணினியுடன் பயணிப்பவரா நீங்கள்? அப்படி இருப்பின், இம்மாதிரியான செயல்களை "ஆட்டோ இன்பார்ம்" மூலமாக பதிவேற்றம் செய்து கொள்ளுங்கள். இவைகள் நீங்கள் மேற்கொள்ள வேண்டிய பணிகள், கலந்துக்கொள்ள வேண்டிய கூட்டங்கள் மற்றும் இதர நடவடிக்கைகளை அவ்வப்போது உங்களுக்கு தெரிவித்துக் கொண்டே இருக்கும். இதனால் நீங்கள் எந்த ஒரு கூட்டங்களையோ அல்லது செயல்களையோ தவற வேண்டிய சூழ்நிலைகள் ஏற்படாமல் தவிர்க்கலாம்.

∎∎

6. பணி மேலாண்மை

ஒன்றுபட்ட மனித மேலாண்மைத் திறனின் ஒரு அங்கமே பணி மேலாண்மை. உங்கள் ஊழியர்களிடம் வேலை கொடுப்பதைக் காட்டிலும் அவர்களிடமிருந்து சிறந்த செயல்களைப் பெறுவதே பணி மேலாண்மையின் முக்கிய நோக்கமாகும். பொதுவாக மனித மனங்கள் அவ்வப்போது உணர்வுகளோடு சங்கமிக்கும் ஒப்பற்ற ஆற்றல் கொண்டவை. அவை குடும்பப் பின்னணி, பணி சூழ்நிலைகள் என எண்ணற்ற சூழல்களுக்கு ஏற்ப தன்னைத்தானே மாற்றி வடிவமைத்துக்கொள்ளும் திறன் பெற்றவை. இவ்வாறாக பல்வேறு சூழல்களையும், பல்வேறு செயல்களையும் சுமந்து கொண்டுதான் பல்வேறு அசாத்திய சாதனைகளை மனிதகுலம் இன்றளவும் சாதித்து வருகின்றது. பணி மேலாண்மையை பொறுத்தவரையில் வேலை பார்க்கும் ஊழியர்கள் தங்கள் வேலைகளில் மட்டும் கண்ணும் கருத்தாக இல்லாமல் அவ்வப்போது நல்ல கருத்துகள், உரையாடல்கள், கேளிக்கைகள், ஆட்டம், பாட்டம், கொண்டாட்டம் என மனதிற்கு உற்சாகமூட்டும் செயல்களில் ஈடுபட வேண்டும். இது உளவியல் ரீதியாக மக்களை ஒன்றிணைக்கும் ஒருவகை உத்தி.

இவ்வாறான செயல்கள் உங்களை பணியாளர்களிடம் முதலில் ஏற்படுத்துவது என்பது சற்றுக் கடினம் தான் இருப்பினும் இதனால் ஏற்படும் பலன்களை நீங்கள் கருத்தில் கொண்டு இதனை செயல்படுத்தும் நடவடிக்கைகளை மேற்கொள்ள வேண்டும். இவற்றை நீங்கள் மேலோட்டமாக அணுகும் போது இவை தேவையில்லாத நடவடிக்கைகள் போல் தோன்றினாலும், மதிப்பு கூட்டக்கூடிய பல்வேறு ஆக்கபூர்வச் செயல்களுக்கு இவை வித்திடுகின்றன. தனி மனித ஒழுக்கம் தொடங்கி, குழு ஒற்றுமை, நிர்வாகத்திறன் என உற்பத்திக்குத் தேவையான பல்வேறு நேர்மறை செயல்கள் புரிய இவை உதவுகின்றன.

ஒர்க் - டேபிள் அமைப்பு

தனிமனித உற்பத்தித் திறனை பெருக்க IQAC இயக்குனர் பேராசிரியர் குணசேகரன் கையாண்ட அணுகுமுறையை இங்கே நான் கூற விரும்புகிறேன். அவரோடு முதலில் MIT-வளாக ஒருங்கிணைப்பாளனாக பணியாற்றினேன். பிறகு துணை இயக்குனராக பணியாற்றிக் கொண்டிருக்கிறேன். நான் துணை இயக்குனராக பொறுப்பேற்றவுடன் அவர் எனக்கு வழங்கிய இடத்தில் இருந்த கணினி என்னை பெரிதும் கவர்ந்தது. விண்டோஸ் 11 மட்டும் 27 இன்ச் அளவு கொண்ட கணினித்திரை. வெறும் 17-இன்ச் கணினி திரையில் குறுகிய மேசையில் வேலை பார்த்த எனக்கு 27-இன்ச் திரை என்பது முதலில் சற்று கடினமாக தோன்றியது. அவரிடம் இதை பற்றி வினவிய போது உற்பத்தித்திறன் மற்றும் அதன் பெருக்கம் பற்றி விரிவாகப் பேசினார். உற்பத்தி திறனை பெருக்க வேண்டுமென்றால் முதலில் நாம் வேலை பார்க்கும் இடத்தில் உள்ள இன்ஃப்ரா ஸ்ட்ரக்சர் எனப்படும் உட்கட்டமைப்பு வசதிகளை உயர்த்த வேண்டும். தனிமனிதனோ அல்லது குழு உறுப்பினரோ அவர்களுக்கு தேவைப்படும் அடிப்படை வசதிகளை முறையே ஏற்படுத்தித் தர வேண்டும். அவ்வாறு செய்வதன் மூலம் ஊழியர்களின் திறன்கள் பன்மடங்கு மேன்படும் என்றார். உண்மையான வரிகள். பசுமரத்து ஆணி போல என் ஆழ் மனதில் பதிந்த வரிகள் அவை.

தனிமனிதனுக்கோ அல்லது குழு உறுப்பினருக்கோ மிக முக்கிய தேவைகளில் ஒன்று கணினியும் அதனைச் சார்ந்த துணை கருவிகளும். தற்காலத்திற்கு ஏற்றார் போல அவைகளை நீங்கள் நவீனமயமாக்கி கொண்டே இருத்தல் வேண்டும். இவற்றை முறையே பயன்படுத்த உங்களின் ஊழியர்களை ஊக்குவித்தல் வேண்டும். இவை இரண்டுமே உங்கள் நிறுவனத்தின் உற்பத்தித் திறனை பன்மடங்கு உயர்த்தவும் நவீன கட்டமைப்பு வசதியினை பெருகிக்கொள்ளவும் உதவும்.

உட்கட்டமைப்பு வசதிகளைப் பெருக்குங்கள்

நீங்கள் உங்கள் நிறுவனத்தின் உட்கட்டமைப்பு வசதிகளை பெருக்கிக்கொள்வது என்பது அவ்வளவு எளிதான காரியம் அல்ல. இதற்குத் திட்டமிடல் மிக அவசியம். அனைத்துத் தரப்பினரின் கருத்துகளையும் முதலில் நீங்கள் கேட்டறிய வேண்டும். அதில் உள்ள நிறை குறைகளையும், சாத்தியக் கூறுகளையும் முழுமையாக ஆராய வேண்டும். அவற்றை செயல்படுத்த தேவையான நடவடிக்கைகளை துரிதமாக மேற்கொள்ள வேண்டும். இவை அனைத்தை காட்டிலும், நிதி ஆதார நடவடிக்கைகளில் நீங்கள் முழுமையாக ஈடுபட வேண்டும். உதாரணமாக, இந்தப் புத்தகத்தை நான் எழுதிக்கொண்டு இருக்கையில் அண்ணா பல்கலைக்கழகத்தின் 2023-ஆம் ஆண்டிற்கான நிதிநிலை அறிக்கை மற்றும் நிதிப் பங்கீட்டை தயார் செய்து கொண்டு இருக்கின்றனர். நிதிநிலை அறிக்கை மற்றும் நிதி பங்கீடு என்பது ஒவ்வொரு துறைக்கும் தேவையான நிதியினை ஒதுக்கும் ஓர் நிகழ்வாகும். கடந்த ஆண்டு அளிக்கப்பட்ட நிதியினில் எவ்வளவு செலவு செய்தார்கள் என்பதை ஆராய்ந்து, எதிர் வரும் ஆண்டிற்கான நிதி நிலையினை அந்தந்த துறைகளுக்கும் மையங்களுக்கும் ஒதுக்குவார்கள். இவ்வாறு நிதி பங்கீடு செய்யும் போது துறைத் தலைவர்களையும், மைய இயக்குனர்களையும் நேரில் அழைத்து அவர்களுக்கான வருடாந்திர நிதியினை கேட்டறிவதுடன், கோரிக்கை சரியாக இருக்கும் பட்சத்தில் அவர்களுக்கான நிதியினை ஒதுக்கீடு செய்வார்கள். இங்குதான் இயக்குனர்களும், துறைத்தலைவர்களும் திறன்பட செயல்பட வேண்டும். முன்பு கூறி இருந்த திட்டமிடல் தான் இங்கு ஆதார சக்தி. இதனைச் சரியாகப் பயன்படுத்தி தன் துறைக்கு வேண்டிய நிதியினைப் பெற துறைத்தலைவர்களும் மைய இயக்குனர்களும் முயற்சிக்க வேண்டும். எதிர்நோக்கும் நிதியினை எப்படி எல்லாம் பயன்படுத்தப் போகின்றார்கள் எனும் மாதிரி திட்டமிடலும்,

எந்தப் பொருட்களை வாங்க போகிறீர்களோ அந்த பொருளுக்கான முன்மாதிரி விலை பட்டியலை (கொட்டேஷன்) தயார் செய்து அதனைத் துணைவேந்தரின் முன்னுமதி பெற்று குழு உறுப்பினரிடம் சமர்ப்பிக்க வேண்டும். குழு உறுப்பினர்களிடம் மாறுப்பட்ட கருத்துகள் இருப்பின் அதனைக் களைவதும், எதிர்நோக்கும் நிதியினைப் பெறுவதும், துறைத்தலைவர் மற்றும் மைய இயக்குனரின் முழு பொறுப்பே ஆகும். மறைந்த முன்னாள் குடியரசு தலைவர் டாக்டர் ஆ.ப.ஜெ அப்துல் கலாம் அவர்கள் தனது சுயசரிதை புத்தகமான "அக்னி சிறகுகளில்" இவ்வாறு குறிப்பிடுகின்றார். "நிதி என்பது ஒப்பற்ற ஓர் ஆதார சக்தி. ஒரு குழுவிற்கு போதுமான நிதி கிடைத்துவிட்டால் போதும் 80 சதவீதம் வேலை முடிந்துவிட்டது என்று பொருள். மீதம் உள்ள 20 விழுக்காடுகள் மட்டும் நீங்கள் உழைத்தால் போதும்" என்று. இங்கே நான் பகிர்ந்த அனைத்தும் துணை இயக்குனராக IQAC-யில் பணியாற்றிய போது அனுபவரீதியாக நான் உள்வாங்கிக் கொண்டவை ஆகும்.

சிந்தனைக்குச் செயல்வடிவம் கொடுங்கள்

சிந்தனைக்குச் செயல்வடிவம் கொடுப்பது என்பது ஒரு வகை கலை. அது எளிதில் யாருக்கும் வாய்ப்பதில்லை. பல்கலைக்கழகத்தை பொறுத்தவரையில் தனது சிந்தனையில் தோன்றும் ஆராய்ச்சி முடிவுகளை ஆராய்ச்சி கட்டுரையாக செயல்வடிவம் கொடுப்பவர்களே அதிகம். ஒரு சிலர் மட்டும் இதற்கு விதிவிலக்காக செயல்படுவர். ஆராய்ச்சி கட்டுரைகள் மற்றும் ஆய்வக முடிவுகளை மக்களின் பயன்பாட்டிற்குக் கொண்டு வரும் திறன் பெற்றவர்களாக அவர்கள் தனித்துவம் பெற்று திகழ்வர். அப்படி நான் கவரப்பட்ட ஒரு நபர் தான் பேராசிரியர் செந்தில்குமார். ட்ரோன் எனப்படும் ஆளில்லா உளவு விமானத்துறையில் வல்லுனரான இவர், ஏவியானிக்ஸ் பிரிவில் முதுநிலைப் பட்டம் பெற்றவர். அது மட்டுமின்றி

எலக்ட்ரிக் பொறியியல் துறையில் இளநிலை பட்டம் பெற்றவர். 2004-ஆம், ஆண்டு அண்ணா பல்கலைகழகத்தில் உதவி பேராசிரியராக பணியில் சேர்ந்த பேராசிரியர் செந்தில்குமாரின் ஆராய்ச்சி மற்றும் ஆய்வக பண்பு இன்று உலகளவில் ட்ரோன் எனப்படும் ஆளில்லா உளவு விமானத்துறையில் அண்ணா பல்கலைக்கழகத்தில் பெயரை பறைசாற்றி வருகின்றது. ட்ரோன் துறையில் இவர் சாதித்த சாதனைகளை கருத்தில் கொண்டு தமிழக அரசு இவருக்கு பல நிதி ஆதாரங்களை வழங்கி ஊக்குவித்து மட்டும்மல்லாமல், தமிழக அரசின் சிறந்த அறிவியல் தொழில்நுட்பத்திற்காக டாக்டர் ஏ.பி.ஜே. அப்துல்கலாம் விருதையும் வழங்கி கௌரவித்துள்ளது. அத்துடன் ட்ரோன் தொழில்நுட்ப வளர்ச்சியினை மேம்படுத்தும் வண்ணம் அண்ணா பல்கலைக்கழகத்துடன் இணைந்து தமிழ்நாடு "ட்ரோன் கார்ப்பரேஷன்" என்ற புதிய அமைப்பை உருவாக்கி இந்திய அளவில் பல்வேறு சாதனைகளை புரிந்து வருகின்றது. ஒரு பல்கலைக்கழகத்துடன் மாநில அரசு இணைந்து இத்தகையதோர் முயற்சி மேற்கொள்வதென்பது இந்திய அளவில் இதுவே முதல் முறை. இத்தகைய இணைப்பின் மூலம் அண்ணா பல்கலைக்கழகமும், தமிழக அரசும் கல்விக் கொள்கை 4.0 என்ற கோட்பாட்டை நோக்கி முன்னேறிக் கொண்டிருக்கின்றன.

உங்களுக்கு ஒரு இரகசியம் சொல்லவா?

பேராசிரியரின் அனைத்து வெற்றிக்கு பின் இருக்கும் தாரக மந்திரம் என்னவென்று உங்களுக்கு தெரியுமா? ஒரு முறை இதைப்பற்றி அவரிடமே நான் வினவி இருக்கின்றேன். "டீம் ஒர்க்" அதாவது "கூட்டு முயற்சி" என அவருக்கே உரித்தான இன்முகத்தோடு கூறுவார். ஒருவகையில் அது உண்மையும் கூட. அவரின் அணி மிகப் பெரியது. அதில் நீங்கள் பன்முகத் தன்மைக்கொண்ட திறமையாளர்களை காணலாம். ஒருவர் விமானம் இயக்குவதில் திறன்மிக்கவராக இருப்பார். மற்றொருவர்

எலக்ட்ரானிக்ஸ் துறையில் வல்லுனராக இருப்பார், மற்றொருவர் ட்ரோன்களை ஒன்றிணைப்பதில் ஆற்றல் மிகுந்தவராக இருப்பார். பன்முகத்திறன் கொண்ட ஆற்றல் நிரம்பி வழியும் அணி அது. எதையாவது சாதிக்க வேண்டும் என்ற உத்வேகத்துடன் தொடர்ந்து செயல்படும் அணி அது. எப்போதும் அந்த அணியிடம் நீங்கள் ஒருவகை உற்சாகத்தை காணலாம்.

பேராசிரியர் செந்தில் குமார் இன்று சாதித்துக் கொண்டு இருக்கும் பல்வேறு சாதனைகள் அனைத்தும் ஒரு நாளில் நிகழ்ந்த மந்திர ஜாலங்கள் இல்லை. 12 வருட அவரின் கடின உழைப்பு மற்றும் கூட்டு முயற்சியின் விளைவாக பெறப்பட்ட வெற்றிகள் அவை. பதினோரு ஆண்டுக்கு முன் அவரை முதன் முதலில் எனது வகுப்பறையில் முதுநிலை ஆசிரியராக நான் சந்தித்தது இன்றும் என் நினைவுகளில் உள்ளது. முதன் முதலாக அவர் வகுப்பறையில் கூறிய வார்த்தை "ஆளில்லா உளவு விமானங்கள்". சுமார் ஒரு மணி நேரம் ஆளில்லா உளவு விமானங்களின் பயன்பாடுகள் குறித்தும் அதன் எதிர்காலம் குறித்தும் பேசினார். இப்போது இருப்பது போல அன்றைய கால கட்டங்களில் உளவு விமானங்களும் அதன் உதிரி பாகங்களும் எளிதாக கிடைக்கப்பெறாத காலகட்டம் அது. அந்த காலங்களில் கூட, டெல்லி வரை முன்பதிவு செய்யப்படாத பெட்டிகளில் பயணித்து ஆளில்லா விமானத்தை மாணவர்கள் நலனுக்காக வாங்கி வந்தார். இன்றும் அந்த ஆளில்லா விமானங்களை அண்ணா பல்கலைக்கழக எம்.ஐ.டி வளாக ஏரோஸ்பேஸ் துறையிலுள்ள ஏவியானிக்ஸ் பிரிவில் நீங்கள் காணலாம். கடந்த 2008- ஆம் ஆண்டு இந்திய பாதுகாப்பு மற்றும் ஆராய்ச்சி நிறுவனமான டி.ஆர்.டி.ஓ (DRDO) நடத்திய ஆளில்லா விமானப் போட்டியில் கலந்து கொண்டு மூன்றாம் பரிசினை வென்றதே பேராசிரியர் செந்தில் குமாரின் பதிவு செய்யப்பட்ட முதல் வெற்றி. ஆனால் அவர் அதனை வெற்றியாக கருதவில்லை. ஏன் மூன்றாம் நிலைக்கு சென்றோம் என்று தன் தூக்கம் தொலைத்து இரவு

முழுவதும் சிந்திக்கத் தொடங்கினார். இந்த நிலையில் அவரை நாங்கள் கண்டது அதுவே முதன் முறை. போட்டியின் போது, கடந்த ஒரு மாத காலமாக ஏவியானிக்ஸ் ஆய்வகம் தான் எங்கள் குழுவின் உறைவிடம். ஊன், உறக்கம் என அனைத்திற்கும் எங்களை அரவணைத்துக் கொண்டது. விருது பெற்ற பின்பும் அது தொடர்ந்தது. நாங்கள் அனைவரும் போட்டி முடிந்த களைப்பில் உறங்கி கொண்டு இருக்கையில், ஒருவர் மட்டும் தனது தூக்கம் தொலைத்து திடீரென்று எழுந்து அமர்ந்து கொண்டு மூன்றாம் நிலைக்கான காரணத்தை அறிய முற்பட்டார். கடைசியாக வீடியோ ட்ரான்ஸ்மீட்டர் ஹார்மோனிக் (Video Transmitter Harmonics) அலைகள் ஜி.பி.எஸ் (GPS) அலைகளை பாதித்தது தான் மூன்றாம் நிலைக்கு நாங்கள் செல்ல காரணம் என்பதை கண்டறிந்தார். அதன் பிறகே அவர் நிம்மதியாக உறங்க சென்றார்.

உங்களுக்கு ஒரு இரகசியம் சொல்லவா?

இந்த நிகழ்விற்கு பிறகு பேராசிரியர் செந்தில்குமார் தன் வாழ்நாளில் கலந்து கொண்ட எந்த ஒரு போட்டிகளிலும் தோல்வி என்பதை சந்தித்ததே இல்லை. தோல்விகளைக் கூட காரண காரியங்களோடு அலசி ஆராய்ந்து அதில் தெளிவுபெறும் ஒருவனை தோல்விகள் நெருங்குவதில்லை என்பதற்கு பேராசிரியர் செந்தில்குமார் ஒரு சிறந்த உதாரணம்.

தலைமைத்துவத்தின் மூலம் வசீகரியுங்கள்

மக்கள் ஒரு குறிப்பிட்ட நிறுவனத்தில் வேலைக்கு சேருவதற்கான முக்கிய காரணங்களில் ஒன்று, அதன் தலைமைத்துவம். தலைமைத்துவத்தைப் பற்றி தலைமைத்துவ நிபுணரும் பிரபல ஊக்கவிப்பு எழுத்தாளருமான "பிரையன் டிரேசி" தனது புத்தகத்தில்,

தலைமைத்துவத்தை பற்றி தனக்குப் பிடித்தமான இரண்டு வரையறைகள் இருக்கின்றன எனக் குறிப்பிடுகின்றார்.

முதலாவது வரையறை: தலைமைத்துவம் என்பது சாதாரண மக்களிடம் இருந்து அசாதாரணமான விளைவுகளை பெற்றுத்தரும் திறனாகும்.

இரண்டாவது வரையறை: தலைமைத்துவம் என்பது தன்னை பின்பற்றி நடப்பதற்கு மக்களுக்கு உத்வேகம் அளிக்கும் ஓர் முயற்சி."

ஜப்பானிய எலக்ட்ரானிக்ஸ் நிறுவனமான "சோனி"-யில் இளைஞர்கள் பெருமளவு ஆர்வமாக சேர்ந்ததற்கு முக்கிய காரணங்களில் ஒன்று அங்கு நிலவிய தலைமைத்துவமும் அதன் வரையறைகளும் தான். சோனி நிறுவனம் மக்களுக்குத் தேவையான பொருட்களை சந்தைப்படுத்துவதை விடுத்து, தங்களின் பொருட்களுக்கு ஏற்றவாறு சந்தையினை உருவாக்கிக் கொண்டனர். தங்கள் நிறுவனத்தில் பணிபுரிந்த இளைஞர்களின் கருத்துகளுக்கு முன்னுரிமை அளித்தனர். அவர்களின் திறன்களை வளர்த்துக்கொள்ள வாய்ப்பளித்தனர். புதிதாக வேலைக்கு சேருபவர்களிடம் அவர்களின் தனித்துவத்தை கண்டறிந்து அதற்கேற்றார் போல் அவர்களை பணியில் அமர்த்தினர். சில நேரங்களில் இளைஞர்கள் எந்த துறையில் வேலை செய்ய விருப்பம் கொள்கின்றனரோ அந்த பிரிவுகளில் அவர்களை பணிக்கு அமர்த்தினர். தேவைப்பட்டால் அவர்கள் ஆராய்ச்சிக்கு தேவையான நிதிகளை ஒதுக்கீடு செய்து அவர்களை ஊக்கப்படுத்தினர். இவ்வாறு புதிய முயற்சிகளை சோனி நிறுவனம் மேற்கொண்டதன் விளைவாக இரண்டு விதமான அசாதாரண விளைவுகளை அவர்களால் பெற முடிந்தது. ஒன்று ஊழியர்கள் தங்கள் திறனை மேம்படுத்தி உலகில் தலைசிறந்த கருவிகளை உருவாக்கினர். இரண்டாவது தாங்கள் விரும்பும் தலைமைத்துவத்தில் விரும்பி பணியாற்றுவதன் மூலமாக

தங்களையும் தங்களது நிறுவனத்தையும் தலைசிறந்ததாக முன்னிலைப்படுத்தினர்.

இருவகை தலைவர்கள்

என்னைப் பொறுத்தவரையில் பதவி, பணம், அதிகாரம் ஆகியவற்றிலிருந்து பெறப்படுகின்ற தலைமைத்துவம் தொடர்ந்து நீடிப்பதில்லை. எந்த தலைமைதுவத்தை பின்பற்றி நடக்க மக்கள் தீர்மானிக்கின்றார்களோ அந்த தலைமைத்துவம் மட்டுமே நீடித்து நிலைக்கின்றது. மக்கள் தாமாக மனமுவந்து யாரை பின்பன்ற நினைக்கிறார்களோ அவர்களே சிறந்த தலைவராக உருப்பெறுகின்றனர். பொதுவாக ஒரு நிறுவனத்தை சிறப்பாக வழிநடத்த இரண்டு வகையான தலைவர்கள் தேவைப்படுகின்றனர். மற்றவர்களுடன் இணைந்து செயல்பட்டு அதன் மூலமே நிகழ்வுகளை நிகழ்த்துகின்ற தலைவர்கள் ஒருவகை. மற்றோன்று, புதிய கோணத்தில் சிந்தித்து அதன் மூலம் தான் நினைத்த காரியங்களை நிறைவேற்றும் தலைவர்கள். முதலாவது குறிப்பிட்ட தலைவர்களை ஒரு நிறுவனத்தில் எளிதில் நீங்கள் அடையாளம் கண்டுகொள்ளலாம். இரண்டாவதாக குறிப்பிடப்பட்ட தலைவர்கள் கிடைப்பதென்பது சற்று கடினம். நீங்கள் இதற்காக அதிக சிரத்தை மேற்கொள்ள வேண்டும். பெரும்பாலும் இவர்களைப் போன்றவர்கள் தலைமைத்துவத்தில் பெரிதும் விருப்பம் இல்லாதவர்களாகவும், அதில் இருந்து எப்போதும் விலகி நிற்கவே விருப்பம் கொள்வர். இவர்களை போன்றோர்களை நீங்கள் தலைமைத்துவத்தில் இணைத்துக்கொள்வதன் மூலம் எண்ணற்ற இலக்குகளை சாதனைகளாக நீங்கள் எளிதில் மடை மாற்றி கொள்ள முடியும். ஆனால் இவர்களை நீங்கள் அடையாளம் காண்பதும், அவர்களை தலைமைப்பண்பில் அமர வைப்பதென்பதும் மிகவும் சவாலான ஒன்றாகும்.

அவர் அப்படி தான் என ஒருவரை முடிவு செய்து விடாதீர்கள்

என் தலைமைத்துவ பயணத்தில் நான் சந்தித்த நபர்களில் பேராசிரியர் சேதுராமனுக்கு என்றும் தனி இடமுண்டு. பேராசிரியர் சேதுராமன் மதுரையில் உள்ள காந்திகிராம் பல்கலைக்கழகத்தில் வேதியியல் துறையில் பேராசிரியராக பணியாற்றிக்கொண்டு இருக்கிறார். NAAC அங்கீகாரம், NBA, NIRF ராக்கிங் போன்றவற்றில் மிகுந்த அனுபவம் கொண்டவர். அவரை முதன் முதலில் 2021-NAAC மாதிரி காணோட்டத்தின் போது சந்தித்தேன். அப்போதைய துறைத்தலைவர் ஒருவர் தயாரிப்பு விளக்கம் (ப்ரெசென்ட்டேஷன்) தொடங்குவதற்கு முன் தன்னுடைய துப்பாக்கியை எடுத்து விட்டார். கேள்வி கணைகளை சராமரியாக வீசிய அவரைப் பார்த்து அன்று கதி கலங்கி நிற்காதவர் எவரும் இல்லை எனலாம். அந்த அளவிற்கு தன்னுடைய அனுபவ ஆளுமையை அன்று அவர் நிறுவினார். முதன் முதலில் அவரை நேரில் பார்த்தது முதல் துறைத்தலைவரை அவர் கடிந்ததுவரை ஒரு மறக்க முடியாத அனுபவமாகவே எனக்கு அமைந்தது. 2023-NAAC தகவல் திரட்டலை புறமதிப்பீடு புரிய கிரெசென்ட் பல்கலைக்கழகத்தின் முன்னாள் துணைவேந்தரான பீர் முகமது, அண்ணாமலை பல்கலைக்கழகத்தின் முன்னாள் துணைவேந்தரான முருகேசன் மற்றும் காந்திகிராம் பல்கலைக்கழகத்தை சார்ந்த பேராசிரியர் சேதுராமனை நியமித்தது அண்ணா பல்கலைக்கழகத்தின் செயற்குழு. இதில் பேராசிரியர் சேதுராமனை அழைத்துவரும் பொறுப்பு முதல் அவரை கவனித்துக்கொள்ளும் பொறுப்பு வரை என்னிடம் ஒப்படைக்கப்பட்டது. ஏற்கனவே ஒரு அளவிற்கு பேராசிரியரை பற்றி நான் அறிந்து வைத்திருந்ததாலும் கடந்தகால நிகழ்வுகளின் காரணமாகவும் சற்று கதி கலங்கித்தான் போனேன். அவரை பற்றின எனது எண்ண ஓட்டங்கள் முற்றிலும் தவறானது என்பதை அவரை நேரில் சந்தித்தவுடன் எனக்குப் புலனானது.

பேராசிரியர் சேதுராமன், பழக ஓர் இனிய நபர். அவரிடம் பழகுபவர்களிடம் தனிப்பெரும் பாசம் மற்றும் அக்கறை கொண்டவர். வாய்ப்பு கிடைக்கும் போதெல்லாம் உங்களை ஊக்கப்படுத்திக்கொண்டே இருப்பார். ஏதேனும் நீங்கள் ஒரு சிறு முயற்சிகள் தலைமைப்பண்பில் மேற்கொள்கின்றீர்கள் என்றால் ஒரு குழந்தை போல அதனைக் கேட்டுக்கொண்டு உங்களின் முயற்சிகளை பாராட்டுவார். அவரிடம் எப்போதும் ஒரு வித நேர்மறை ஆற்றல் வெளிப்பட்டுக்கொண்டே இருக்கும். உங்கள் புது முயற்சி மற்றும் வெற்றிகளுக்கு அவரிடம் இருந்து ஒரு புன்முறுவல் மட்டுமே பரிசாக வெளிப்படும். அதுவே, அடுத்த கட்ட நகர்வுக்கு உங்களை நகர்த்தி செல்லும். அவரோடு இணைந்து பணியாற்றும் வாய்ப்பு கிடைத்தது என் வாழ்நாளில் எனக்கு கிடைத்த மிக பெரிய வாய்ப்பாகவே நான் கருதுகிறேன். சில மணித்துளிகள் தான் அவருடன் நான் பயணப்பட்டேன் அதற்குள் தந்தைக்கும் மகனுக்குமான உறவு எங்களுக்குள் தொற்றிக்கொண்டது. தலைமைத்துவத்தின் முக்கியத்துவத்தை பற்றியும் அதன் செயல்பாடுகள் குறித்தும், மனித மனங்களின் ஆற்றல் மற்றும் உற்பத்தித்திறன் குறித்தும் விவாதித்தோம். எதிர்கால மனித மேம்பாடு குறித்த அவரின் கருத்துகள் என்னை வியப்பில் ஆழ்த்தின.

நேர மேலாண்மை

தலைமைத்துவத்தில் மிக முக்கிய காரணிகளில் ஒன்று நேர மேலாண்மை. ஒரு தலைவராக நீங்கள் உங்கள் கருத்துகளையும் எண்ணங்களையும் உரிய நேரத்திற்குள் குறிப்பிட்ட காலத்திற்குள் உங்கள் அணியினரிடம் சேர்த்துவிட வேண்டும். இது உங்களின் தார்மீக கடமைகளில் ஒன்றாகும். குறிப்பிட்ட கால நேரத்திற்குள் உங்கள் கருத்துகளையும் நீங்கள் எதிர்பார்க்கும் செயல்களையும் உங்களின் ஊழியர்களுக்கு எடுத்துரைக்கத் தவறினால், நீங்கள் உங்கள் கருத்துகளில்

நிலையாக இல்லை என்பதாகவே பொருள்படும். சிறு குழுக்களோ, பெரிய மேடையோ, நேர மேலாண்மையை கண்டிப்பாக கடைபிடியுங்கள். நீங்கள் கூற விரும்பும் கருத்துகளை முதலில் எழுதி கொள்ளுங்கள். பிறகு அதனை ஒன்றன் பின் ஒன்றாக வரிசைப்படுத்திக்கொள்ளுங்கள். அதற்கான உரிய கால அளவினையும் நீங்களே நிர்ணயம் செய்து கொள்ளுங்கள். ஒன்றுக்கு இரண்டு முறை நிகழ்ச்சிக்கு முன் ஒத்திகை அல்லது மாதிரி பயிற்சிகளில் ஈடுபடுங்கள். இவை அனைத்தும் ஒரு சிறந்த நேர மேலாண்மையை பயணத்தை நோக்கி உங்களை அழைத்து செல்ல உதவும்.

முக்கியமான தருணங்களில் ஒரு சில தலைவர்கள் தாங்கள் கூற விரும்பும் கருத்துகளை விடுத்து ஏதேதோ கூறி கொண்டு பயணிப்பதை கவனித்துள்ளீர்களா? இது தவறான நேர மேலாண்மை மற்றும் திட்டமிடலுக்கான ஓர் எடுத்துக்காட்டு. உயர் நிலையில் இருக்கும் உங்களை போன்ற ஒருவர் பேசுவதை எண்ணற்ற தலைவர்களும், குழு உறுப்பினர்களும் உற்று நோக்குகின்றனர் என்பதை நினைவில் வைத்து உங்கள் உரையினை தொடங்குங்கள். முடிந்தவரை நீங்கள் கூற விரும்பும் கருத்துகளை தெள்ளத்தெளிவாக எடுத்துரைக்க முற்படுங்கள். கூற வேண்டிய கருத்துகளை விடுத்து மற்ற கருத்துக்களின் மீது உங்களின் மனம் சிதறாமல் பார்த்துக்கொள்ளுங்கள்.

சீரான சுமூக தலைமை மாற்றம்

நீங்கள் உயர்ரக சொகுசுக் கார்களில் பயணம் மேற்கொண்டு இருக்கின்றீர்களா? என்ஜின் அதிர்வுகளோ, வண்டியின் அதிர்வுகளோ தெரியாத வண்ணம் மிக நேர்த்தியாக அவைகள் வடிவமைக்கப்பட்டிருக்கும். நீங்கள் பயணம் செய்வதே உங்களுக்கு தெரியாத அளவிற்கு அவைகள் மென்மையாக பயணிக்கும். அதே போல் ஆட்டோவிலோ அல்லது டிராக்டர்களிலோ பயணப்பட்டு

இருக்கின்றீர்களா? அதன் பயணம் உங்களை வாட்டி வதைக்கும். என்ஜின்களின் அதிர்வுகள் உங்களுக்கு ஒருவித அசௌகரியத்தை ஏற்படுத்திக்கொண்டே இருக்கும். பொதுவாக மெக்கானிக்கல் என்ஜின்களின் இயக்கமானது எரிபொருளான பெட்ரோல் அல்லது டீசல்லை கட்டுப்படுத்தப்பட்ட அறைக்குள் (சாம்பர்) வெடிக்க செய்வதன் மூலம் இயக்க ஆற்றல் பெறுவதாகும். கட்டுப்படுத்தப்பட்ட வெடிப்பின் மூலம் மேல்கீழாக நகரும் பிஸ்டனின் இயக்கத்தை கிரான்க் ஷாப்ட் உதவிகொண்டு சூழல் ஆற்றலாக மாற்றி வண்டியினை இயக்க செய்வர். கனரக வாகனங்களை பொறுத்தவரை இதுபோல எண்ணற்ற பிஸ்டன் அமைப்புகள் கிரான்க் ஷாப்டகளுடன் இணைக்கப்பட்டிருக்கும். ஒவ்வொரு பிஸ்டன்களிலும் ஒவ்வொரு வெடிப்பு நிகழும் போதும் நீங்கள் ஒரு அதிர்வினை உணர நேரிடும். இவ்வகை கட்டுப்படுத்தப்பட்ட வெடிப்புகள் அதிக இடைவேளை எடுத்து வெடிக்கும் போது நீங்கள் அதிர்வுகளை உணர நேரிடுகின்றது. இவை உங்களின் எரிபொருளை மிச்சப்படுத்துமே தவிர வண்டியின் அதிர்வுகளை குறைப்பதில்லை. இதனால் தான் ஆட்டோவிலோ அல்லது டிராக்டர்களிலோ நீங்கள் அதிக அதிர்வுகளை சந்திக்க நேரிடுகின்றது. உயர் ரக சொகுசு கார்களில் எரிபொருள் சிக்கன நடவடிக்கைகள் தேவையில்லை என்ற காரணத்தால் கிரான்க் ஷாப்ட்களின் இருவேறு வெடிப்பிற்கு இடையே "பைலட் பார்ன்" (Pilot Burn) எனப்படும் மூன்றாவது வெடிப்பு ஒன்று வேண்டுமென்றே நிகழ்த்தப்படுகின்றது. இதன் மூலம் இரு வெடிப்பிற்கு இடையே மூன்றாவது வெடிப்பை ஏற்படுத்தி அதிர்வுகள் உணராத வண்ணம் சொகுசு-ரக கார்கள் வடிவமைக்கப்படுகின்றன. அது போல ஒரு தலைமையில் இருந்து மற்றுமொரு தலைமைக்கு பொறுப்புகள் மாறும் போது ஊழியர்கள் உணராத வண்ணமும், நடப்பு நிகழ்வுகள் பாதிக்காத வண்ணமும் தலைமை மாறல் அமைய வேண்டும். இதற்கு நிகழ்கால தலைவர்கள் தங்களுக்கு பிறகு நிறுவனத்தை வழிநடத்தும் தலைவர்களை முன்

கூட்டியே தேர்வு செய்ய வேண்டும். அவர்களுக்கு தேவையான தலைமைத்துவ பயிற்சிகளை முன்கூட்டியே அளித்தல் வேண்டும்.

தன்னுடன் பல்வேறு கூட்டங்களுக்கும் துறை ரீதியான சந்திப்புகளுக்கும் அவரை தயார் செய்தல் வேண்டும். நான் பார்த்த வரையில் பெரும்பாலான நிறுவனங்களின் அப்படி பட்ட ஒரு சாதகமான சூழல் நிலவவில்லை. அனுபவம் இல்லாமல் வரும் தலைவர்கள் நிர்வாக ரீதியான பயிற்சியில்லாமலும், துறைசார்ந்த அனுபவம் இல்லாமலும் மீண்டும் முதலில் இருந்தே தங்களது வேலைகளை தொடங்குகின்றனர். இது பல்வேறு கட்ட குழப்பங்களுக்கும், தேக்க நிலைகளுக்கும், நிர்வாக சீர்கேடுகளுக்கும் வழி வகுக்கின்றன. இங்கே அனுபவம் என்று நான் குறிப்பிடுவது எவ்வளவு காலம் உங்கள் நிறுவனத்தில் பணியாற்றினார்கள் என்பதல்ல. துறை ரீதியான நிர்வாகத்திலும் தலைமைத்துவ நிர்வாகத்திலும் எவ்வளவு காலம் அனுபவம் பெற்று இருக்கிறார்கள் என்பதே ஆகும்.

███

7. வழிகாட்டுதலை நாடுங்கள்

தலைமைத்துவத்தில் நீங்கள் எதிர்கொள்ளும் நேரங்களும், அதன் சூழ்நிலைகளும் எப்பொழுதும் ஒரே மாதிரியாக இருப்பதில்லை. பொதுவாக தலைமைப்பண்பில் நிலவும் சூழலானது எதையாவது ஒன்றினை உங்களுக்குத் தொடர்ந்து கற்று கொடுத்துக்கொண்டே இருக்கும் தன்மை கொண்டது. ஒவ்வொரு நாளும், ஒவ்வொரு நிமிடமும் அவற்றை எதிர்க்கொள்ள நீங்கள் தயாராக இருத்தல் வேண்டும். சில சமயங்களில் வேறு துறையில் தலைமைப்பண்பில் சிறந்து விளங்குபவர்களின் அறிவுரைகளும், அனுபவங்களும் அவர்களின் தலையீடுகளும் தேவைப்படும் சூழ்நிலை உருவாகலாம். ஆரோக்கியமான சூழலுக்கும், நிறுவனத்தின் உற்பத்தித்திறனை உயர்த்துவதற்கும் மாற்றுக் குழுவின் சிறந்த பயிற்சிகளை பின்பற்ற நீங்கள் தயாராக இருத்தல் வேண்டும்.

டி.ஆர்.டி.ஓ (DRDO) எனப்படும் பாதுகாப்பு மற்றும் ஆராய்ச்சி மையத்தால் உருவாக்கப்பட்ட தரையில் இருந்து தரை வழி தாக்குதலை மேற்கொள்ளும் "பிருத்வி" ரக ஏவுகணை தனது கடைசி கட்ட சோதனையின் போது, கட்டுப்பாட்டு மென்பொருளில் குறைபாடுகள் இருப்பது கண்டுபிடிக்கப்பட்டது. அதனை கடைசி நேரத்தில் சரி செய்வது என்பது கிட்டத்தட்ட இயலாத காரியமாகவே தோன்றியது. திட்டத்தின் இயக்குனரான லெப்டினட் ஜெனரல் வி.ஜே.சுந்தரம் மற்றும் திட்டத்தின் தலைமை இயக்குனரான அப்துல் கலாம் அவர்கள் சற்றும் யோசிக்காமல் கட்டுப்பாட்டு மென்பொருளில் ஏற்பட்ட குறைபாடுகளை களைய இந்திய விண்வெளி ஆராய்ச்சி மையத்தின் (ISRO) உதவியை நாடினார். அவர்களின் உதவியோடு பிருத்வி ஏவுகணை தனது முதல் சரித்திர சாதனையினை சுமந்து கொண்டு 1988 ஆம் வருடம் பிப்ரவரி

மாதம் 25-ஆம் தேதி விண்ணை நோக்கி சீறி பாய்ந்தது. ஒரு சில சரித்திர சாதனைகள் புரிய அடுத்தவர்களின் வழிகாட்டுதலும், தலைமைப்பண்பு அனுபவங்களும், அவர்களின் கூட்டு முயற்சியும் நமக்கு உறுதுணையாக வழிநடத்தும் என்பதற்கு பிருத்வி ஏவுகணை நிகழ்வு ஒரு சிறந்த உதாரணமாகும்.

"பிறரின் வழிகாட்டுதலும், தலைமைப்பண்பும், அவர்களின் சிறந்த அனுபவங்களும் நம்மை உறுதுணையாக வழிநடத்தும்"

உற்பத்தித்திறனும் மனித மனமும்

உற்பத்தித்திறனை பற்றி இங்கு குறிப்பிடுகையில் மனித மனங்களை பற்றி நாம் குறிப்பிட வேண்டியது கட்டாயமாகிறது. உற்பத்தித்திறனும் மனித மனமும் ஒன்றுக்கு ஒன்று நேரடி தொடர்புடையவை. உங்கள் அலுவலகத்தில் உற்பத்தித்திறனை நீங்கள் உயர்த்த வேண்டுமா? மனித மனங்களில் புதைந்து இருக்கும் எண்ணற்ற இரகசியங்களை முதலில் நீங்கள் புரிந்துகொள்ள வேண்டும். எப்போதாவது மன அழுத்ததில் வேலை செய்வது உங்களின் உற்பத்தித்திறனை பெரிதாக பாதிக்காது. எப்போதுமே மன அழுத்தில் வேலை பார்ப்பது என்பது உங்களின் முழுமையான உற்பத்தித்திறனை வெளிப்படுத்தாது என்ற உண்மையினை நீங்கள் முதலில் புரிந்து கொள்ள வேண்டும். நெருக்கடியான சூழ்நிலைகளில் உந்தப்பட்டு செயல்படும் குழுக்கள் ஒருபோதும் தங்களின் சிறந்த செயலை வெளிப்படுத்துவதில்லை. கடமையென சில வேலைகள் செய்தால் போதும் என்ற மனநிலைக்கு அவர்கள் தள்ளப்படுகின்றனர். இப்படியான சூழல் குழுவிற்கும் அதனை சார்ந்த நிர்வாகத்திற்கு எந்த வகையிலும் பயனளிப்பதில்லை. கடினமான காலகட்டங்களில் இருந்து பெறப்படும் குழுவின் உற்பத்தித்திறனானது வேலையினை ஒன்றுக்கு இரண்டாக

அதிகப்படுத்தத்தான் செய்யுமே தவிர அதனை எளிமையாக்க அவை உதவுவதில்லை. இப்படிப்பட்ட இக்கட்டான சூழ்நிலைகளைக் களைய குழுவிற்குத் தேவையான காலநிலை ஓய்வுகள் மற்றும் விடுப்புகள் இன்றியமையாதது. குழுத்தலைவர் இதற்கு தேவையான அனைத்து வித நடவடிக்கைகளையும் எடுத்து குழுவை முறையாக வழிநடத்த வேண்டும்.

திறன் மேலாண்மை

கடின உழைப்பினை காட்டிலும் "ஸ்மார்ட் ஒர்க்" எனப்படும் எளிய முயற்சிகளே குழுவின் வளர்ச்சிக்கும் அதன் நிறுவனத்தின் வளர்ச்சிக்கும் பெரிதும் உதவுகின்றன. குறைவான குழுக்களைக் கொண்டு நிறைவான உற்பத்தித் திறனை எட்ட, உங்களின் குழு போதுமான அனுபவம் பெற்றிருக்க வேண்டும் அல்லது குழுத் தலைவர்கள் தங்களது குழுவினை அதற்கு ஏற்றவாறு தயார் செய்து வைத்திருக்க வேண்டும். குழுவிற்கு தேவையான பயிற்சிகள், பட்டறை வகுப்புகளை அவ்வப்போது வழங்க வேண்டும். தேவைப்படும் சமயங்களில் மன அமைதிக்கான வகுப்புகள், தலைமைப் பண்பைப் பற்றிய வகுப்புகளில் கலந்து கொள்ள குழு உறுப்பினர்களை உற்சாகப்படுத்த வேண்டும். தலைவரின் இத்தகைய செயல் நடவடிக்கைகளே குழுவிற்கும் அதன் செயல்பாட்டிற்கும் புதியதோர் வடிவம் கொடுக்கும்.

விடுப்பு எடுத்துக்கொள்ளுங்கள்

ஒரே வேலையில் தொடர்ந்து ஈடுபட்டு கொண்டு இருக்கிறீர்களா? வெறுப்பாக தோன்றுகிறதா? கண்டிப்பாக விடுப்பு எடுத்துக்கொள்ளுங்கள். விடுப்பு என்றால் ஏனோ தானோ என்ற விடுப்பு அல்ல. முற்றிலுமான விடுப்பு. உங்கள் பொறுப்பில் இருந்து தற்காலிமாக சற்று விலகி இருங்கள். உங்கள் மடிக் கணினிகளை எட்டா உயரத்தில்

வைத்து விடுங்கள். அலைபேசிகளை தூர எறிந்து விடுங்கள். சொந்த ஊருக்குச் செல்லுங்கள். தாய், தந்தை மற்றும் குடும்ப உறவுகளோடு உங்களின் உன்னத நேரத்தை செலவிடுங்கள். முடிந்தால், தூரதேச பயணங்கள், புதிய இடத்திற்கு சென்று வாருங்கள். புதிய இடங்கள் உங்கள் மனதிற்கு புத்துணர்வையும் மகிழ்ச்சியினையும் மீட்டுத்தரும். மன ரீதியான அமைதியினை பெறவும் உங்களை நீங்கள் மீட்டெடுத்து கொள்ளவும் இதனை ஒரு சிறந்த வாய்ப்பாக பயன்படுத்திக்கொள்ளுங்கள். மீண்டும் வந்து உங்கள் வேலைகளைத் தொடங்குங்கள். முன்பை விட தற்போது சிறப்பாக செயலாற்றுவதை அனுபவரீதியாக நீங்களே உணர்வீர்கள். எல்லாம் வெற்றியாகவே அமையும்.

8. சிறந்த தலைவர்கள் முன்மாதிரியாக திகழ்கின்றனர்

ஒரு தலைவராக நீங்கள் அனுப்பும் சுற்றறிக்கை தொடங்கி, கடிதம், உங்களின் கருத்துகள், உரைகள், பேச்சுத்திறன், நடத்தை, அணுகுமுறைகள், திட்டமிடல் என மக்கள் ஒன்று விடாமல் உங்களையே உற்று நோக்குகின்றனர். ஒரு தலைவர் என்ற ரீதியில் உங்களின் நடத்தைகளை மிக தீவிரமாக ஆராய்கின்றனர். சரியாக இருக்கும் பட்சத்தில் அதனையே சுவீகரித்துக்கொள்ள முயல்கின்றனர். இல்லையெனில் அதனை விமர்சனத்திற்கு உள்ளாக்குகின்றனர். உங்களுடைய நடத்தை தான் உங்களின் வெற்றிக்கான திறவுகோல். அதுவே உங்கள் குழுவின் நடத்தையினையும் உங்கள் நிறுவனத்தின் நடத்தையினையும் தீர்மானிக்கின்றது. நடத்தையினை பொறுத்தவரை குழுத்தலைவராகிய நீங்கள் முன் மாதிரியாக செயல்பட்டால் தான் உங்கள் குழுவினர் அனைவரும் உங்களைப் பின்பற்றி நடக்க தொடங்குவர். உங்களிடமிருந்து ஏதோ ஒன்றை கற்றுக்கொள்ள விருப்பம் கொள்வர். மக்கள் தங்கள் தலைவர்களிடம் இருந்து கூர்ந்து கவனித்து பின்பற்ற கூடிய சில பண்பு நலன்களை நாம் இங்கே காண்போம்.

ஒருபோதும் ஏமாற்றாதீர்கள்

ஒரு தலைவராக நீங்கள் ஒருபோதும் பொய்யுரைக்காதீர்கள், ஏமாற்றாதீர்கள், குறுக்கு வழிகளை கையாளாதீர்கள். உங்களின் இத்தகைய செயல், உங்கள் குழுவினர் உங்கள் மீது வைத்துள்ள நம்பிக்கையினை முற்றிலுமாக சிதைத்துவிடும். அதிகாரத்தில் நீங்கள் இருக்கும் போது கிடைக்கின்ற மோசமான விளைவுகளுக்கு

நீங்களே முன்னின்று பொறுப்பேற்றுக்கொள்ளுங்கள். மற்றவர்கள் மீது பழி போடுவதோ, குற்றம் சுமத்துவதோ சுலபமாக இருக்கக்கூடும். வேலை போய்விடுமோ என்ற அச்சத்தில் உங்களின் கீழ் பணிபுரிபவர் யாரும் உங்களிடம் வாதிட மாட்டார்கள். ஆனால், அவர்களுக்கு உண்மை என்னவென்று தெரியும். ஆதாரமற்று பிறர் மீது நீங்கள் சுமத்தும் வீண்பழிகள் மற்றும் குற்றங்கள் உங்கள் மீதான மதிப்பினை முற்றிலும் சிதைத்துவிடும். நாணயமற்று நீங்கள் நடந்துகொள்ளும் போது உங்களின் ஊழியர்களும் நாணயமற்றவர்களாகவே உருப்பெறுகின்றனர் என்பதை நினைவில் கொள்ளுங்கள். தலைமைப்பண்பில் உள்ள தலைவர்கள் ஏமாற்று வேலைகளில் ஈடுபடும் போது அந்த நிறுவனத்தின் ஊழியர்களும் அதே நடத்தையினைப் பின்பற்றி நடக்கத் தூண்டப்படுவது இயல்புதான். இப்படியான கலாச்சாரம், மேல்மட்ட தலைவர்களில் தொடங்கி கீழ்மட்ட பணியாளர்கள் வரை ஊடுருவி நிறுவனத்தை முழுமையாக உருக்குலைய செய்துவிடும்.

சரியான மனப்போக்குடன் செயல்படுங்கள்

உங்களின் சிந்தனைகளுக்கு செயல்வடிவம் கொடுக்க சிறந்த மனப்போக்கினை கடைபிடியுங்கள். வெற்றியோ, தோல்வியோ சமமாக பாவிக்கும் மனநிலைதான் சாதாரண ஊழியர்களை ஆற்றல் மிகு தலைவராக உருப்பெற வைக்கின்றது. தோல்விகளோ, பின்னடைவுகளோ, தலைவர்களை அவை ஒருபோதும் முடக்கிப் போடுவதில்லை. வெற்றியில் இருந்து தங்களது திறனை மென்மேலும் வளர்த்துக்கொள்கின்றனர். தோல்விகளில் இருந்து வெற்றிபெற தேவையான நடவடிக்கைகளை அறிந்துகொள்கின்றனர். ஆற்றல்மிகு தலைவர்கள் எப்போதுமே தங்களை நேர்மறை எண்ணம் கொண்டவர்களாகவே வெளிப்படுத்திக்கொள்கின்றனர். அவர்களின் எண்ணம், சிந்தனை, செயல்கள் என அனைத்துவித நடவடிக்கைகளில் ஆற்றல் மிகுந்தவராகவே

தங்களை பிரதிபலிக்கின்றனர். இதன் விளைவாக தோல்வியினை நோக்கி பயன்பட்டுக்கொண்டு இருக்கும் ஒரு நிறுவனத்தை வெற்றியினை நோக்கி வழிநடத்தும் வகையில், சக ஊழியர்களின் நம்பிக்கையினை முழுமையாக பெறுகின்றனர். இத்தகைய நடவடிக்கை தான் ஒரு தலைவரை சிறந்த செயல்களை மேற்கொள்ள தூண்டுகின்றது. சரியான திசையில் நீங்கள் வெற்றியினை நோக்கி பயணப்பட வேண்டுமானால் அதற்கான மனப்போக்கினை கொண்டிருப்பது அவசியமாகும்.

மற்றவர்களை மரியாதையுடன் நடத்துங்கள்

மற்றவர்களை நீங்கள் நடத்தும் விதம் தான் உங்கள் குழுவும், உங்கள் நிறுவனமும் மற்றவர்களிடம் நடந்துகொள்ளும் முறையினை தீர்மானிக்கின்றது. ஒரு தலைவர் என்ற முறையில் சரியான மனப்போக்கிற்கான ஒரு முன்னுதாரணமாக நீங்கள் எப்போதும் திகழ வேண்டும். உங்களின் ஊழியர்களை மரியாதையுடன் நடத்துவது குழுத்தலைவரான உங்களது தலையாய கடமைகளில் ஒன்றாகும்.

சிறியவர்களோ, பெரியர்வர்களோ, அதிகாரத்தில் உங்களை விட உயர்ந்தவரோ, தகுதி குறைந்தவரோ அனைவரையும் மரியாதையுடன் நடத்துங்கள். மரியாதை தரும் வார்த்தைகளை அவ்வப்போது பயன்படுத்துங்கள். நீங்கள் பயன்படுத்தும் வார்த்தைகள் மற்றும் அதனால் ஏற்படுத்துகின்ற தாக்கத்தைப் பற்றி உங்களின் ஊழியர்களிடம் எடுத்துரையுங்கள். நாளடைவில் இவையே உங்களின் ஊழியர்களிடம் வழக்கத்திற்கு வருவதை நீங்களே உணர்வீர்கள். அலுவகத்தில் பயன்படுத்தும் 80 சதவீத வார்த்தைகளையே ஊழியர்கள் தங்களின் வாடிக்கையாளர்களிடம் கையாளுகின்றனர். எனவே நீங்கள் பயன்படுத்தக்கூடிய சொற்கள்

நேர்மறையானதாகவும், மதிப்புக் கூட்ட கூடியதாகவும் இருக்கும் வண்ணம் பார்த்துக்கொள்ளுங்கள்.

நல்ல பழக்க வழங்களுக்கு ஒரு உதாரணமாக இருங்கள்

உங்கள் நிறுவனத்தில் உள்ள ஊழியர்கள் அனைவரும் உங்களின் அனைத்து வித நடவடிக்கைகளையும் உற்று நோக்குகின்றனர். சிறந்த தலைவர்கள் கடினமாகவும் நீண்ட நேரமும் உழைக்கின்றனர். தலைவர்களின் இந்த நடவடிக்கை தான் நிறுவனத்தின் அனைத்து ஊழியர்களும் அவ்வாறு நடந்து கொள்ள உக்குவிக்கின்றது. வேலைகளுக்கு காலையில் விரைவாக வரும் தலைவர்கள் நீண்ட நேரம் கடுமையாக உழைக்கின்றனர். தலைவர்களின் இந்த நடவடிக்கைகளைப் பின்பற்றியே அவர்களது ஊழியர்களும் செயல்படத் தொடங்குகின்றனர். தலைசிறந்த தலைவர்கள் அவர்களின் சிறந்த நடவடிக்கைகளின் வாயிலாக தங்களின் ஊழியர்களை வசீகரிக்கின்றனர். இவர்களின் இத்தகைய செயல்கள்தான் ஊழியர்களின் நடவடிக்கைகளில் ஒரு தாக்கத்தினை ஏற்படுத்துகின்றது. எனவே தலைவர்கள் நல்ல பழக்கவழக்கங்களுக்கு ஒரு சிறந்த உதாரணமாகவும், எடுத்துக்காட்டாகவும் இருப்பது மிக அவசியம். தலைவர் எவ்வழியோ மக்கள் அவ்வழியே என்பதை நினைவில் கொள்ளுங்கள்.

குறிக்கோளுடன் செயல்படுங்கள்

உங்களுக்கான குறிக்கோள்கள் மற்றும் இலட்சியங்களை முதலில் வரிசைப்படுத்தி வைத்துக்கொள்ளுங்கள். இன்னும் ஐந்து வருடங்களுக்கு பிறகு நீங்கள் எந்த நிலையினை அடைய போகின்றீர்கள் என்பதை இன்றே தீர்மானித்துக் கொள்ளுங்கள். அதனை அடைவதற்குத் தேவையான முயற்சிகளை இன்றில் இருந்தே துவங்குங்கள்.

குறிக்கோள்களற்ற மனிதர்களால் எந்த ஒரு காரியத்திலும் வெற்றி பெற முடிவதில்லை. உலகின் தலை சிறந்த தலைவர்கள் சிறந்த செயல்களின் மூலம் தங்களை தாங்களே ஊக்குவித்துக்கொள்ளுகின்றனர். அவற்றை அடைய சிறந்த திட்டங்களை வகுத்துக்கொள்கின்றனர். இலக்குகளை நிர்ணயம் செய்து கொண்டு அதை அடைய தீவிரமான நடவடிக்கைகளில் ஈடுபடுகின்றனர். இறுதியாக குழுவின் ஒட்டுமொத்த அர்ப்பணிப்பினையும் பெறுவதன் மூலம் தங்களின் இலக்குகளை எளிதாக்குகின்றனர். நிறுவனத்தின் தலைவர்களும் அதன் ஊழியர்களும் ஒன்று பட்ட இலக்கினை நோக்கி பயணிக்கையில் அவர்களிடம் ஒருவித உற்சாகம் தொற்றிக்கொள்கின்றது. அதுவே அவர்களை ஆற்றல் மிக்கவர்களாகவும் அர்ப்பணிப்புக் கொண்டவர்களாகவும் பிரதிபலிக்கின்றது.

குறுகிய எண்ணங்களையும் குறைக்கூறும் மனப்பான்மையும் விட்டுவிட முயற்சித்துப் பாருங்கள்

நாம் எப்போதும் உயர்ந்த இலட்சியத்திற்காக போராடிக்கொண்டு இருக்கின்றோம் என்பதையும் நமது ஒவ்வொரு செயலும் ஒரு மாபெரும் மாற்றத்திற்கான அடிப்படை என்பதை குழு தலைவர்களும் அதன் உறுப்பினர்களும் உணர வேண்டும். குறுகிய எண்ணங்களோ அல்லது தனிப்பட்ட வளர்ச்சியோ குழுவின் உற்பத்தித்திறனையும், நிறுவனத்தின் வளர்ச்சியையும் மேலோங்கச் செய்யாது என்பதை முழுமையாக நம்ப வேண்டும். நிர்வாகத்திறனில் நீங்கள் கையாள வேண்டிய முக்கியமான பணிகளில் ஒன்று குறை கூறுபவர்களை கடந்து செல்வது. இவர்கள் ஒரு விதமான எதிர்மறைவாதிகள். சிரத்தையுடன் நீங்கள் மேற்கொள்ளும் எந்த ஒரு காரியத்தையும் பாராட்டாமல் அதில் உள்ள குறைகளை மட்டுமே தொடர்ந்து சுட்டி காட்டிக்கொண்டே இருக்கும் எண்ணம் கொண்டவர்கள். அந்தச் செயலை

அப்படி செய்து இருக்கலாம். இப்படி செய்து இருக்கலாம். நீங்கள் செய்வது அனைத்தும் வீண் என்ற எண்ணத்திலே குறியாக இருப்பார்கள். இவர்களிடம் நீங்கள் பேசி வெல்ல முடியாது. விளக்கங்கள் கூறி இவர்களை திருப்திப்படுத்த இயலாது. அதிலும் குறை தேடிக்கொண்டே தங்களின் நேரத்தை விரயம் செய்வார்கள். கிணற்றுத்தவளை போல ஒரு குறுகிய வட்டத்திற்குள் சிக்கிக்கொண்டு வருபவர் போவோரிடம் எதிர்மறை எண்ணங்களைத் தொடர்ந்து விதைத்துக்கொண்டே இருக்க முற்படுவார்கள். இவர்களை போன்றோரை நீங்கள் சந்திக்க நேர்ந்தால், அந்த இடத்தை விட்டு விலக முற்படுங்கள். இவர்களிடம் உரையாடி உங்களது உன்னத ஆற்றலை வீண் செய்யாதீர்கள். தவளை தன் வாயால் கெடும் என்ற பழமொழிக்கு ஏற்ப, அவர்களின் மதிப்பினை அவர்களே கெடுத்துக் கொண்டு வாழ்வில் எந்த ஒரு முயற்சிகளிலும் வெற்றி பெற இயலாமல் தவிப்பர்.

எதிர்மறை எண்ணங்கள் உங்களை மட்டுமல்லாமல் உங்களை சுற்றி உள்ள அனைவரையும் பாதிக்கும் ஆற்றல் கொண்டவை. பொதுவாக மனிதனாக பிறந்த அனைவரிடமும் இந்த எதிர்மறை எண்ணங்கள் சம அளவில் பொதிந்துள்ளன. இதனை நல்ல எண்ணங்கள், நல்ல சிந்தனைகள், நல்ல பழக்க வழங்கங்கள் மூலம் முற்றிலும் நேர்மறை எண்ணங்களாக உங்களால் மாற்றி அமைக்க முடியும். சிறந்த புத்தகங்கள், நேர்மறையான சொற்கள் மற்றும் ஊக்கமூட்டக்கூடிய செயல்களை பழகிக்கொள்ளுங்கள். இவை உங்களின் எதிர்மறை எண்ணங்களை முற்றிலும் அழிக்கும் ஆற்றல்கொண்டது. முயற்சித்துப் பாருங்கள்.

கடின உழைப்பு

வெற்றி என்பது எவருக்கும் எளிதாக வாய்ப்பதில்லை. தலைவர்கள் தங்களது கடின உழைப்பின் மூலமே அதனை எளிதாக்குகின்றனர். கடின உழைப்பின் மூலம் நீங்கள் ஒரு

வெற்றியினை அடைகிறீர்களா? அப்படியானால் நீங்களும் ஒரு சிறந்த தலைவர்தான். உங்களுக்குள்ளும் திட்டமிடல், விடாமுயற்சி, சுய ஊக்கம் போன்ற தலைமைத்துவத்திற்கு தேவையான சிறந்த குணாதிசயங்கள் புதைந்துள்ளன. அதனை நீங்கள் வெளிக்கொணர முயற்சி செய்யுங்கள். சிறந்த தலைவர்கள் எப்பொழுதும் கடினமாக உழைக்கின்றனர், வேகத்தை கூட்டுவதற்கான ஒவ்வொரு வழிகளையும் அவர்கள் தேடுகின்றனர். சிறந்த செயல்கள் அவர்கள் கண்ணில் பட்டால் அதனை முயற்சித்துப் பார்க்கின்றனர். நான் பார்த்த ஒரு சில தலைவர்கள் தினமும் காலையில் முன்பாகவே எழுந்து விடுகின்றனர். முன்னதாகவே அலுவலகத்திற்கு வந்து விடுகின்றனர். மாலையில் அனைவரும் சென்ற பிறகு தான் இவர்கள் வீடு திருப்புகின்றனர். ஒவ்வொரு நாளும் இவர்களுக்கு கிடைக்கின்ற இந்த கூடுதல் நேரம் தான் இவர்களின் மூலதனம். தலைவர்களின் இத்தகைய நடவடிக்கைதான் அவர்களது உற்பத்தித் திறனில் பெரிய மாற்றத்தை ஏற்படுத்துகின்றது. உங்கள் அலுவலகத்திலேயே நிறுவனத்திலேயே புதிதாக மாற்றத்தினை ஏற்படுத்த முயற்சிக்கிறீர்களா? கடின உழைப்பினை மட்டும் முழுமையாக நம்புங்கள். உங்களின் மாற்றத்திற்கும் உங்களை சுற்றி உள்ள அனைவரின் மாற்றத்திற்கும் அவை பெரிய அடித்தளமாக அமையும்.

■■■

9. தலைவராக உருப்பெருங்கள்

அலெக்சாண்டரும் அரிஸ்டாட்டிலும்

தலைமைப் பண்பினைப் பற்றி குறிப்பிடுகையில் மாவீரன் அலெக்சாண்டர் வாழ்வில் நடந்த ஒரு சுவையான நிகழ்வினை பற்றி இங்கே நான் கூற கடமைப்பட்டிருக்கிறேன். ஒரு நாள் அரிஸ்டாட்டில் அவரது மாணவர்கள் அனைவரையும் ஒன்றாக அழைத்தார். அலெக்சாண்டர் உட்பட அனைத்து மாணவர்களும் அரிஸ்டாட்டில் முன்பாக ஆஜரானார்கள். அரிஸ்டாட்டில் மாணவர்களை நோக்கி

"சந்தர்ப்ப சூழ்நிலை காரணமாக உங்களில் எவரேனும் ஒருவருக்கு நாட்டின் மன்னராகும் வாய்ப்பு கிடைத்தால் எப்படிப்பட்ட ஆட்சியை மக்களுக்கு வழங்குவீர்கள்" என்று கேட்டார்.

மாணவர்கள் அனைவரும் உற்சாகமாக பதில் அளிக்க தொடங்கினர்.

"மக்களுக்கு குறை இல்லாத ஆட்சியை வழங்குவேன்"

"வரியே கட்ட வேண்டாம் என்று சட்டம் இயற்றுவேன்"

"எல்லோருக்கும் இலவச கல்வியை அளிப்பேன்"

"அனைவருக்கும் வேலை வாய்ப்பினை ஏற்படுத்தி கொடுப்பேன்" என்று ஒவ்வொரு மாணவரும் அவரவர் மனதில் பட்ட கருத்துகளை சொல்லி கொண்டே வந்தனர். இந்த கேள்விக்கு அலெக்சாண்டர் எந்த ஒரு கருத்தையும் தெரிவிக்கவில்லை அமைதியாக நின்று கொண்டிருந்தார்.

"சரி பிரச்சனை என்று வந்தால் எப்படி அதனை சமாளிப்பீர்கள்?" என்று மாணவர்களை நோக்கி அடுத்த கேள்வியினை கேட்டார் அரிஸ்டாட்டில்.

"நேராக உங்களிடம் வருவோம். தங்களின் ஆலோசனைபடி முடிவெடுப்போம்". என்றனர் மாணவர்கள்.

அலெக்சாண்டர் பக்கம் தனது பார்வையை செலுத்தினர் அரிஸ்டாட்டில்.

"நிச்சயமாக உங்களுக்கு நான் தொந்தரவு கொடுக்கமாட்டேன். சூழ்நிலையினை முழுமையாக புரிந்து கொள்ள முயற்சிப்பேன். நாட்டின் தேவைக்கேற்ப, சிந்தித்து, முடிவெடுக்கும் தேவையான அறிவையும், ஆற்றலையும் நீங்கள் கல்வியியின் மூலம் எனக்கு வழங்கி விட்டீர்கள். எனவே, நான் சுயமாக முடிவெடுத்து விடுவேன்" என்றார். அலெக்சாண்டரின் இந்த பதில் குருவான அரிஸ்டாடிலை பெருமிதம் கொள்ள செய்தது.

தலைமைப்பண்பிற்கு வருபவர் சூழ்நிலைகளை புரிந்துகொண்டு, சுயமாக சிந்தித்து மக்களின் தேவைக்கும், குழுவினரின் நன்மைக்கும் ஏற்றார் போல முடிவெடுக்கும் திறன் பெற்றவராக இருத்தல் வேண்டும். என்னைப் பொறுத்தவரையில் தலைமைப்பண்பில் மிக முக்கிய காரணிகளில் ஒன்றாக இதைத்தான் கூறுவேன். மாவீரன் அலெக்சாண்டர் எப்படி தனது பெரிய படையினை கட்டி உலகின் பல்வேறு பகுதிகளை தனது ஆளுமைக்கு உட்படுத்தினான் என்பதற்கு அவர் வாழ்வில் நடந்த இந்த நிகழ்வே ஒரு சிறந்த உதாரணம்.

கருத்தை சரியாக புரிய வை* வையுங்கள்

ஹிட்லர் ஜெர்மனியை வென்றெடுத்தது அவரது உணர்ச்சி மிக்க பேச்சாற்றல் மூலம் தான். மெதுவாக தொடங்கி,

படிப்படியாக வார்த்தைகளுக்கு அழுத்தம் கொடுத்து, பிறரின் இரசனைக்கு ஏற்றவாறு கருத்துகளை உட்புகுத்தி, தேவைப்படும் இடங்களில் உணர்ச்சி பொங்கி, வேகத்தை கூட்டி, உடல் மொழியினை உன்னதமாக பயன்படுத்தி ஒரு கட்டத்தில் தன்னிலை மறந்து சத்தம் போட்டு கத்தும் அளவுக்கு அவரது குரல் உயர்ந்து கொண்டே செல்லும். கிண்டல் கேலி என எதனையும் பொருட்படுத்தாமல் தான் சொல்ல வரும் கருத்திற்கு அனைவரையும் கட்டிப்போடும் திறனை அவர் படிப்படியாக வளர்த்துக்கொண்டார். முதலில் தனக்கு தானே வளர்த்துக்கொண்டார். பிறகு தன்னை சுற்றி இருந்தவர்களிடம் வளர்த்துக்கொண்டார். அதன் பிறகு தனது தயக்கத்தை மெல்ல விடுத்து சற்றே குறைந்த அளவிலுள்ள "பீர் ஹால்" கூட்டங்கள் சென்றார். கைதட்டல்கள் பெருக பெருக தனது தன்னம்பிக்கையை அவர் மென்மேலும் வளர்த்துக்கொண்டார். அதுவரை தான் சிறந்த ஓவியன் என்று எண்ணிக்கொண்டிருந்த ஹிட்லர், தனது பலம் ஓவியம் வரைவதில் இல்லை, உரையாற்றுவதிலும் கருத்துகளை சரியாக புரிய வைப்பதிலும் தான் இருக்கின்றது என்பதை ஹிட்லர் முழுதாக உணர்ந்த தருணம், அவருடைய வாழ்வினில் முக்கியமான தருணங்களில் ஒன்று.

ஒரு தலைவராக உங்களின் எண்ணங்கள் மற்றும் கருத்துகளை நீங்கள் சரியான வழியில் உங்களின் ஊழியர்களிடம் கடத்தி விடுங்கள். ஒரு கருத்தை சரியாக உங்கள் ஊழியர்களிடம் நீங்கள் புரிய வைத்தீர்களானால் நீங்களும் ஒரு சிறந்த தலைவரே.

மாபெரும் தலைவராக நீங்கள் மாற வேண்டுமா?

மிக எளிது. மாபெரும் தலைவர்களின் சுயசரிதைகள் மற்றும் அவர்கள் கடந்து வந்த பாதையினை பற்றி படியுங்கள். அவர்கள் எவ்வாறு சூழ்நிலைக்கு ஏற்றவாறு தங்களை வார்த்தெடுத்துக் கொண்டார்கள் என்பதை

உணருங்கள். மக்கள் ஏன் அவர்களின் தலைமைத்துவத்தை பெரிதும் விரும்பினார்கள் என்பதும் மக்களை அவர்கள் எப்படி ஆட்கொண்டார்கள் என்பதும் உங்களுக்கு எளிதாக புலப்படும். தலைவர்கள் யாரும் பிறக்கும்போதே தலைவர்களாக பிறப்பதில்லை மாறாக அவர்கள் காலச் சூழலுக்கு ஏற்ப தங்களைத் தாங்களே உருவாக்கி கொள்கின்றனர்

மாவீரன் நெப்போலியன் தான் பிறந்த தீவான கொர்சியாவை மீட்க சுமார் 20 வருடங்கள் காத்திருந்தான். பிரஞ்சு அரசிடமே லெப்டினன்டாக வேலை பார்த்துக்கொண்டு அதற்கான தாக்குதல் திட்டங்களை வகுத்தான். பிரஞ்சு இராணுவத்தில் இருந்து கொண்டே அப்படி ஒரு அசாததிய முயற்சி. அச்சமயம் கோர்ச்சிகாவில் நிலவிய சூழலும், நேரமும் அவனுக்கு கை கொடுக்கவில்லை. அரசுக்கு எதிராக புரட்சியில் ஈடுப்பட்டான் எனக் கூறி கைதுசெய்து சிறைப்பட்டான். அப்போது அதித் தீவிரமாக நடைபெற்று வந்த பிரஞ்சுப் புரட்சியை தனக்கு சாதகமாக பயன்படுத்திக்கொண்டு நீண்ட நெடிய அறிக்கை ஒன்றினை தயாரித்து தற்காலிக பிரஞ்சு அரசுக்கு அனுப்பினான். அவனது அணுகு முறைகளும், திட்டங்களும் தற்காலிக பிரஞ்சு அரசால் ஏற்றுக்கொள்ளப்பட்டது.

மீண்டும் பிரஞ்சு ராணுவத்தில் இணைந்தான்.

இம்முறை தளபதியாக. கடுமையாக போரிட்டான். தொடர்ந்து வெற்றிகளை பிரஞ்சு அரசுக்கு பரிசளித்தான். இத்தாலி, ஐரோப்பா, எகிப்து போன்ற நாடுகளை பிரஞ்சு அரசின் ஆளுமைக்கு கீழ் கொண்டு வந்தான். பிறகு அந்த பிரஞ்சுகே முடியரசனாக தன்னை நிலை நிறுத்திக் கொண்டான். தலைமைத்துவத்திற்கு முக்கிய பண்பே, விடாமுயற்சி, திட்டமிடல் மற்றும் சூழ்நிலைகளை சாதகமாக கையாளுதல். இவை மூன்றையும் சிறப்பாக பயன்படுத்தத் தெரிந்து விட்டால் எதையும் எளிதில் சாதித்து

விடலாம் என்பதற்கு மாவீரன் நெப்போலியன் ஒரு சிறந்த உதாரணம்.

மூளைக்கு தான் இங்கு பிரதான வேலை

இலக்குகள் முக்கியம் தான். வெற்றிகளும் முக்கியம் தான். ஆனால் உழைப்பை செலுத்தி வரக்கூடிய உன்னதமான வெற்றிகள்தான் உங்களையும் உங்கள் நிறுவனத்தை சரியான வளர்ச்சி பாதையில் வழி நடத்திச் செல்லும். இவையே உங்களின் மனதிற்கு மகிழ்ச்சியினையும், புத்துணர்ச்சியினையும் ஈட்டித்தரும். உங்கள் மனதிற்கு மகிழ்ச்சி வேண்டுமெனில் சவால் நிறைந்த பணிகளில் தொடர்ந்து ஈடுபடுங்கள். அதன் வெற்றியே உங்களின் தலைமைத்துவ வளர்ச்சியினை தீர்மானிக்கின்றது. எளிதாக கிடைக்கும் வெற்றிகள் எந்த விதத்திலும் உங்கள் திறன்களை மேம்படுத்த உதவுவது இல்லை. வெறும் உத்தரவுகளை மட்டும் பிறப்பித்து விட்டு ஒரமாக நின்று வேடிக்கை பார்த்ததன் மூலம் நீங்கள் பெறும் வெற்றிகள் வெறும் குப்பைகளே. இவை உங்களின் தலைமைப்பண்பை மேம்படுத்த எந்த வகையிலும் உதவுவது இல்லை. மாறாக, களத்தில் உழைப்பை செலுத்தக் கூடியவரையே சிறந்த தலைவர்களாக மக்கள் ஏற்றுக்கொள்கின்றனர். மாவீரன் அலெக்சாண்டர் ஆகட்டும், நெப்போலியன் ஆகட்டும் இவர்களை மக்கள் விரும்பி ஏற்றுக்கொண்டதற்கு முக்கிய காரணமே இவர்கள் களத்தில் நின்று போராடக்கூடிய மாண்பினை பெற்றிருந்தனர்.

மாவீரன் அலெக்சாண்டர், ஸ்டாலின் மற்றும் நெப்போலியன் படைகளில் ஒரு வித்தியாசமான வழக்கம் இருந்ததைப்பற்றி உங்களுக்கு தெரியுமா? இராணுவ பயிற்சி அறிந்திராத ஒரு சிலரை தனது படைத்தளபதிகளாக நியமனம் செய்வது.

ஏன்?

மூளைக்கு தான் இங்கு வேலை என்ற அடிப்படையில் அவர்களும் அந்த அங்கீகாரம் வழங்கப்பட்டிருந்தது. சுருக்கமாகச் சொல்ல வேண்டும் என்றால் அவர்கள் நல்ல ஆளுமைப்பண்பினை உடையவர்கள். வீரர்களிடம் எப்படி வேலை வாங்குவது என்ற வித்தையினை முழுதாக அறிந்தவர்கள். இராணுவ பயிற்சி அறிந்திராத இவர்கள் யாரும் வீண் போகவில்லை என்பது தான் காலம் நமக்கு உணர்த்தும் வரலாறு.

வாழ்க்கையும் இரயில் பயணமும்

வாழ்கையை ஒரு வரியில் சொல்ல வேண்டும் என்றால் அது ஒரு அழகிய இரயில் பயணம். அதில் எதுவெல்லாம் கிடைக்கின்றனவோ அவற்றையெல்லாம் ஏற்றுக்கொண்டு பயணபட்டுக்கொண்டே இருத்தல் வேண்டும். ஒரு விஷயம் அடுத்த ஸ்டேஷனில் நமக்குக் கிடைக்க கூடும் என எதிர்பார்ப்பது மனித இயல்பே. ஆனால் அது அங்கே கிடைக்காது. நாம் எதிர்பார்காத வேறொன்று அதற்கு அடுத்த ஸ்டேஷனில் நமக்காக காத்துக்கொண்டிருக்கும். அதனை ஏற்றுக்கொண்டு நாம் வாழ்கைப் பயணத்தைத் தொடர்ந்து கொண்டே இருப்போம். வாய்ப்புகள் கிடைக்கும் போது அதனை சரியாக பயன்படுத்திக்கொள்ள வேண்டும். அப்படி சரியாக பயன்படுத்திக்கொள்கின்ற ஒருவரால் தான் வாழ்க்கையை சிறப்பாக வழி நடத்த முடியும். இந்த இரயில் பயணத்தில் சிலர் உங்களோடு கடைசி வரை பயணிக்க கூடும். சிலர் அவர்களின் ஸ்டேஷன் வந்ததும் இறங்கிச் செல்ல நேரிடும். இதற்காக எல்லாம் கவலைப்பட்டுக்கொண்டே இருந்தால் வாழ்க்கையின் அடுத்த கட்டத்திற்கு உங்களால் முன்னேறி செல்லவே முடியாது. கடந்தும், மறந்தும் போறது தானே மனித வாழ்க்கையில் மறைந்து இருக்கின்ற பெரிய இரகசியமே. சில நேரங்களில் உங்களுக்குக் கிடைக்காத விஷயங்களை

நினைத்து வீணாகக் கவலைப்பட்டுக் கொண்டே இருக்காதீர்கள். நமக்கு எது கிடைத்ததோ அது நம்முடைய திறமைக்குக் கிடைத்த அங்கீகாரம் என முழுமனதாக அவற்றை ஏற்றுக்கொண்டு பயணப்படுங்கள். அதனை மேலும் மெருகூட்ட தேவையான நடவடிக்கைகளிலும் தொடர்ந்து ஈடுபட வேண்டும்.

எதிர்மறை எண்ணம் கொண்டவர்களிடமிருந்து விலகியே இருங்கள்

எதிர்மறை எண்ணம் கொண்டவர்கள் மிகவும் தந்திரசாலிகள். எளிதில் பிறரை மூளை சலவை செய்துவிடும் ஆற்றல் கொண்டவர்கள். இவர்களிடமிருந்து சற்று விலகியே இருங்கள். இவர்கள் உங்களை மட்டுமல்லாமல் உங்களுடைய அனைத்து வித நேர்மறை எண்ணங்களையும் எதிர்மறை எண்ணங்களாக எளிதில் மாற்றக்கூடியவர்கள். எப்பொழுதும் எதிர்மறையான கருத்துகளையும், நிர்வாகத்தை பற்றியும் குறை கூறிக்கொண்டே இருக்கும் இவர்களை முற்றிலும் தவிர்த்து விடுங்கள். ஒருவேளை இவர்களை நேரில் எதிர்கொள்ளும் சூழல் ஏற்பட்டால், உங்களுக்கு வேலை இருப்பதாக சொல்லி அந்த இடத்தை விட்டு புறப்படுங்கள். இவர்களை போன்று எதிர்மறை எண்ணம் கொண்டவர்களால் நிறுவனத்திற்கு எந்த ஒரு பயனும் இல்லை. தந்திரசாலிகளான இவர்கள் தங்களை சுற்றி எப்போதும் ஒரு துதிபாடும் கூட்டத்தை வைத்துக்கொள்வர். அவர்கள் மூலமாகவே தொடர்ந்து எதிர்மறை கருத்துகளையும், எண்ணங்களையும் அடுத்தவர் மனதில் விதைத்துக்கொண்டே இருப்பர். இவர்களை நீங்கள் அடையாளம் கண்டுகொள்வது மிக எளிது. அதிகமான நேரம் இவர்கள் கேன்டீன்களிலும், முச்சந்திகளிலும் தென்படுவர், எதிர்மறை எண்ணங்களை விதைப்பதற்கு சரியான இடமாக இவற்றை தேர்ந்தெடுத்துக்கொள்வர். தேனொழுக பேசும் இவர்கள் மூளைச்சலவை செய்வதில்

கில்லாடிகள் நம்பிவிடாதீர்கள் இவர்களால் உங்களுக்கோ உங்களின் நிறுவனத்திற்கோ எந்த ஒரு பயனும் கிடையாது.

■■■

கில்லாடிகள் நம்பிவிடாதீர்கள் இவர்களால் உங்களுக்கோ
உங்களின் நிறுவனத்திற்கோ எந்த ஒரு பயனும் கிடையாது.

10. உற்சாகமாக இருங்கள்

கடின வேலை மற்றும் தொடர் வேலை காரணமாக அவ்வப்போது நீங்கள் உற்சாகம் இழந்து காணப்படலாம். இம்மாதிரியான சமயங்களில் நீங்கள் பார்த்துக்கொண்டு இருக்கும் வேலைகளில் இருந்து முற்றிலுமாக ஓய்வு எடுத்து கொள்ளுங்கள். நன்றாக உறங்குங்கள், மனதை ஒருநிலைப்படுத்துங்கள், குளிர்ந்த நீரினில் அவ்வப்போது நீராடுங்கள். அருகில் உள்ள பூங்காவிற்கோ அல்லது ஆலயங்களுக்கோ சென்று வாருங்கள். பிடித்த உணவினை உண்டு மகிழுங்கள். காலையில் நடைப்பயிற்சி அல்லது தேகப்பயிற்சியை மேற்கொள்ளுங்கள். இவையாவுமே உங்களை நீங்களே உற்சாகப்படுத்திக் கொள்ளவும், புதுப்பித்துக் கொள்ளவும் உதவும். யாரைப் பார்த்தாலும் புன்னகையுடன் எப்படி இருக்கிறீர்கள்? என்று நலன் விசாரியுங்கள். இவை உங்களின் ஆக்கப்பூர்வ சக்தியினையும், உங்கள் மீதான நன்மதிப்பினையும் பெருக்கிக்கொள்ள உதவும். அத்துடன் மற்றவர்கள் உங்களின் மீது வைத்திருந்த தவறான அனுமானங்களுக்கு இவை முற்றிலும் மாற்றி அமைக்கும். மனதில் உற்சாகம் தோன்றிவிட்டால் எந்த வேலைகளிலும் நீங்கள் சிறப்பாக ஆற்றலை வெளிப்படுத்த முடியும்.

உங்களை ஆரோக்கியமாக வைத்துக்கொள்ள முற்படுங்கள்

உடல் வளத்தோர் உயிர் வளத்தோர் என்ற வாக்கிற்கு இணங்க, உங்கள் உடல் நலனில் முழு அக்கறையுடன் செயல்படுங்கள். காலை சிற்றுண்டிகளை வேலைப்பளுவின் காரணமாக தவிர்த்து விடாதீர்கள். இது உங்கள் முழு ஆற்றலை மழுங்கடித்துவிடும். முடிந்தவரை மதியம் நன்றாக உண்ணுங்கள். புரதம் அதிகமாக எடுத்துக்கொள்ளுங்கள். மதிய உணவு முடிந்த பின்பு

முடிந்தால் "நாப்" எனப்படும் சிறியரக தூக்கம். இது உங்கள் ஆற்றலை பன்மடங்கு அதிகப்படுத்தும் என்று அறிவியல் ரீதியாக நிரூபிக்கப்பட்டுள்ளது. இரவில் 7 மணிக்குள் உணவருந்தி விடுங்கள். 7 மணிக்கு மேல் உண்ணப்படும் அனைத்து உணவுகளும் உடம்பில் கொழுப்பாக சேமிக்கப்படுகின்றன. உடல் பருமனுக்கு முதல் காரணியே மன அழுத்தம் தான். முடிந்த வரையில் மன அழுத்தம் தரக்கூடிய அனைத்து வித பிரச்சனைகளில் இருந்தும் விலகியே இருங்கள். அலுவலத்தில் நடந்த பிரச்சனைகளை அங்கேயே விட்டுவிட்டு வாருங்கள். அதை தனிமனித வாழ்க்கையோடு ஒப்பிட்டுச் செல்ல முற்படாதீர்கள். எனக்கு தெரிந்த சிலர் அலுவலக வேலைகளை வீட்டிற்கு வந்த பிறகும் மேற்கொள்வர். இது எந்த விதத்திலும் அவர்கள் முன்னேற்றத்திற்கும், அலுவலக முன்னேற்றத்திற்கும் பயனளிக்காது. குடும்பத்தோடு செலவிடும் ஒவ்வொரு நிமிடமும் உங்கள் வாழ்வில் திரும்ப கிடைக்காத பொன்னான நேரங்கள். அதனை எந்த ஒரு காரணத்திற்காகவும், சூழ்நிலைகளுக்காவும் யாரிடமும் விட்டு கொடுக்காதீர்கள்.

உற்பத்தித்திறனுக்கான உந்துசக்தி

இந்திய விண்வெளி ஆராய்ச்சி மையம் இஸ்ரோ (ISRO) இன்று பல்வேறு சாதனைகளை நிகழ்த்தி கொண்டிருக்க முக்கிய காரணம் என்னவென்று உங்களுக்கு தெரியுமா?

இந்திய விண்வெளி இயக்கத்தின் தந்தை எனப் போற்றப்படும் பேராசிரியர் விக்ரம் சாராபாய் மறைவுக்கு பிறகு, இந்திய விண்வெளி ஆராய்ச்சித் திட்டத்தை முறையே வழிநடத்த ஒரு தலைமையை எதிர் நோக்கி கொண்டு இருந்த சமயம், பேராசிரியர் சதிஷ் தவான் அவர்கள் இந்திய விண்வெளி இயக்கத்தின் தலைவராக பொறுப்பேற்றுக்கொண்டார். ஆய்வகங்களை முறைப்படி பார்வையிட்டு கொண்டிருந்த தவான் மாலை 5 மணிக்கு

மேலும் இஸ்ரோ ஊழியர்கள் பணியாற்றுவதைக் கண்டார். அருகில் இருந்தவர்களிடம் இதை பற்றி விசாரித்த போது, ஆய்வகங்கள் இரவு 12 மணிவரை திறந்திருக்கும், சமயங்களில் விடியல் வரை விஞ்ஞானிகள் இடைவிடாது பணியாற்றுவார்கள் என்பதைக் கேட்டறிந்தார். எதிர்கால நாட்டின் முன்னேற்றத்திற்காகவும், அதன் வளர்ச்சிக்காகவும் விஞ்ஞானிகள் வேலையில் முழ்கியிருப்பது என்பது முக்கியம் தான். ஆனால் போதிய ஓய்வு இன்றி, மகிழ்ச்சி இன்றி, குடும்ப அக்கறையின்றி மனதை ஒருநிலை படுத்தாத எந்த ஒரு செயலும் அதன் முழு இலக்குகளை எட்டுவதில்லை என்பதை உணர்ந்தார். அன்றிலிருந்து பேராசிரியர் தவான் ஒரு நூதன முறையினை இஸ்ரோவில் கையாண்டார். எவ்வளவு முக்கியமான வேலையாக இருந்தாலும் சரி, 5 மணிக்கு மேல் விஞ்ஞானிகள் யாரும் ஆய்வகங்களில் பணியாற்ற கூடாது. சரியாக 5 மணிக்கு அலுவலக கதவுகள் அனைத்தும் இழுத்து மூடப்படும். 5 மணிக்கு மேல் விஞ்ஞானிகள் தனது விஞ்ஞான அங்கிகளை களைந்து, குடும்ப பொறுப்பாளன் என்ற அங்கியினை அணிந்து, சிறந்த தாய் தந்தையாக, சிறந்த கணவன் மனைவியாக, சிறந்த மகன் மகளாக தத்தமது குடும்பங்களோடு செலவிட வேண்டும். பேராசிரியரான சதிஷ் தவானின் இந்த அணுகுமுறை இந்திய விண்வெளி ஆராய்ச்சி மையத்தில் மிகப்பெரும் மாற்றத்தை கொண்டு வந்தது. பிற்காலத்தில் இந்திய விண்வெளி ஆராய்ச்சி மையம் பல்வேறு சாதனைகள் புரிய இது அடித்தளமாக அமைந்தது என்பது இங்கே குறிப்பிடத்தக்கது.

குடுப்பதில் மகிழ்ச்சி இருந்தால் தான் மனிதன் தனது அகவாழ்விலும், புறவாழ்விலும் தன்னை முழுமையாக ஈடுபடுத்திக்கொள்ள முடியும். அதுவே உற்பத்தித் திறனுக்கான உந்துசக்தி என்பதை பேராசிரியர் தவான் போன்றவர்களால் நிரூபித்து காட்டி அதனை செயல்படுத்தவும் முடிந்தது. இன்றும் இந்த நடைமுறை

இஸ்ரோவில் அமலில் உள்ளது. அலுவலகங்களில் எப்போதுமே வேலைகள் இருந்து கொண்டே தான் இருக்கும். நீங்கள் தான் உங்களுக்கான நேரத்தினை அவ்வப்போது ஒதுக்கிக்கொள்ள வேண்டும். உங்களின் உன்னத நேரங்கள் தான் உங்களின் மகிழ்ச்சிக்கான அடித்தளம். அதுவே உங்களின் உற்பத்தித்திறனுக்கான தூண்டுகோல்.

உங்களுக்கான வேலைகளை நீங்கள்தான் முடிக்க வேண்டும். அதற்கான முயற்சிகளையும் நடவடிக்கைகளையும் நீங்கள் தான் முன்னெடுக்க வேண்டும். உங்களின் சகாக்களோ அல்லது உதவியாளர்களோ உங்களுக்கு ஒரு துணையாக செயல்படுவார்களே தவிர, நீங்கள் தான் உங்களின் செயல்களுக்கு பொறுப்பேற்க வேண்டும். உங்களுக்கான பாதையினையும் உங்களுக்கான இலக்குகளையும் நீங்கள் தெளிவாக வரையறுக்கும் பட்சத்தில் உங்களின் கடினமான செயல்கள் அனைத்தும் இலகுவாகின்றன. உங்களின் முயற்சிகள் அனைத்தும் கைக்கூடுகின்றன.

தலைமைப்பண்பில் இருப்பவர்கள் உங்களிடம் இருந்து எதிர்பார்ப்பது வேலைகள் மட்டுமே. உங்களின் சுய வேலைகளுக்கோ அல்லது உங்களின் குடும்பப் பிரச்சனைகளுக்கோ அவர்கள் ஒருபோதும் செவி சாய்ப்பதில்லை. காரணம் கூறி உங்களின் பொறுப்புகளை தட்டிக்கழிப்பதை அவர்கள் விரும்புவதுமில்லை. இப்படி காரணங்கள் ஒவ்வொன்றாக அவர்கள் கேட்டுக்கொண்டே இருந்தால் கொடுக்கப்பட்ட காலவரைக்குள் எந்த ஒரு வேலையையும் முடிக்க முடியாது என்பதை அவர்கள் நன்கு உணர்ந்துள்ளனர். நீங்கள் தலைமைப்பண்பில் சிறந்து விளங்க விரும்பினால் குறிப்பிட்ட கால அவகாசத்திற்குள் உங்களின் அனைத்து பணிகளையும், கூடுதல் பொறுப்புகளையும் முடித்து விடுங்கள். காரணம் கூறி பொறுப்புகளை தட்டிக்கழிக்கும் மனப்பான்மையினை முழுமையாக விட்டொழியுங்கள். உங்களின் இத்தகைய

பண்பே தலைமைத்துவத்தில் உங்களை சிறப்பாக செயல்பட தூண்டும் என்பதை மனதில் நிலைநிறுத்தி செயல்படுங்கள்.

தலைமைப்பண்பின் முக்கிய விதி

நிர்வாகத்திற்கு கீழ் ஒருபோதும் சிக்கிவிடாதீர்கள்! அவை உங்களை ஊக்கமிழக்கச் செய்துவிடும். மாறாக உங்களின் கட்டுப்பாட்டில் வைத்துக் கொள்ளுங்கள். நீங்கள் மனதில் நினைக்கின்ற எண்ணற்ற எண்ணங்களை செயல்படுத்த அவை உங்களுக்கு உதவும். இதனை நீங்கள் மேலோட்டமாக அணுகினால் இதிலுள்ள உண்மைத்தன்மை உங்களுக்கு புலப்படாமல் போகலாம். சற்று நேரம் ஒதுக்கி இதனை நீங்கள் கூர்ந்து ஆராய்ந்தால், இதில் பொதிந்திருக்கும் நிர்வாகத் திறனுக்கான உண்மை உங்களுக்கு புலப்படும். சில சமயங்களில் நிர்வாகத்திற்கு கீழ் நீங்கள் செயலாற்றும் போது உங்களின் திறமைகள் வெளிப்படாமல் போகலாம். உங்களுக்கான அங்கீகாரங்கள் மற்றும் உரிமைகள் மறுக்கப்படலாம். இவ்வாறான சமயங்களில் நீங்கள் நேர்மறை எண்ணங்களோடு செயல்பட வேண்டும். இவை சுய ஊக்கத்திற்கான அணுகுமுறை. இக்கட்டான நேரங்களில் ஊக்கமிழந்து நீங்கள் பயணப்படுகையில் இதை கடைபிடிப்பதென்பது கிட்டத்தட்ட நடவாத செயல். ஆகையால் நிர்வாகத்திற்கு கீழ் நீங்கள் பயணப்படாமல் நிர்வாகம் உங்களுக்கு கீழ் செயல்படும் வகையிலான ஒரு சூழலை உருவாக்கிக்கொள்ளுங்கள். இது உங்களின் திறனை வெளிப்படுத்துவது மட்டுமின்றி உங்களின் சிந்தனைகளுக்குச் செயல்வடிவம் கொடுக்க உதவும்.

மாற்றுத் திட்டங்களை உருவாக்கிக் கொள்ளுங்கள்

திறமை இல்லாதவர்கள் கைகளில் செல்லும் நிர்வாகம் உங்களின் ஒட்டுமொத்த உழைப்பையும் ஒரு சில

நொடிக்குள் சிதைத்துவிடக்கூடும். உங்களின் நிர்வாகம் திறன்பட செயலாற்ற மாற்றுத் திட்டங்களை எப்போதும் உருவாக்கி வைத்துக்கொள்ளுங்கள். நிர்வாகம் அதன் இலக்கில் இருந்து விலகி பயணிக்கும் சமயங்களில் மாற்றுத் திட்டங்களை பயன்படுத்துங்கள். உங்களுக்குப் பின்னால் உங்களின் நிர்வாகத்தையும், நிறுவனத்தையும் வளர்ச்சி பாதையில் வழிநடத்தும் தலைவர்களை முன்கூட்டியே தேர்ந்தெடுத்துக் கொள்ளுங்கள். அவர்களுக்கான உரிய பயிற்சிகள், உத்திகள் மற்றும் நிர்வாகம் பற்றின புரிதலை முன்கூட்டியே வழங்குங்கள். ஒரு சிறந்த தலைவர் எப்போதும் முன்னோக்கியே சிந்திக்கின்றார். எதிர்காலத்தை முறையே திட்டமிடுகின்றார், அதனை நோக்கி பயணிக்க வழிவகை செய்கின்றார். உன்னதமான வெற்றியினை அனைவருக்கும் பகிர்ந்தளிக்க எத்தனிக்கின்றார். உலகைக் கட்டியாண்ட மாவீரன் நெப்போலியனின் வெற்றிகள் அனைத்தும் அவனது போர்க்களத்தில் முடிவு செய்யப்பட்டவை அல்ல. போர்க்களத்தின் சூழல் தங்களுக்கு சாதகமாக இல்லாத போது, தனது படைத் தளபதிகள் எவ்வாறு செயல்பட வேண்டும் என்று மாற்றுத் திட்டங்களை முன்கூட்டியே அவன் கூடாரத்தில் முடிவு செய்யப்பட்டிருந்தன. மாற்றுத் திட்டங்களை சூழலுக்கு ஏற்ப பயன்படுத்தியது தான் நெப்போலியனின் வெற்றிக்கான முழு காரணம். அவையே நெப்போலியனை மாவீரனாக இந்த உலகத்திற்கு அறிமுகம் செய்து வைத்தது.

தலைமைத்துவத்தின் பொறுப்புகளை ஏற்று கொள்ள தயாராக இருங்கள்

ஒரு சிறந்த தலைவராக நீங்கள் மாற விரும்புகின்றீர்களா? முதலில் தலைமைப் பொறுப்புகளை ஏற்றுக்கொள்ள தயாராக இருங்கள். ஒரு சிறந்த குழுவினை தலைமையேற்று அதனை வெற்றிப்பாதையில் வழிநடத்த உங்களால் முடியும் என்ற நம்பிக்கையினை

ஏற்படுத்திக்கொள்ளுங்கள். கீழ்வரும் இந்த ஏழு முக்கிய பொறுப்புகளை கடைபிடிப்பதன் மூலம் நீங்கள் உங்களின் தலைமைத்துவத்தை வளர்த்துக்கொள்ள முடியும். இந்த முறையானது எந்த ஒரு நிறுவனத்திற்கும் அதன் வளர்ச்சிக்கும் பொருந்தும்.

1. இலக்குகளை நிர்ணயித்து கொண்டு அதனை அடைய முயற்சி செய்யுங்கள்

நீங்கள் அடைய விரும்பும் இலக்குகள் மற்றும் உங்கள் குழுவிற்கான இலக்குகளை முதலில் நிர்ணயம் செய்து கொள்ளுங்கள். பிறகு அதனை அடைவதற்கான வழிகளைத் திட்டமிட்டு கொள்ளுங்கள். நீங்கள் எடுத்துக்கொண்ட முயற்சி பெரிதாக இருப்பின் அதனைச் சிறுசிறு இலக்குகளாக பிரித்துக்கொண்டு அதனை அடைவதற்கான பாதையினை உருவாக்கிக்கொள்ளுங்கள். சிறந்த தலைவர்கள் தங்கள் நிறுவனத்தின் பலம், பலவீனம், தாங்கள் சாதிக்க வேண்டிய விஷயங்கள் என்ன என்பதை முன்கூட்டியே தெளிவாக தெரிந்து வைத்துள்ளனர். வியாபாரத்தைப் பொறுத்தவரை லாபம் ஈட்டக்கூடிய வழிகள் அதனை மேன்மைப்படுத்தக் கூடிய வழிகள், அதன் இலக்குகள் என்ன என்பதனை முன்பே திட்டமிட்டு அதனை செயல்படுத்துங்கள். வெற்றி உங்கள் வந்து சேரும்.

2. புதுமையான முயற்சிகளை மேற்கொள்ளுங்கள்

உங்கள் நிறுவனம் வருடக்கணக்காக எதை செய்து கொண்டிருக்கிறதோ அதிலிருந்து முற்றிலும் விடுபடுங்கள். புதுமையான முயற்சிகளை முயற்சித்து பாருங்கள். இவை உங்களின் வாடிக்கையாளர்களைப் பன்மடங்கு உயர்த்த உதவும். விற்பனையினை பொறுத்தவரை நவீனகால உத்தியான டிஜிட்டல் மார்க்கெட்டிங் தொழில்நுட்பத்தை உங்கள் ஊழியர்களுக்கு அறிமுகம் செய்து வையுங்கள்.

நவீன உட்கட்ட வசதிகள், புதிய தொழில்நுட்பங்களை அவ்வப்போது உங்களின் நிறுவனத்தில் பயன்படுத்துங்கள். இவை உங்களின் ஊழியர்களுக்கு புத்துணர்வை ஏற்படுத்துவது மட்டுமின்றி உங்கள் நிறுவனத்தின் இலக்கினை அடையவும் உதவி புரியும்.

3.பிரச்சனைகளைக் கண்டறிந்து அதனை களைய முயற்சி செய்யுங்கள்

பிரச்சனைகள் இல்லாத வாழ்வு நிறைவும் பெறுவதுமில்லை. அவை முழுமையும் அடைவதுமில்லை. பிரச்சனைகளின்றி பயணிக்கும் எந்த ஒரு நிறுவனமும் அதன் இலக்குகளை எட்டுவதில்லை. நீங்கள் வாழ்வில் அடையப்பெறாத ஒவ்வொரு இலக்குகளும் உங்களின் தீர்க்கப்படாத ஒரு பிரச்சனையே ஆகும். உங்கள் கண் முன்னே அவைகள் அவ்வப்போது வந்து செல்லும். உங்கள் நிறுவனத்தில் உள்ள பிரச்சனைகளை முதலில் பட்டியலிட்டு கொள்ளுங்கள். அதில் எளிதில் களையக்கூடிய பிரச்சனைகள், எளிதில் களைய முடியாத பிரச்சனைகள் என வகைப்படுத்திக்கொள்ளுங்கள்.

உங்களின் அதிகார வரப்பிற்குள் வரும் களையக்கூடிய பிரச்சனைகளை முதலில் களைந்து விடுங்கள். இந்த நடவடிக்கைக்கு பிறகு உங்களால் களைய முடியாது என வகைப்படுத்தி இருந்த பிரச்சனைகள் அனைத்தும் ஒன்றன் பின் ஒன்றாக களையவதை நீங்கள் கண்கூடாக காண்பீர்கள். உலகில் தீர்க்க முடியாத பிரச்சனைகள் என்று எதுவுமில்லை. தீர்க்க முடியாத பிரச்சனைகளுக்கு முதல் காரணியே தீர்க்கக் கூடிய எளிய வகை பிரச்சனைகளே. இதனை எளிதில் களைந்தாலே உங்களின் அனைத்து வகையான பிரச்சனைகளில் இருந்தும் நீங்கள் விடுபடுவீர்கள்.

4.உடனடியாக செய்ய வேண்டிய வேலைகளுக்கு முக்கியத்துவம் கொடுங்கள்

சிறந்த தலைவர்கள் எப்போதும் தங்களது செயல்களை முறையே வகைப்படுத்திக்கொள்கின்றனர். தாங்கள் உடனடியாக மேற்கொள்ள வேண்டிய செயல்கள், காலம் தாழ்த்தி மேற்கொள்ள வேண்டிய செயல்கள் என தங்களின் செயல்களை வகைப்படுத்தி கொள்கின்றனர். உடனடியாக செய்ய வேண்டிய செயல்களை காலம் தாழ்த்தாமல் முடிக்க நடவடிக்கைகளை மேற்கொள்கின்றனர். தங்களின் இந்த செயல் நடவடிக்கையின் முக்கியத்துவத்தையும் அதனால் ஏற்படுகின்ற விளைவுகளையும் அவர்கள் நன்கு உணர்ந்துள்ளனர். தங்களது ஊழியர்களிடம் விரைவாக செயல்படுவதால் நிறுவனத்திற்கும் ஊழியர்களுக்கும் ஏற்படுகின்ற நன்மைகளை எடுத்துரைத்து அதன் மூலம் தங்களது காரியத்தை எளிதில் சாதித்துக் கொள்கின்றனர்.

5.மற்றவர்களுக்கு முன்மாதிரியாக இருக்க முயற்சி செய்யுங்கள்

உங்கள் ஊழியர்கள் மற்றும் அதிகாரிகளை உங்களின் நடவடிக்கைகளின் மூலம் வசீகரியுங்கள். தலைவரான உங்களின் அனைத்து நடவடிக்கைகளையும் உங்கள் ஊழியர்கள் உற்றுநோக்குகின்றனர். உங்களின் அணுகுமுறை, சுறுசுறுப்பு, ஆளுமைப்பண்பு என அனைத்தையும் பின்பற்ற எத்தனிக்கின்றனர். சிறப்பான விடயங்களை நீங்கள் மேற்கொள்கையில் அவர்கள் உங்களை பின்தொடர விருப்பம் கொள்கின்றனர். ஒரு சிறந்த தலைவராக நீங்கள் உங்களை உயர்த்துவது மட்டுமன்றி உங்களைச் சுற்றியுள்ள அனைவரின் முன்னேற்றத்திற்கும் பாடுபட வேண்டும். உங்களின் இந்த செயல் நடவடிக்கைதான் மற்றவர்களுக்கு நீங்கள் முன்மாதிரியாக திகழ வழிவகை செய்கின்றது.

6.உங்களை பின்தொடர்ந்து வருவதற்கு மற்றவர்களுக்கு உத்வேகம் மூட்டுங்கள்

ஒரு தலைவராக நீங்கள் மேற்கொள்ளும் அனைத்து வித செயல்களும் அதன் நடவடிக்கைகளும் உங்கள் கடைநிலை ஊழியர்கள் புரிந்து கொள்ளும் வண்ணம் அமைத்துக் கொள்ளுங்கள். உங்களுக்காகவும் உங்கள் நிறுவனத்தின் வளர்ச்சிக்காகவும் களத்தில் நின்று போராடுபவர்கள் அவர்களே. தாங்கள் மேற்கொள்ளும் செயல்கள் நிறுவனத்தின் வளர்ச்சிக்கு எவ்வாறு உதவுகின்றன என்ற புரிதல் உங்கள் ஊழியர்களுக்கு அவசியம். புரிதலுடன் அவர்கள் மேற்கொள்ளும் அனைத்து வித செயல்களும் புதிய பரிணாமத்தை அடைகின்றன. அவர்களின் செயல்களுக்கு அவை புத்துணர்வு அளித்து ஆக்கப்பூர்வ சக்தியினை வழங்குகின்றன. உங்கள் ஊழியர்களை நீங்கள் உத்வேகமூட்ட விரும்புகின்றீர்களா? உங்களின் பொன்னான நேரங்களை அவர்களுக்கு ஒதுக்கி, புரிதலுடன் கூடிய வேலையினை அறுவடை செய்யும் பழக்கத்தை ஒரு தலைவர் என்ற ரீதியில் நீங்கள் உருவாக்கிக் கொள்ளுங்கள். இது உங்களின் தலைமைத்துவத்தை மேம்படுத்துவது மட்டுமின்றி உங்கள் ஊழியர்கள் உங்களைப் பின் தொடரவும், உங்கள் தலைமையின் கீழ் பணிபுரியும் ஆவலையும் தூண்டும்.

7.வெற்றியைக் குவியுங்கள்

ஒரு சிறந்த தலைவரிடமிருந்து அதன் நிறுவனம் வெற்றியினை மட்டுமே எதிர் நோக்குகின்றது. தோல்விகளையோ அதற்கான காரணங்களையோ அவைகள் எதிர்பார்ப்பது கிடையாது. தோல்விக்கான காரணத்தை முழுமையாக ஆராய்ந்து அதை வெற்றிகளாக மற்றும் தலைமையினை மட்டுமே நிறுவனம் விரும்புகின்றது. மேலே கொடுக்கப்பட்டுள்ள ஆறு பொறுப்புகளை காட்டிலும் இந்த ஏழாவது பொறுப்புதான்

தலைமைத்துவத்திற்கான மிக முக்கிய ஒன்று. தலைமைத்துவத்தில் நீங்கள் சிறப்புற வேண்டுமானால் வெற்றிகளைத் தொடர்ந்து குவியுங்கள்.

11. பொறுப்பேற்கத் தயாராக இருங்கள்

விளைவுகளுக்கு தாங்கள் தான் முழு பொறுப்பு என்பதை தலைவர்கள் முன்கூட்டியே நன்கு அறிந்துள்ளனர். தவறுகளுக்கான காரணங்களையோ அல்லது விளக்கங்களையோ கூறி தனது பொறுப்புகளை ஒருபோதும் தட்டிக்கழிக்க அவர்கள் விருப்புவதில்லை. நன்மையோ, தீமையோ, வெற்றியோ, தோல்வியோ ஒரு தலைவர் என்ற வகையில் உங்களின் விளைவுகளுக்கு நீங்களே பொறுப்பேற்று கொள்ள தயாராக இருங்கள். பொறுப்பேற்றுக்கொள்வதே தலைமைத்துவத்தில் நீங்கள் கடைபிடிக்க வேண்டிய முக்கிய நடவடிக்கையாகும். அதுவே உங்களின் தலைமைத்துவத்தை மேம்படுத்தி அடுத்த கட்ட பரிணாமத்திற்கு உங்களை அழைத்து செல்லும்.

சாதனையாளர்கள் கொண்ட குழு ஒன்றை உருவாக்கிக்கொள்ளுங்கள்

யாரும் தலைவர்களாகப் பிறப்பதில்லை. மாறாக தலைவர்கள் தங்களைத் தாங்களே உருவாக்கிக் கொள்கின்றனர். தங்களின் சிந்தனைகளுக்குச் செயல் வடிவம் தர அவர்கள் தொடர் முயற்சிகளில் ஈடுபடுகின்றனர். தலைமைத்துவத்தில் நீங்கள் உயர்நிலையினை அடைய விரும்பினால், தலைமைத்துவத்தில் சாதிக்க வேண்டும் என்ற துடிப்பும், ஆர்வமும் கொண்ட குழு ஒன்றை உருவாக்கி அதனை உங்கள் அருகிலே வைத்துக்கொள்ளுங்கள். இது உங்களை ஒரு வெற்றி தலைவராகவும், தலைமைத்துவ நிபுணராகவும் பறை சாற்றும். அத்துடன் மாபெரும் விஷயங்களைத் தொடர்ந்து சாதிப்பதற்கும் அதனை செயல்படுத்தவும் ஒற்றுமையுடன் இணக்கமாகச் செயல்படுகின்ற

உறுப்பினர்களை தேர்ந்தெடுத்து அவர்களையும் உங்களுடன் இணைத்துக்கொள்ளுங்கள்.

வெற்றிப் பெறக்கூடிய குழுவினை உருவாக்கிய பின் கீழ் வரும் ஏழு அம்சங்களில் நீங்கள் அதீத கவனம் செலுத்துவதன் மூலம் உங்களின் தலைமைத்துவத்தை நீங்கள் பட்டை தீட்டிக்கொள்ள முடியும்.

1. சிறந்தவர்களை உங்களுடன் இணைத்துக்கொள்ளுங்கள்

வெற்றிக்குப் பெயர்பெற்ற அலெக்சாண்டர் ஆகட்டும், மாவீரன் நெப்போலியன் ஆகட்டும், தலைசிறந்த நபர்களையே தங்களது தளபதிகளாக தேர்ந்தெடுத்து தங்கள் அருகிலேயே இருக்கும்படி பார்த்துக்கொண்டனர். ஒரு சிறந்த தலைவரின் கீழ் பணிபுரியும் ஊழியர்களின் நடவடிக்கைகளை வைத்துக்கொண்டு அந்த தலைவரின் தரத்தை உங்களால் மதிப்பிட முடியும். மாபெரும் தலைவர்கள் எப்போதும் தங்களை விட சிறந்தவர்களையே தங்களின் கீழ் பணிபுரிய தேர்ந்தெடுக்கின்றனர். பலவீனமான தலைவர்கள் தங்களை விட அதிக பலவீனமானவர்களை தான் தேர்தெடுகின்றனர். நீங்கள் உங்கள் பலத்தை உயர்த்த விரும்பினால் உங்களை விட சிறந்த நபர்களைத் தேர்ந்தெடுத்து உங்கள் அணியுடன் இணைத்துக்கொள்ளுங்கள்.

2. குழுவின் வளர்ச்சிக்கான பயிற்சி மற்றும் திட்டமிடல் பணிகளில் ஈடுபடுங்கள்

உங்களின் குழு திறன்பட செயல்பட வேண்டுமானால், அக்குழுவிற்குத் தேவையான பயிற்சியினையும், உட்கட்டமைப்பு வசதிகளையும் முறையே வழங்குங்கள். நிர்வாகம் தங்களிடம் என்ன எதிர்பார்க்கின்றது? என்பதையும் தாங்கள் நிர்வாகத்தின் முன்னேற்றத்திற்கு எவ்வாறு உதவமுடியும்? என்பதையும் இருசாராரும

முறையும் புரிந்துகொள்ள உதவுங்கள். தலைமைப்பண்பில் இருக்கும் நீங்கள் நிர்வாகத்திற்கும், பணியாளர்களுக்கும் ஓர் இணைப்புப் பாலம் போல செயல்பட்டு குழுவிற்குத் தேவயானவற்றையும், நிறுவனத்தின் எதிர்பார்ப்பினையும் முறையே பெற்றுத் தர முற்படுங்கள். தெளிவான புரிதலும், சரியான தலைமையும் அமைந்துவிட்டால் போதும் நிறுவனம் அதன் வெற்றிப்பாதையை தொடர்ந்து பயணித்துக்கொண்டே இருக்கும்.

3. திட்டமிடல் மற்றும் அதன் முக்கியத்துவம்

உண்மை தகவல்கள் மீது அதீத கவனம் செலுத்துங்கள். முடிந்தவரை தகவல்களை கைவசப்படுத்திக் கொள்ளுங்கள். அவைகள் என்றுமே பொய்யுரைப்பதில்லை. வெறும் பெயரளவில் தகவல்களை திரட்டுவதன் வாயிலாகவோ அல்லது அனுமானங்கள் வாயிலாகவோ ஒருபோதும் திருப்தி அடைந்து விடாதீர்கள். உண்மையான தகவல்களே திட்டமிடலுக்கான அச்சாணி. உங்களின் எந்த ஒரு செயலுக்கும் திட்டமிடலில் அதிகக் கவனம் செலுத்துங்கள். திட்டமிடல் பணிகள் மட்டும் சுமார் 80 சதவீதம் உங்களின் நேரத்தினை சுவீகரித்து கொள்கின்றன என்று பிரபல பிரிட்டன் நிறுவனம் மேற்கொண்ட ஒரு ஆய்வின் முடிவு தெரிவிக்கின்றது. திட்டமிடல் பணி முறையாக நடந்துவிட்டால், நீங்கள் எடுத்துக் கொண்ட காரியத்தில் 80 விழுக்காடு வெற்றிதான். இரண்டாம் உலகப்போரின் போது ஜெர்மனியின் தலைமையகத்தில் இருந்து அதன் போர் கப்பல்களுக்கும் ஜெர்மனிய தளபதிகளுக்கும் அனுப்பப்படும் இரகசிய செய்திகளை (சந்தேக பாஷை) முடிச்சவிழ்க்கும் ஆற்றல், அண்டை நாடான பிரிட்டனிடம் இருந்தது தான் அவர்களின் வெற்றிக்கு முதல் காரணமாக அமைந்தது. திட்டமிடும் முன் முடிந்தவரை உண்மையான தகவல்களை திரட்டுங்கள். அவை உங்களை மென்மேலும் வெற்றியினை நோக்கி

அழைத்து செல்ல உதவும் என்பதை நினைவில் கொள்ளுங்கள்.

மாற்றுத் திட்டங்களை தயார் செய்து வைத்துக்கொள்ளுங்கள்

ஒரு வேளை நாம் நினைத்த காரியம் எதிர்பார்த்தபடி நிகழாமல் போகலாம். அப்படியான சமயங்களில் புதிய திட்டங்களை கடைசி நேரத்தில் உருவாக்கி அதனை செயல்படுத்த ஒருபோதும் முயற்சிக்காதீர்கள். ஒருவேளை இறுக்கமான சூழ்நிலை காரணமாக கடைசி கட்டத்தில் உங்களால் சிறந்த திட்டத்தை உருவாக்கி அதனை செயல்படுத்த முடியாமல் போகலாம். இது உங்களை மேலும் தோல்வியுற செய்யும். முடிந்தவரை திட்டமிடும் போதே மாற்றுத்திட்டங்களை உருவாக்கிக்கொள்ளுங்கள். புகழ் பெற்ற வாட்டர்லூ போர்க்களத்தில் மாவீரன் நெப்போலியனுக்கு எதிராக போரிட்ட பிரிட்டன் தளபதி வெலிங்டன் தனது மாற்றுத் திட்டத்தின் வாயிலாக நெப்போலியனை வீழ்த்தினான் என்பது வரலாறு.

4. வேலை பகிர்ந்தளிப்பு

உங்கள் நிறுவனத்தில் சிறப்பான செயல்களை வெளிப்படுத்த வேலைகளை பகிர்ந்தளியுங்கள். திறமையான நபர்களை அடையாளம் கண்டு அவர்களின் திறனையும் ஆற்றலையும், வெளிக்கொணரும் வகையில் இவற்றை நீங்கள் பயன்படுத்துங்கள். வேலையை மற்றவர்களிடம் பகிர்ந்தளிப்பதன் மூலமாக அனைவரும் ஒன்றிணைந்து ஒத்த இலக்கை நோக்கி பயணிக்க நீங்கள் வழிவகை செய்கிறீர்கள். அத்துடன் கூட்டுமுயற்சி, குழு ஒற்றுமை போன்ற எண்ணற்ற தலைமைப்பண்பை மேம்படுத்தும் எண்ணற்ற திறன்களை உங்கள் குழுவிற்கு நீங்கள் அறிமுகம் செய்கின்றீர்கள்.

5. தகுதியற்றவரை களையெடுப்பதற்கான திறன்

தகுதியற்ற நபர்களை எவ்வளவு காலம் நீங்கள் பணியில் நீடித்து வைத்திருக்கின்றீர்களோ, அவ்வளவு தூரம் நீங்கள் ஒரு தகுதியற்ற தலைவராகவே மற்றவர்களுக்கு கண்களுக்கு புலப்படுவீர்கள். நீங்கள் தேர்ந்தெடுத்த நபர் தனது பங்களிப்பினை சரிவர வழங்க முடியவில்லை என்றால், ஒன்றுக்கு இரண்டு முறை அவர்கள் நலனில் அக்கறை எடுத்துக்கொண்டு வேலை செய்ய கற்றுத்தாருங்கள். மீண்டும் அவரால் அந்த பணியினை சரிவர செய்ய முடியாவிடில் அவர்களை வேலையில் இருந்து நீக்கி விடுங்கள். தகுதியற்றவரை நீங்கள் வேலையில் நீட்டிப்பதன் மூலம் தகுதி இல்லாதவர்களுக்கு இந்த நிறுவனத்தில் ஒரு வெகுமதி இருக்கின்றது என்ற தவறான பிம்பத்தை நீங்கள் கட்டமைக்கின்றீர்கள். இது நிறுவனத்தையும் அதன் தலைமையினையும் அழிவுப்பாதையை நோக்கி அழைத்துச் சென்றுவிடும் என்பதை நினைவில் கொள்ளுங்கள்.

6. சிறப்பான கருத்துப் பரிமாற்றம்

புகழ்பெற்ற பல்வேறு நிறுவனத்தின் வளர்ச்சிக்கான காரணங்களை நீங்கள் ஆராய்ந்தால், அதன் வளர்ச்சிக்குப் பின்னால் இருக்கும் சூத்திரம் அவர்கள் "கருத்துப் பரிமாற்றம்" என்பது உங்களுக்கு புலனாகும். சிறந்த கருத்துப்பரிமாற்றங்கள் நிர்வாகத்தை வளர்ச்சிப்பாதையினை நோக்கி அழைத்துச் செல்கின்றன. மோசமான கருத்துப் பரிமாற்றங்கள், மோசமான விளைவுகளை பெற்றுத் தருகின்றன. ஒரு நிறுவனத்திலோ அல்லது அதன் நிர்வாகத்திலோ கருத்துப்பரிமாற்றம் என்பது வெளிப்படையாக இருத்தல் வேண்டும். நிர்வாகம் தனது ஊழியர்களிடமும், ஊழியர்கள் நிர்வாகத்துடனும்

எவ்வாறு இணக்கமாக பயணிக்கலாம் என்பதில் தொடங்கி, நிறுவனத்தின் பல்வேறு பணிகளை அலசி ஆராய கருத்துப்பரிமாற்றத்தை ஒரு கருவியாக பயன்படுத்தத் தொடங்குங்கள். கருத்துப்பரிமாற்றங்கள் கூட்டு விளைவுகளையும் ஆற்றல் மிகு செயல்பாடுகளையும் வெளிப்படுத்தும் தன்மைகொண்டது.

"கூட்டு நடவடிக்கையின் போதும் திட்டமிடல் பணியின் போதும் கருத்துப் பரிமாற்றம் முக்கியத்துவம் பெறுகின்றது"

7. சிறந்த விளைவுகளே அதன் இலக்கு

சிறந்த விளைவுகளின் மூலம் தான் நீங்கள் கொண்டுள்ள அர்பணிப்புத்திறன் உறுதி செய்யப்படுகின்றது. சிறந்த விளைவுகளை உங்களது நிறுவனத்திற்கு வழங்க வேண்டும் என்ற உங்களின் அர்ப்பணிப்பு உணர்வுதான் உங்களையும், உங்கள் குழுவினையும் எண்ணிலடங்கா சாதனைகளை புரிய உத்வேகம் அளிக்கின்றது. சிறந்த விளைவுகளை நீங்கள் அடைய சின்னஞ்சிறு வெற்றிகள் அவ்வப்போது முக்கியத்துவம் பெறுகின்றன. அதனால் தான் தலைவர்கள் எப்பொழுதும் வெற்றியைப் பற்றியும், வெற்றி பெறுவதன் முக்கியத்துவத்தைப் பற்றியும் அதிகமாக எடுத்துரைக்கின்றனர்.

உங்களிடம் இல்லாத பண்புகளை வளர்த்தெடுப்பதன் மீது கவனம் செலுத்துங்கள்

உங்களின் திறன்களை உணர்ந்து கொள்ளவும் அதனை மேம்படுத்திக்கொள்ளவும், தலைமைப்பண்பில் நீங்கள் சிறந்த நிலையினை அடையவும். உங்களிடம் இல்லாத சில பண்புகளை வளர்த்தெடுப்பதில் அதிக கவனம் செலுத்துங்கள். புதிதான இத்தகைய பண்புகளில் நீங்கள் கவனம் செலுத்துவதன் மூலம் புதிய விஷயங்களை கற்றுக்கொள்வது மட்டுமின்றி உங்களின்

உற்பத்தித்திறனிலும் பெரும் மாற்றத்தைக் கொண்டுவர முயற்சிக்கின்றீர்கள். கூடுதல் கவனம் செலுத்துவதன் மூலம் நீங்கள் அத்துறையில் நிபுணத்துவம் பெற்று வெற்றியாளராகவும் திகழ்வீர்கள். முதலில் நீங்கள் வளர்த்தெடுக்க விரும்பும் பண்புகளை குறித்துக்கொள்ளுங்கள். அதில் நிபுணத்துவம் பெற்றவர்களின் அனுபவங்களையும் கேட்டுக்கொள்ளுங்கள். தங்களிடம் இல்லாத அந்தப் பண்பை எவ்வாறு நீங்கள் வளர்த்தெடுக்கலாம் என்று திட்டமிட்டு அதனை செயல்படுத்த தொடங்குங்கள். ஒன்று அல்லது இரண்டு வாரங்களுக்குள் உங்கள் செயல்களில் பல்வேறு மாற்றங்கள் தென்படுவதை நீங்களே உணர்வீர்கள்.

பல்கலைக்கழகத்தில் நிகழும் பல்வேறு நிகழ்வுகளை அவ்வப்போது புகைப்படம் எடுத்து அதனை டாக்குமெண்ட் செய்வதில் மிகப்பெரிய வல்லுநர் இன்ஸ்ட்ருமெண்ட்டேஷன் துறையை சார்ந்த முன்னாள் பேராசிரியரான தியாகராஜன் அவர்கள். தலைமைப்பண்பில் அவருக்கு இருக்கும் மெத்த அனுபவம் என்பது அவர் மேற்கொள்ளும் பல்வேறு செயல்களில் அவ்வப்போது வெளிப்பட்டு கொண்டே இருக்கும். பல்கலைக்கழகத்திலுள்ள அனைத்து வித தகவல்களும் அவர் விரல் நுனியில் இருக்கும். அவரிடம் இல்லாத தரவுகளோ, தகவல்களோ இல்லை எனலாம். அவருடன் NAAC 2023-ல் பயணிக்கும் சமயம் எனக்கு சரியான முறையில் கணினியில் டைப்பிங் செய்ய தெரியாது என்பதை கவனித்தார். நீங்கள் டைப் செய்யும் போது அனைத்து விரல்களையும் முறையே பயன்படுத்த வில்லை எனவும், இதனால் உங்களின் உற்பத்திதிறன் பாதிப்படைகின்றது என்றும், இதனை தவிர்க்க நீங்கள் டைப்பிங்கில் அதிகம் கவனம் செலுத்துமாறு எடுத்துரைத்தார். அதனை நான் முறையே சரி செய்த பிறகு எனது உற்பத்தித்திறன் பன்மடங்கு உயர்ந்ததை இங்கே நான் சுட்டிக்காட்ட விரும்புகின்றேன்.

ஒரு தலைவராக பிறர் கூறும் அனைத்துக் கருத்துகளையும் நீங்கள் ஏற்றுக்கொள்ள வேண்டும் என்ற நிர்பந்தம் இல்லை. ஆனால் அவர்கள் கூறும் ஒரு சில பண்புகளை வளர்த்தெடுத்தாலே போதும். உங்களின் தலைமைப்பண்பில் பன்மடங்கு மாற்றத்தினை நீங்கள் வெளிக்கொண்டுவர முடியும்.

நீங்கள் உங்களை மேம்படுத்தி கொள்வதற்கான முயற்சிகளில் ஈடுபடும் போது பின்வரும் மூன்று விதிகளை உங்கள் நினைவில் வைத்துக்கொள்ளுங்கள்.

1.நீங்கள் எங்கிருந்து வந்தீர்கள் என்பது முக்கியம் அல்ல

நீங்கள் எதனை நோக்கி பயணித்துக் கொண்டு இருக்கின்றீர்கள் என்பதுதான் இங்கு முக்கியமே தவிர, நீங்கள் எங்கு இருந்து வருகின்றீர்கள் என்பது பொருட்டே அல்ல. உங்களின் திட்டங்கள், அதனை அடைய நீங்கள் மேற்கொண்டு வரும் செயல்கள்தான் உங்களின் வெற்றியையும், உங்களுக்குள் பொதிந்திருக்கும் ஆளுமைப்பண்பினையும் நிர்ணயம் செய்கின்றன. எதிர்கால கற்பனையுடன் நிகழ்கால சிந்தனையினை இணைத்து நீங்கள் எடுத்து வைக்கும் ஒவ்வொரு அடியும் உங்களின் ஆளுமைப்பண்பிற்கான படிக்கற்களே.

2.தலைமைத்துவத்தில் நீங்கள் நிபுணத்துவம் அடைய வேண்டுமானால் முதலில் நீங்கள் மேம்பட வேண்டும்

உங்களைச் சுற்றி நீங்களே ஒரு கற்பனை வேலியினை அமைத்துக்கொண்டு அதில் இருந்துக்கொண்டே பயணிக்காதீர்கள். இந்த உலகம் மிகப் பெரியது. உங்களைப் போன்ற எண்ணற்ற உயிரினங்களுக்கும் இடம்

தந்து அவற்றைத் தன்னுள் அரவணைத்துக் கொண்டுள்ளது. இவற்றோடு பயணப்பட நீங்கள் எப்போதும் தயாராக இருங்கள். அடுத்தவர் கருத்துகளை செவிகொடுத்துக் கேளுங்கள் அதற்கு முக்கியத்துவம் கொடுங்கள். அவர்களின் நம்பகத்தன்மையை சம்பாதித்துக் கொள்ளுங்கள். தலைமைத்துவத்தில் இது மிக முக்கியப் பொறுப்பு. நம்பிக்கை என்ற ஒன்றை உங்கள் சக ஊழியர்களிடமும் நீங்கள் பெற்றுவிட்டால் நீங்கள் விரும்பும் பல்வேறு செயல்களை எளிதில் சாதித்துக்கொள்ள முடியும்.

3.நீங்கள் விரும்புகின்ற தலைமைப்பண்பை கற்றுக்கொள்ளுங்கள்

நீங்கள் எதுவாக மாற விரும்புகிறீர்களோ அதுவாகவே ஆகுறீர்கள். நீங்கள் விரும்புகின்ற எந்த ஒரு நிலையினையும் உங்களால் அடைய முடியும் என்ற நம்பிக்கையினை முதலில் உங்களுக்குள் விதையுங்கள். உங்களின் இந்த நம்பிக்கை தான் பின் நாட்களில் உங்களை உயர்ந்த நிலையினை அடைய வித்திடும் அடித்தளம். வலுவான அடித்தளம் அமைந்துவிட்டால் ஒரு பொழுதும் நீங்கள் எடுத்த முயற்சிகளிலிருந்தும், கொள்கையிலிருந்து பின்வாங்க மாட்டீர்கள். அதனால் உங்களின் தலைமைப்பண்பிற்கு தேவையான அடித்தளத்தை வலுவானதாக அமைத்துக் கொள்ளுங்கள். இது நீங்கள் விரும்புகின்ற தலைமைப்பண்பை உங்களுக்குப் பெற்றுத்தரும்.

ஒரு சிறந்த தலைவராக மாறுங்கள்

ஒரு தலைவர் எப்போதும் தன்னை ஒவ்வொரு நிமிடமும் மேம்படுத்திக் கொள்ளும் முயற்சியினையே மேற்கொள்கின்றார். கீழே கொடுக்கப்பட்டுள்ள நான்கு வகையான பண்புகளை நீங்கள் தொடர்ந்து முயற்சிப்பதன்

மூலம் உங்களின் தலைமைத்துவப்பண்புகளை உங்களால் மேம்படுத்திக்கொள்ள முடியும்.

1.நீங்கள் செய்ய வேண்டியது, ஆனால் தற்போது செய்து கொண்டிருக்காத விஷயங்களை உடனே செய்ய தொடங்குங்கள்

தலைமைத்துவத்தில் நீங்கள் வெற்றி பெற உங்களுக்குத் தேவையான திறமைகள் என்ன என்பதை முதலில் ஆராயுங்கள். அவற்றை வளர்த்துக்கொள்ள தேவையான செயல் நடவடிக்கைகளில் ஈடுபடுங்கள். உங்களின் தனித்துவத்தை கண்டுபிடித்து அதனை பட்டைத் தீட்டுங்கள். உங்களின் தனித்திறன்கள் மட்டுமே தக்க சமயத்தில் உங்களுக்கு உதவும். சிறந்த தலைமைத்துவம் மேம்படுத்த தனித்திறனை வளர்த்துக்கொள்வதில் அதீத கவனம் செலுத்துங்கள்.

2. குறிப்பிட்ட சில விஷயங்களை மிகுதியாகச் செய்யுங்கள்

உங்களுக்குப் பிடித்ததை மற்றும் உங்களுக்கு வெற்றிகளை ஈட்டித் தருகின்ற செயல்களை அடிக்கடி செய்யுங்கள். இவை உங்களின் நேர்மறை சக்திகளை வளர்த்தெடுக்கும், ஆக்கபூர்வச் சக்திகளை ஒன்றிணைத்து எண்ணங்களை தெளிவுற செய்யும். தெளிவான செயல்கள் தான் உங்களின் சிந்தனைக்குச் செயல்வடிவம் கொடுக்கும். இவையே உங்களின் தலைமைத்துவத்தில் பெரும் மாற்றங்களை ஏற்படுத்தும்.

3. குறிப்பிட்ட சில விஷயங்களை குறைவாக செய்யுங்கள்

உங்கள் திறமைகளை மழுங்கடிக்கக்கூடிய ஒரு சில தேவையில்லாத செயல்களை முற்றிலும் தவிர்த்து

விடுங்கள். உங்கள் உன்னத நேரத்தினை மட்டும் அவை ஆட்கொள்வதில்லை. உங்களின் திறமைகள், உங்களுள் பொதிந்திருக்கும் தலைமைத்துவ பண்புகள் என அனைத்தையும் அவை அபகரித்துக் கொள்கின்றன. நேரத்தை வீணடிக்கக் கூடிய ஒரு சில வேலைகளில் இருந்து எப்போதும் விலகியே இருங்கள்.

4.குறிப்பிட்ட சில விஷயங்களை செய்வவதை உடனடியாக நிறுத்துங்கள்

நேரத்தையும் காலத்தையும் வீணடிக்கக் கூடிய செயல்களில் இருந்து உடனடியாக விடுபடுங்கள். கேளிக்கைகள் மற்றும் வீண் பேச்சுகள் போன்ற நடவடிக்கைகளை முற்றிலும் தவிர்த்துடுங்கள். தலைவர் என்ற ரீதியில் உங்கள் இலக்குகளில் இருந்து நீங்கள் விலகுகின்ற காரணிகளை கண்டுபிடித்து அதனை சரிபடுத்தக்கூடிய செயல்களில் கவனத்தைச் செலுத்துங்கள். உங்களை தலைவராக செயல்பட விடாமலும், உங்களின் இலக்குகளை அடைய விடாமலும் தடுக்கின்ற காரியங்களை பட்டியலிடுங்கள். அவற்றை ஒவ்வென்றாக களையெடுங்கள். நீங்கள் எந்த இலக்குகளை அடைய முயற்சித்து கொண்டிருக்கின்றீர்களோ அவற்றின் கண்ணோட்டத்திலிருந்து உங்களுடைய நடவடிக்கைகளை மதிப்பீடு செய்யுங்கள். முன்பு ஒரு நேரத்தில் முக்கியமானவையாக தோன்றிய ஒரு சில விஷயங்ககள் தற்போது முக்கியம் இல்லாமல் போனதை நீங்களே கண்டறிவீர்கள்.

ஒத்த இசைவுடன் கூடிய சிந்தனை குழு ஒன்றை உருவாக்கிக் கொள்ளுங்கள்

உங்களைப் போன்று தலைமைத்துவப்பண்பில் சிறந்து விளங்க விரும்பும் நபர்களையும், தலைமைத்துவத்தில்

அனுபவம் பெற்ற நபர்களையும் ஒன்றாக இணைத்து குழு ஒன்றை உருவாக்கிக் கொள்ளுங்கள். உங்களின் அனுபவங்கள் மற்றும் அவர்களின் தலைமைத்துவ அனுபவங்களை பகிர்ந்துகொள்ளுங்கள். குழுவில் உள்ள அனைவரின் கருத்துகளையும் கேட்டுக்கொள்ளுங்கள். அவர்கள் கூறும் சிறந்த அறிவுரைகளை செயல்படுத்த முயற்சி செய்யுங்கள். சில சமயங்களில் மாதக்கணக்கில் தீர்க்க முடியாமல் நீங்கள் சிக்கித் தவித்துக்கொண்டிருக்கும் பல பிரச்னைகளுக்கு ஒரு சில நிமிடங்களில் உங்களுக்கான விடை கிடைத்துவிடும். நீங்கள் உருவாக்கும் இந்தக் குழு இரண்டு விதமான குறிக்கோள்களுடன் பயணிக்கும் வண்ணம் பார்த்துக்கொள்ளுங்கள். ஒன்று ஏற்கனவே எல்லோராலும் ஒப்புக்கொண்ட ஒரு விஷயத்தைப் பற்றியோ அல்லது கேள்வியைப் பற்றியோ உறுப்பினர்களுடன் கலந்துரையாடுவது. மற்றோன்று தற்போது நடைமுறையில் உள்ள பிரச்சனைகள் குறித்து விவாதிப்பது. நீங்கள் உருவாக்கும் இந்தக் குழுவில் வெளியாட்கள் மட்டும் உறுப்பினராக இருத்தல் வேண்டும் என்ற கட்டாயம் அல்ல. உங்கள் சொந்த வியாபாரம் அல்லது நிறுவனத்தில் உள்ள ஊழியர்களை உறுப்பினராக இதில் இணைத்துக்கொண்டும் நீங்கள் செயல்படலாம். உங்களின் இந்த நடவடிக்கையின் மூலம் உங்கள் நிறுவனம் செயல்பட்டுக் கொண்டிருக்கும் விதம் பற்றியும், தலைதூக்கிக் கொண்டிருக்கின்ற பிரச்சனைகள் குறித்தும் அவ்வப்போது உறுப்பினர்களின் கருத்துக்களைக் கேட்டுத் தெளிவுறலாம்.

பாதுகாப்பு மற்றும் ஆராய்ச்சித்துறை தனது ஒருங்கிணைந்த ஏவுகனைத் திட்டங்களான அக்னி, பிருத்வி, ஆகாஷ், திரிசூல் மற்றும் நாக் ரக ஏவுகணை உருவாக்கத்தின் போது ஒருமித்த சிந்தனை கொண்ட குழு ஒன்றை உருவாக்கி அதில் வெற்றி கண்டவரும் எனது முதுவளும் இந்திய நாட்டின் முன்னாள் குடியரசு தலைவருமான மறைந்த டாக்டர் ஆ.ப.ஜெ அப்துல் கலாம் அவர்கள். அவரின் இந்தக் கூட்டு நடவடிக்கை

தொடக்கத்தில் பல்வேறு நபர்களுக்குள் மாற்றுக் கருத்துக்களை ஏற்படுத்தியது என்றாலும், ஒருமித்த இலக்கினை எட்டவும், பாதுகாப்புத் திட்டத்தில் இந்திய அரசு தன்னிறைவு அடையவும் இவை வழிவகை செய்தது என்பதே உண்மை.

ஒத்துழைப்பைப் பெறுவதற்கான எளிய வழிகள்

தலைமைப்பண்பில் சிறந்து விளங்க ஒருங்கிணைந்த ஒத்துழைப்பினை நாடுங்கள். ஒருங்கிணைந்த ஒத்துழைப்பே உங்களின் அதிகாரத்தை வசப்படுத்துகின்றது. ஒத்துழைப்பின் மூலம் அதிகாரத்தை வசப்படுத்தும் முக்கியமான சில வழிமுறைகள் கீழே கொடுக்கப்பட்டுள்ளன அவற்றை முதலில் காண்போம்.

முதலில் உங்கள் தலைமைத்துவத்தில் உங்களுக்கு உதவக்கூடிய முக்கிய நபர்களை கண்டறியுங்கள். அவர்களோடு உங்களுக்கு இருக்கும் நட்பு ரீதியான உறவுகளை மேம்படுத்திக் கொள்ளுங்கள். இது மிக எளிது. அவர்கள் சாதிக்கும் சிறு விஷயங்கள் மற்றும் செயல்களை வாய்ப்பு கிடைக்கும் போது நேரில் சென்று மனமுவந்து பாராட்டுங்கள். அவர்களிடம் உள்ள தனித்துவத்தை சுட்டிக்காட்டுங்கள். அவர்கள் வேலை மூலம் நீங்கள் எப்படி மறைமுகமாக பயனடைந்தீர்கள் என்பதை எடுத்துக் கூறுங்கள். இவை அனைத்துமே அவர்களிடம் நீங்கள் ஒரு இணைப்பு ரீதியான நட்பினை ஏற்படுத்திக்கொள்ளும் வாய்ப்பை உங்களுக்கு வழங்கும். மற்றவர்களிடம் இருந்து நீங்கள் உதவி பெறுவதற்கான சிறந்த செயல்களில் ஒன்று, நீங்கள் அவர்களுக்கு உதவுவதுதான். நீங்கள் செய்யும் உதவியானது கைமாறு எதையும் எதிர்பார்த்து அமையாத வண்ணம் பார்த்துக்கொள்வது உங்களின் தலையாய கடமைகளில் ஒன்றாகும்.

இரண்டாவது, முக்கிய நபர்களுடன் சுமூகமான உறவுகளை வளர்த்துக்கொள்ள தேவையான நேரங்களை

ஒதுக்கிக்கொள்ளுங்கள். உங்கள் வேலைப்பளுவிற்கு இடையே அவர்களுக்கான நேரத்தை ஒதுக்கி, அவர்களுடன் நட்பு பாராட்டுங்கள். இவை அனைத்துமே உங்கள் தலைமைப்பண்பிற்கான மூலதனம் என்பதை நினைவில் கொள்ளுங்கள். இறுதியாக, மதிப்பு வாய்ந்த உறவுகளை மேம்படுத்தவும் அதனை தக்கவைத்துக்கொள்ளவும் தேவையான அனைத்து வித முயற்சிகளையும் மேற்கொள்ளுங்கள். பண்டிகையின் போதும், அவர்களின் முக்கிய தினங்களான திருமண நாள், பிறந்த நாள் போன்ற தேதிகளை நினைவில் வைத்துக்கொண்டு வாழ்த்துச் செய்திகளையும், தொலைபேசி உரையாடல்களையும் பரிமாறிக்கொள்ளுங்கள். அவர்கள் மனதில் உங்களின் நினைவு அடிக்கடி வருமாறு பார்த்து கொள்ளுங்கள். திறமையான நபர்களுடன் நீங்கள் உருவாக்கிக்கொள்ளும் உறவுகள் தான் உங்கள் வாழ்வின் வெற்றிகளை தீர்மானிக்கின்றன.

சின்னஞ்சிறு விஷயங்கள்தான் உங்களை மாபெரும் சாதனையாளர்களாக மாற்றியமைக்கும்

சின்னஞ்சிறு விஷயங்கள் தான் உங்களை மிகப் பெரிய சாதனையாளர்களாக உருவாக்குகின்றது. முடிந்த வரை மிகப்பெரிய பிரச்சனைகளை சரி செய்வதை விடுத்து சிறிய செயல்களில் மீது உங்களின் கவனத்தை செலுத்துங்கள். பெரும்பாலும் நீங்கள் தடுமாறிக் கொண்டு இருக்கும் நீண்டகால பிரச்சனைகளுக்கு இந்த சிறிய செயல்கள் தான் தீர்வாக அமைகின்றன. உங்களின் நிறுவனத்தில் நிலவும் பெரிய பிரச்சனைகளுக்கு சுமார் 95 விழுக்காடு தீர்வானது இந்தச் சிறியரக பிரச்னைகளுக்குள் தான் பொதிந்துள்ளது. உங்களின் பெரிய பிரச்சனைகளுக்கான தீர்வுகளை சிறிய பிரச்சனைகளில் இருந்து முதலில் தேடுங்கள். உங்களுக்கான தீர்வுகள் உடனடியாக கிடைக்கும்.

நீங்கள் அதிகாரத்தை பெற்றிருப்பதென்பது உங்களுக்கு உதவக்கூடிய அல்லது விசுவாசமான ஆட்களைப் பெற்றிருப்பதாகும். இவர்கள் அனைவரும் ஏதோ ஒரு காரணமாக உங்களின் மீதும், உங்களின் தலைமைப்பண்பின் மீதும் ஈர்க்கப்பட்டு உங்களுக்கு உதவக்கூடிய பண்பினை பெற்றிருக்கின்றனர். இவர்களின் இந்த செயலுக்கான காரணத்தை நீங்கள் ஆராய்ந்தால், முன்பொரு சமயத்தில் நீங்கள் அவர்களுக்கு நேர்முகமாகவோ அல்லது மறைமுகமாகவோ உங்களையே அறியாமல் உதவி இருக்கக்கூடும். அதன் காரணமாக அவர்கள் உங்கள் மீது கவரப்பட்டு உங்களின் இலக்குகளை அடைய தாங்களாகவே உதவ முன் வருகின்றனர். உங்களால் ஒருவர் தங்கள் வாழ்வில் மேன்மையுறும்போது உங்களை அறியாமலே நீங்கள் ஒருவரை சம்பாதித்துக்கொள்கின்றீர்கள். அவர்களின் ஒத்துழைப்பையும், நன்மதிப்பினையும் பெறுகின்றீர்கள். மறுக்கப்படாத விதிகளில் இவை ஒன்று.

நீங்கள் மற்றவர் விரும்பும் ஒரு நபராக இருப்பதும் கூட உங்களின் அதிகாரத்தையும், செல்வாக்கினையும் வார்த்தெடுத்தப்பதற்கான முக்கியக் காரணியாகும். மக்கள் தங்களுக்குப் பிடித்தமான தலைவர்களுக்கு எப்போதுமே முன்னுரிமை அளிக்கின்றனர். அவர்களுக்காக சிறந்த செயல்களை மேற்கொள்ள விரும்புகின்றார்கள். தங்களுக்கு பிடித்தமானவர்களுக்கு எந்த ஒரு நிலையிலும் உதவக்கூடியவர்களாகவே அவர்கள் திகழ்கின்றனர். மக்களுக்கு பிடித்தமான தலைவராக நீங்கள் மாற வேண்டுமா? எளிது. அவர்கள் பக்கம் நின்று அவர்களில் ஒருவராக முதலில் நீங்கள் மாற வேண்டும். அவர்களுக்குள் பொதிந்துள்ள திறமைகளை தருவிக்கின்ற தலைவராக நீங்கள் இருக்க வேண்டும். அவர்கள் சாதிக்க முடியாத பல்வேறு விடயங்களை அவர்கள் சார்பாக நீங்கள் சாதித்ததுக்காட்ட வேண்டும். உங்கள் வெற்றி அவர்களுக்கான வெற்றி என்பதனை அடிக்கடி அவர்களிடம் அடிக்கோடிட்டு சுட்டிக்காட்ட வேண்டும்.

அழகான புன்னகை, அறிவான பேச்சு, அவர்களைப் பற்றின அக்கறை, நலன் விசாரிப்புகள் இவை போதும் உங்களை அவர்களுள் ஒருவராக ஏற்றுக்கொள்வதற்கு. நேதாஜி சுபாஷ் சந்திரபோஸை மக்கள் தங்களது தலைவராக ஏற்றுக்கொண்டு இந்திய விடுதலைப் போராட்டத்தில் மனமுவந்து தங்களை இணைத்துக் கொண்டதற்கான முக்கிய காரணமும் இதுவே.

உன்னிப்பாக காது கொடுத்து கேளுங்கள்

தலைவர்கள் பெரும்பாலும் காதுக் கொடுத்து கேட்பதில் வல்லவர்களாக திகழ்கின்றனர். தங்களின் நேரத்தில் சுமார் 50 முதல் 60 விழுக்காடு வரை அவர்கள் மற்றவரின் கருத்துகளைக் கேட்பதிலே செலவிடுகின்றனர். அலுவலக கூட்டங்கள் தொடங்கி, குறைக்கேட்பு, தீர்வுக் கூட்டங்கள் என எண்ணற்ற கூட்டங்களுக்கு தங்களை ஈடுபடுத்திக் கொள்கின்றனர். இதில் அனைத்திலும் பெரும்பான்மை நேரம் காதுக் கொடுத்து மற்றவர் கருத்துக்களை கேட்பதில் தங்களின் மேலான நேரங்களை அவர்கள் செலவிடுகின்றனர். நீங்கள் காது கொடுத்துக் கேட்பதன் மூலம் உன்னிப்பாக கவனிக்கும் திறனை வளர்த்துக் கொள்கின்றீர்கள். சொல்லப்படும் கருத்துகள் தொடங்கி, அந்த வார்த்தைக்குப் பின்னால் நிகழ்ந்து கொண்டிருப்பதையும் ஒரு தலைவர் என்ற ரீதியில் ஆராய்கின்றீர்கள். தலைவர் என்ற ரீதியில் சந்திப்புக் கூட்டங்களின் போதும் மற்றவர்களின் உரையாடல்களின் போதும் நீங்கள் பின்பற்ற வேண்டிய சில குறிப்புக்கள் இங்கே கொடுக்கப்பட்டுள்ளன. முடிந்தவரை அதனைப் பின்பற்ற முயற்சி செய்யுங்கள்.

கவனமாகவும் நிதானமுடனும் அடுத்தவர் கூறும் கருத்துகளை கேளுங்கள்

மனதைத் தெளிவாக வைத்துக்கொள்ள முற்படுங்கள். அடுத்தவர் கூறிக்கொண்டிருக்கும் கருத்துகளை கூர்ந்து

கவனியுங்கள். உரையாடலின் போது அதில் கூறப்படும் செய்திகள் 7 விழுக்காடுகள் மட்டுமே வார்த்தைகள் மூலமாக தெரிவிக்கப்படுகின்றன. எஞ்சிய செய்திகளில் 38 விழுக்காடு குரல் தொனியின் வாயிலாகவும், மிச்சம் இருக்கின்ற 55 விழுக்காடு உடல் மொழியின் வாயிலாகவும் பிரதிபலிக்கின்றன. எனக்குத் தெரிந்த பட்டிமன்றங்களில் பேசும் நண்பர் ஒருவர் பெரும்பான்மையாக தனது கருத்துகளை குரல் தொனியில் வாயிலாக ஏற்ற இறக்கங்களுடனும், உடல்மொழியின் வாயிலாகவும் பரிமாறிக் கொள்வதையே தனது வழக்கமாக கொண்டுள்ளார். தான் கூற வரும் கருத்துகளை மக்களிடம் முழுமையாக கடத்தும் முயற்சியாக அவர் இவ்வாறு கையாளுவதாக குறிப்பிடுகின்றார். ஐரோப்பாவை கட்டியாண்ட ஹிட்லரின் பேச்சிக்கு ஒட்டுமொத்த ஜெர்மனியர்களும் மயங்கிக் கிடந்தற்கான முக்கியக் காரணம் அவர் கூறிய கருத்துகள் அனைத்திலும் இந்த மூன்று விகிதத்தையும் சரியாக கையாண்டது தான். அவர் பேச்சில் கருத்துகள் நிறைந்திருக்கும். ஏற்ற இறக்கங்கள் நிறைந்திருக்கும் இவை அனைத்திற்கும் மணிமகுடம் போன்று அவரின் உடல் மொழிகள் உணர்ச்சிகரமான கருத்துகளை மக்களிடம் கொண்டு சேர்க்கும். தான் நினைத்த கருத்துகளையும் சிந்தனைகளையும் மக்களிடம் 100 விழுக்காடு கடத்துபவரே ஒரு சிறந்த தலைவராவார். தலைமைப்பண்பில் நீங்கள் சிறந்து விளங்க விரும்பினால் இந்த முறையினை கையாள கற்றுக்கொள்ளுங்கள். முதலில் இவை சற்று கடினமாக உங்களுக்கு தோன்றினாலும், விடாமுயற்சி மற்றும் உங்களின் தொடர் நடவடிக்கை காரணமாக இவை உங்கள் வசப்படும்.

பதில் கூறுவதற்கு முன்பு சற்று நிதானியுங்கள்

கருத்துகளுக்கு பதில் கூறுவதற்கு முன்பு சற்று நிதானியுங்கள். முதலில் கருத்துக்களை முழுமையாக உள்வாங்கிக்கொள்ளுங்கள். பிறகு சிந்தியுங்கள். உங்களுள்

அதற்கான விடையினை தேடுங்கள். உங்களிடம் பேசிக்கொண்டு இருப்பவர் தனது கருத்துகளை முழுமையாக பேசி முடித்த பின்பு உங்களது உரையினை தொடங்குங்கள். குழப்பமான கருத்துகள் மாற்று சிந்தனைகள் இருப்பின் அதனைக் கேட்டு தெளிவுறுங்கள். உங்களின் சொந்த அனுமானத்திற்கு ஒருபோதும் இடமளிக்காதீர்கள். உங்கள் பொறுப்பின் காரணமாக உங்களின் ஊழியர்கள் தங்களின் கருத்தினை உங்களிடமோ அல்லது மற்றவரிடமோ தெரிவிக்காமல் போகலாம். அவர்களுக்கான வாய்ப்பினையும் சுதந்திரத்தையும் முழுமையாக வழங்குங்கள். களத்தில் நின்று போராடுபவர்களின் கருத்துகளுக்கு என்றுமே முன்னுரிமை கொடுங்கள். அவர்களுடன் ஒரு இணக்கத்தை ஏற்படுத்திக்கொள்ளுங்கள்.

மாவீரன் நெப்போலியன் தனது அனைத்து களப்பணியாளர்கள் பற்றியும் துல்லியமாக அறிந்து வைத்திருந்தான். அவர்களின் குடும்பங்கள் பற்றியும் குழந்தைகள் பற்றியும் அவர்களின் தேவை என்ன என்பதையும் தெளிவாக அறிந்திருந்தான். அவர்களின் கருத்துகளுக்கு இடமளித்தான். அவர்களுக்கு தேவையான அனைத்து வசதிகளை செய்து கொடுத்தான். இந்த இணக்கமான சூழல்தான் ஒட்டு மொத்த பிரஞ்சு படையே அவனின் கட்டளைகளுக்குக் கீழ்ப்படிய காரணமாக அமைந்தது.

தெளிவுறும் நோக்கதோடு கேள்விகளை கேளுங்கள்

கேள்விகள் கேட்பதென்பது கருத்துக் கூறுபவர்களை நீங்கள் உன்னிப்பாக கவனித்துக்கொண்டு இருக்கின்றீர்கள் என்பதை மறைமுகமாக அவருக்கு எடுத்துரைக்கும் ஒரு உத்தியாகும். இதனை இருமுனை கூர்வாள் போல நீங்கள் சரிவர கையாள வேண்டும். கேள்வியை கேட்க வேண்டும் என்ற ரீதியில் கேள்விகளைத் தொடுத்தால் உங்கள்

அறிவின் ஆற்றாமை அப்பட்டமாக வெளிப்பட்டுவிடும். கேள்வியை நீங்கள் கேட்பதன் மூலம் பேசுபவர் எந்த விஷயங்களை எடுத்துரைக்க முயற்சி செய்துக்கொண்டிருக்கிறாரோ அதைப்பற்றி தவறான அனுமானங்களை நீங்கள் மேற்கொள்வதிலிருந்தும், தவறான முடிவுகள் எடுப்பதிலிருந்தும் உங்களைப் பாதுகாக்கின்றது. ஒருவேளை அடுத்தவர் கூறுகின்ற விஷயங்களைப் பற்றி உங்களுக்கு தெளிவில்லை என்றால் அது உங்களுக்கு புரிந்துவிட்டதாக ஒருபோதும் அனுமானித்து விடாதீர்கள். அதற்கான தெளிவினை தேட முற்படுங்கள்.

உங்களுடன் உரையாடிக் கொண்டிருப்பவர்கள் கூறியவற்றைத் தொகுத்து உங்களுடைய சொந்தக் கருத்துக்களையும் அத்துடன் இணைத்து அவரிடமே திருப்பி கூறுங்கள். இந்த நடவடிக்கையின் மூலம் அவர் கூறியவற்றை உன்னிப்பாக நீங்கள் கவனித்துக் கொண்டுள்ளீர்கள் என்பதை அவர் அறிந்து கொள்வதோடு அவர் கூறியதையே நீங்கள் சரியாகத்தான் புரிந்து கொண்டு இருக்கின்றீர்கள் என்பதை உறுதி செய்ய பயன்படுகின்றது. ஒருவேளை அவர் கூறிய கருத்துகளை நீங்கள் தவறாகப் புரிந்து வைத்திருந்தால் இதனை ஒரு உன்னத வாய்ப்பாக பயன்படுத்திக்கொண்டு உங்களின் தவறை திருத்திக்கொள்ளுங்கள்.

குறுக்கீடுகள் எதுவும் இல்லாமல் காது கொடுத்து கேளுங்கள்

ஒருவர் உங்களிடம் கூறவரும் கருத்துகள் அனைத்தையும் எந்தவித குறுக்கீடுகள் இல்லாமல் நுணுக்கமாக செவி கொடுத்து கேளுங்கள். தொலைபேசிகளோ அல்லது வானொலிகளோ இயங்கி கொண்டிருந்தால் அதனை அணைத்துவிடுங்கள். இத்தகைய நடவடிக்கையானது உங்களின் கவனத்தைச் சிதறாமல் பார்த்துக்கொள்ள

உதவும். கவனச்சிதறல்கள் இல்லாத போது ஏற்படுகின்ற கருத்துப் பரிமாற்றமானது முழுமையான கருத்துகளை உள்வாங்கிக் கொள்வது மட்டுமின்றி சிந்தனையினை வலுப்பெற உதவுகின்றது. காது கொடுத்து கேட்பதன் மூலம் கருத்து கூறுபவரின் கவனத்தையும், நன்மதிப்பையும் பெற இவை வழிவகை செய்கின்றது.

12. தலைவரைப் போல வாழுங்கள்

மாபெரும் தலைவர்கள் மிகவும் துடிப்பானவர்களாகவும், ஆக்கப்பூர்வமானவர்களாகவும் விளங்குகின்றனர். தங்களின் பேச்சு, அணுகுமுறை, நடவடிக்கை என அனைத்திலும் அவர்கள் ஒரு தலைவரைப் போலவே வாழ்கின்றனர். தாங்கள் தேர்ந்தெடுக்கும் நடவடிக்கைகள் தான் தங்களின் வாழ்க்கை முறையினையும் நிறுவனத்தின் வளர்ச்சியையும் தீர்மானிக்கின்றன என்பதை அவர்கள் தெளிவாக அறிந்துள்ளனர். எதிர்வரும் நெருக்கடிகள் மற்றும் சவால்களைக் கையாளுவதற்கு தேவையான திட்டங்கள் மற்றும் வியூகங்களை முன்கூட்டியே தயாரித்துக் கொள்கின்றனர். கடின நெருக்கடிகளை கையாள தேவையான மன வலிமை மற்றும் உடல் வலிமைகளை உறுதியாக வைத்துக்கொள்கின்றனர். தலைசிறந்த தலைவர்கள் கடைபிடிக்கின்ற ஒரு சில வழிமுறைகள் கீழே கொடுக்கப்பட்டுள்ளன இவை உங்களை ஒரு சிறந்த தலைவராக மெருகேற்ற உதவும்.

தேவையான நேரம் உறங்குங்கள்

குறைந்தது 7 முதல் 8 மணி நேரம் வரை உறங்குங்கள். இது உங்களுக்குத் தேவையான உடல் ஆற்றலை மீட்டுக் கொடுக்கும். உடல் சோர்வினை நீக்கும், புத்துணர்ச்சியை மீட்டுத்தரும். சிறப்பாக செயல்களை மேற்கொள்ள உங்களை தூண்டும். நல்ல உறக்கம் தான் அடுத்தடுத்து வரும் நாட்களுக்கு உங்களை உத்வேகத்துடன் வழி நடத்தும் ஆதார சக்தி. ஒரு தலைவர் என்ற ரீதியில் நீங்கள் எப்போதும் விழிப்புடன் இருக்க நேரிடும். நீங்கள் அதிக விழிப்புடனும், நேர்மறையிடனும் செயல்பட போதுமான உறக்கம் இன்றியமையாததாகும். உறக்கத்தேக் கெடுக்கும் எந்த ஒரு செயல்களையும் உங்களிடம் இருந்து விலகியே

வைத்துக்கொள்ளுங்கள். உங்களின் இரவு நேரத்தை வீணடிக்கக்கூடிய, இரவு நேர மது விருந்து, திரைப்படங்கள், கேளிக்கை விடுதிகள் போன்றவற்றை முற்றிலுமாக தவிர்த்து விடுங்கள். இவை மறுநாள் உங்களின் செயல்களின் மீது ஒரு வித எதிர்மறை தாக்கத்தை ஏற்படுத்தக்கூடும். எனவே இவற்றை முற்றிலுமாகத் தவிர்த்து விடுங்கள். முடிந்தவரை நித்திரையை அரவணைத்து கொண்டு மனதினை ஒரு நிலைப்படுத்துங்கள். வெற்றி மணவாளன் விரைவில் உங்களுக்கு மாலை சூட்டுவான்.

அமைதியையும் தனிமையையும் நண்பர்களாக்கிக் கொள்ளுங்கள்

உங்களைச் சுற்றி எப்போதும் அமைதியும் தனிமையும் இருக்கும்படி உங்களின் அலுவலக அமைப்பினை மாற்றி அமைத்துக் கொள்ளுங்கள். அமைதியான சூழல்தான் சிறந்த கருத்துப் பரிமாற்றத்திற்கான ஏற்ற நிலையினை உருவாக்கும். சொல்ல வரும் கருத்துகளை தெளிவாக எடுத்துரைக்கவும், அதனை ஆழ்ந்து உள்வாங்கிக் கொள்ளவும் அமைதியான சூழல் உதவுகின்றது. உங்கள் ஆற்றல் மிகு பொழுதினை ஸ்மார்ட்போனுடன் செலவிடுவதைக் கைவிடுங்கள். தொலைக்காட்சியினையும், வானொலிகளையும் எப்போதுமே அணைத்தே வையுங்கள். அந்த நேரத்தை ஒரு புத்தகம் படிப்பதிலோ அல்லது திட்டமிடல் பணிகளிலோ செலவிடுங்கள். ஸ்மார்ட் போனும், தொலைக்காட்சியும் உங்கள் நேரத்தை அபகரித்துக்கொள்ள ஒருபோதும் அனுமதிக்காதீர்கள்.

குறைந்தது அரைமணி நேரத்திலிருந்து ஒருமணி நேரம் வரை தனிமையில் செலவிடுங்கள். அந்த நேரத்தில் உங்களுக்குத் தோன்றும் கருத்துகள் மற்றும் யோசனைகளை குறிப்பெடுத்துக் கொள்ளுங்கள். நீங்கள்

முதலில் செய்து முடிக்க வேண்டிய வேலைகளை பட்டியலிட்டுக் கொள்ளுங்கள். இவ்வாறு நீங்கள் தனிமையில் திட்டமிடுவதால் அன்றைய பொழுதினை திட்டமிட ஒரு வாய்ப்பு கிடைப்பதோடு, குறுகிய காலத்திற்குள் நீங்கள் செய்து முடிக்கவேண்டியப் பணிகளை பற்றிய தெளிவாக சிந்திக்க வழிவகை செய்கின்றது. ஒரு சிறந்த தலைவருக்கு தேவையான திட்டமிடல் மற்றும் அதற்கான படைப்பாற்றலையும் உங்களுக்கு இவை வழங்குகின்றது.

நாணயமாக நடந்துகொள்ளுங்கள்

ஒரு சிறந்த தலைவர் என்ற முறையில் நீங்கள் நாணயமாக நடந்து கொள்ளுங்கள். நாணயம் உங்கள் மீதான நம்பிக்கையினை, மதிப்பையும் இரட்டிப்பாக்கும் தன்மைக்கொண்டது. மக்கள் உங்களை பின் தொடர இவை வழிவகை செய்கின்றது. பொறுப்புகளை ஏற்றுக்கொள்வதற்கு முன்பாக ஒன்று அல்லது இரண்டு முறை நன்றாக யோசியுங்கள். உங்களால் முடியும், சிறப்பாக அனைவரையும் வழிநடத்த முடியும் என்று உங்களுக்குத் தோன்றினால் மட்டும் அதில் உடன்படுங்கள். இல்லையென்றால் அமைதியாக விலகியே இருங்கள். பொறுப்புகளை எடுத்துக்கொண்ட பிறகு பின்வாங்குவது என்பது நாணயமற்ற செயலாகும். நேரத்தை எடுத்துக் கொண்டு சிந்தியுங்கள். நாணயம் என்பது ஒருவழிப்பாதை. அதில் முன்வைத்த கால்களை பின் வைப்பதென்பது என்பது உங்கள் மீதான நம்பிக்கையினை குறைக்கும். முடிந்த வரையில் நாணயமாக இருங்கள். ஒருபோதும் ஏமாற்றாதீர்கள்! உங்களின் நாணயத்தை அது முற்றிலும் சிதைத்துவிடும். போலியான வாக்குறுதிகள் மூலம் நம்பிக்கையை விதைக்காதீர்கள். முடிந்தவரை உண்மையினை பகிருங்கள். சில சமயம் நாணயமுடனும் உண்மையுடனும் நீங்கள் செயல்படுவதால் எண்ணற்ற சோதனைகளையும், சவால்களையும் சந்திக்க நேரலாம்.

நாணயம் கொண்ட மனிதர்கள் புகழ்பெறாமல் கூட போகலாம். ஆனால் நீங்கள் சரியான பாதையில் மனநிறைவான வாழ்வில் தான் பயணித்துக் கொண்டிருக்கிறீர்கள் என்பதை நினைவில் கொள்ளுங்கள்.

நாணயமாக நடந்துக்கொண்ட காரணத்தால் கூட சில நேரங்களில் உங்களுக்கான அங்கீகாரம் தாமதமாக கிடைக்க நேரலாம். ஒருவேளை கிடைக்காமல் கூட போகலாம். இப்படிப்பட்ட சூழ்நிலைகளில் வருத்தமோ, சோர்வோ அடைந்து விடாதீர்கள். தொடர்ந்து நாணயத்துடன் செயல்பட்டுக் கொண்டே இருங்கள். உங்கள் கருத்துக்கள் அனைத்திற்கும் "ஆமாம்" போடுகின்ற நபர்களை சற்றுத் தொலைவில் வைத்துக்கொள்ளுங்கள். இவர்கள் உண்மையினை எடுத்துக் கூறுவதற்குப் பதிலாக நீங்கள் கேட்க விரும்புவற்றை சொல்லியே உங்களின் மனதினை மழுங்கடித்து விடுவார்கள். தலைமைத்துவப்பண்பின் கொள்கைகளுக்கு முற்றிலும் எதிரானது புகழ்ச்சி. புகழ்ச்சி உங்களின் அறிவுக்கண்களை மறைத்துவிடும். உங்களை நாணயமற்றவராக செயல்பட தூண்டும். சில நேரங்களில் உண்மைகளை ஏற்றுக்கொள்ள முடியாதபடியான கடின சூழ்நிலைகளை இவை உருவாக்கும். அப்படி இருக்கும் சமயங்களில் உண்மையினை பிறரிடம் தைரியமாக கூறுவதே நாணயமாகும். ஒன்றை மட்டும் நினைவில் கொள்ளுங்கள். நீங்கள் மற்றவர்களை ஏமாற்றும் போது உங்களை நீங்களே ஏமாற்றிக் கொள்கின்றீர்கள்.

மாற்றுச் சிந்தனை இல்லாத குழுக்களிடம் ஒருபோதும் பயணிக்காதீர்கள்

ஒரு வேளை நீங்கள் மாற்றுச் சிந்தனைகள் இல்லாத நபர்களுடன் பயணித்துக்கொண்டு இருக்கின்றீர்கள் என்றால், தவறான வழியில் நீங்கள் பயணிக்கின்றீர்கள் என்று அர்த்தம். மாற்றுச் சிந்தனை இல்லாத எந்த ஒரு

குழுக்களும் ஆக்கப்பூர்வமான விளைவுகளை ஏற்படுத்துவதில்லை. மாற்றுக்கருத்து ஆக்கபூர்வச் சிந்தனைகளுக்கு வழிவகுக்கும். கருத்து மோதல்களை உண்டாக்கி அதன் மூலம் கருத்துச்சிதறல்களை உருவாக்கும். கருத்துச்சிதறல்கள் புதியதோர் உலகத்திற்கு வழிவகை செய்யும். மேலோட்டமாக பார்த்தால் ஒருமித்த கருத்து என்பது நிறுவனத்துக்கோ அதன் வளர்ச்சிக்கோ உன்னதமாக தோன்றலாமே தவிர எந்த ஒரு புதுமை புணர்வுகளுக்கும், ஆக்கப்பூர்வமான சிந்தனைகளுக்கும் அவைகள் இடம் தருவதில்லை. மாற்றுக்கருத்து கொண்டர்வர்களால் தான் உங்கள் கருத்துகள் மேன்மையடைகின்றன, செயல்கள் கவனத்துவம் பெறுகின்றது. ஒன்றுக்கு இரண்டு முறை அதீத ஆக்கப்பூர்வமான விளைவுகளையே அவை பெற்றுத்தருகின்றது. எனவே மாற்றுக்கருத்திற்கு வித்திடுங்கள். மாற்றுக்கருத்துக் கொண்டவர்களை போற்றுங்கள். அவர்களின் கருத்துகளுக்கு முன்னுரிமை வழங்குங்கள். அவர்கள் கூறும் எதோ ஒரு கருத்தானது உங்களின் தீர்க்க முடியாத ஒரு பிரச்சனைகளுக்கு தீர்வாக கூட அமையலாம்.

கூட்டு முயற்சியினை தேர்ந்தெடுங்கள்

ஒரு சிறந்த தலைவராக உங்களுக்கும் உங்கள் ஊழியர்களுக்கும் நன்மை பயக்கும் சிறந்தவற்றையே தேர்ந்தெடுங்கள். உங்கள் ஊழியர்களின் திறமைகளுக்கு ஏற்ப அவர்களுக்கு வாய்ப்புகளை வழங்குங்கள். அவர்கள் திறன்கள் மேம்பட தொடர்ந்து உதவுங்கள். தனிமனித செயல்களைக் காட்டிலும் கூட்டுமுயற்சியின் மூலம் பெரும் பயன்கள் குறித்து எடுத்துரையுங்கள். கூட்டுமுயற்சியின் பலனாக நீங்கள் அடைந்த வெற்றிகள் குறித்தும் அதன் செயல்கள் குறித்தும் எடுத்துரையுங்கள். கூட்டு முயற்சியை பற்றி குறிப்பிடுகையில் அண்ணா பல்கலைக்கழகம் நிகழ்த்திய சுவாரசிய சம்பவத்தை நினைவு கூற

விரும்புகின்றேன். கடந்த வருடம் குவாக்குரலி சைமோண்ட்ஸ் எனப்படும் கிஸ் அமைப்பு சஸ்டைனபிலிட்டி எனப்படும் "வளங்குன்றா வளர்ச்சிக் குறிக்கோள்கள்" என்ற ராக்கிங் முறையினை புதிதாக அறிமுகம் செய்தது. ஐக்கிய நாடுகள் அவை சார்பாக முன்னெடுக்கப்பட்ட இந்த பதினேழு வளங்குன்றா வளர்ச்சிக் குறிக்கோள்களை முன்னிலைப்படுத்தும் முயற்சியாக இதை அனைத்து நாடுகளும் கடைபிடிக்க முயற்சிகள் மேற்கொண்டு வருகின்றன. உலகளாவிய பல்கலைக்கழகங்களுக்கான தரவரிசை தொடர்ந்து முன்னேற இந்த சஸ்டைனபிலிட்டி ராக்கிங் முறை கட்டாயம். எனவே இந்த முறை அண்ணா பல்கலைக்கழகமும் இந்த முயற்சியில் ஈடுபட்டது. முதலில் IQAC மற்றும் P&D மூலம் முன்னெடுக்கப்பட்ட இந்த முயற்சி பிறகு பல்கலைக் கழகத் துணைவேந்தரின் அறிவுறுத்தலின்படி மூன்று பிரிவுகளாக பிரிக்கப்பட்டது. ஒவ்வொரு குழுவிற்கும் ஒரு தலைவர், துணைத்தலைவர், செயல்குழு உறுப்பினர்கள், புதிதாக பல்கலைக்கழகத்தில் பணியில் இணைந்தவர்கள் என ஆற்றல் மிகு குழுவை உருவாக்கி தந்தார் பல்கலைக் கழகத் துணைவேந்தரான வேல்ராஜ் ராமலிங்கம் அவர்கள். பேராசிரியர் வேல்ராஜ் ராமலிங்கம் அவர்கள் ஒரு சிறந்த ஆராய்ச்சியாளர், ஆசிரியர், தலைவர், குழு நிர்வாகி எனப் பன்முக திறன்கொண்டவர். இவை அனைத்தைக் காட்டிலும் அவர் ஒரு சிறந்த ஊக்குவிப்பு பேச்சாளர். ஆற்றல் மிகு கருத்துக்களும் உயர்ந்த நேர்மறை எண்ணங்களும் மட்டுமே அவரிடம் வெளிப்படும். பிரச்சனைக்கான தீர்வாக நீங்கள் நினைத்துக்கொண்டிருக்கும் ஒரு விஷயத்தை கூட வேறுகோணத்தில் அணுகும் அவரின் மாற்றுச் சிந்தனை உங்களை சில நேரத்தில் ஆச்சரியத்தில் வியக்க வைக்கும். அவரின் இந்த அணுகுமுறை காரணமாக அவரால் உருவாக்கப்பட்ட இக்குழு உலகளவில் சிறந்த பயிற்சிகளை மேற்கொள்ளும் பல்வேறு பல்கலைக்கழகங்களின் வலைத்தளங்களை ஆராய்ந்து சிறந்த கருத்துகளையும்

கட்டமைப்புகளையும் அண்ணா பல்கலைக்கழகத்திற்கு ஏற்றார் போல வடிவமைத்து தந்தது. கூட்டு நடவடிக்கையின் காரணமாக இத்தகைய அமைப்பை எங்களால் உருவாக்க முடிந்தது. தன்னிச்சையாக செயல்பட்டு இருந்தால் கூட எங்களால் இத்தகைய சாதனையை எட்டியிருக்க முடியாது. ஒரு சிறந்த தலைவர் சிறந்த செயல்களையே சுவீகரித்து கொள்கின்றார். தங்கள் அணியினரை முழுமையாக நம்புகின்றார். அவர்களைத் தொடர்ந்து ஊக்கப்படுத்துகின்றார். அவர்களின் திறன்களை வெளிக்கொணர உதவுகிறார். கூட்டுநடவடிக்கையின் பலன்களை தங்கள் குழுவிற்கு அறிமுகம் செய்து வைக்கின்றார். செயல் நடவடிக்கை மற்றும் கூட்டுநடவடிக்கையின் மூலம் தான் ஒரு சிறந்த தலைவர் என்பதை தொடர்ந்து நிரூபிக்கிறார்.

13. இலக்குகள்

உங்கள் தேவைகளை முதலில் பட்டியலிட்டுக்கொள்ளுங்கள்

உங்களுக்கான இலக்குகள் என்னவென்று தெரிந்தவுடன், அதனை அடைய எவை எல்லாம் தேவை என்று உங்களுக்கு தோன்றுகிறதோ அவை அனைத்தையும் பட்டியலிட்டு கொள்ளுங்கள். பிறகு அவ்வப்போது உங்களின் சிந்தனையில் தோன்றும் கருத்துகளையும் அதனுடன் இணைத்துக் கொள்ளுங்கள். இப்படியாக நீங்கள் உருவாக்கும் கருத்துகள் அனைத்தும் முழுமையடையும் வரை உங்களின் கருத்துகளை தொடர்ந்து பட்டியலிட்டுக் கொண்டே வாருங்கள். நீங்கள் உருவாக்கிய பட்டியலை வரிசைப்படியும், முன்னுரிமைப்படியும் இரண்டு விதமாக ஒழுங்கமைத்துக் கொள்ளுங்கள். வரிசைப்படி ஒழுங்கமைப்பு முறையானது உங்கள் திட்டப்பணிகளுக்கு தேவையான நடவடிக்கைகளையும் அதற்கான கால வரையினையும் ஒழுங்குபடுத்த உதவும். அத்துடன் சீரான திட்டமிடல் மற்றும் கால அளவிற்குள் நிறைவேற்ற வேண்டிய பணிகளுக்கும் இந்த முறையானது சிறந்த விளைவுகளை பெற்றுத்தருகின்றது. முன்னுரிமைப்படி தயார் செய்து கொள்ளும் பட்டியலானது நீங்கள் உடனடியாக செய்ய வேண்டிய பணிகளுக்கு முன்னுரிமை அளிக்க வழிவகை செய்கின்றது. தோல்வியினை நோக்கி பயணித்துக்கொண்டிருக்கும் நிறுவனங்களை அதன் சரிவில் இருந்து உடனடியாக மீட்டெடுக்க இந்த முன்னுரிமைப் பட்டியல் முறை சிறந்த பலனை தருகின்றது. மாபெரும் இலக்கினை நீங்கள் அடைய வேண்டுமென்றால் அதனை சிறு இலக்குகளாக பிரித்துக்கொண்டு செயல்பட துவங்குங்கள்.

இவ்வாறாக நீங்கள் செயல்படுவதன் மூலம் குழு நிர்வாகத்தில் பல்வேறு சிக்கல்களை எதிர்கொள்ள நேரலாம். அதை அனைத்தையும் சரி செய்து குழுவினை

சரியான பாதையில் பயணிக்க வைப்பதென்பது குழு தலைவராகிய உங்களின் முக்கிய கடமையாகும். நான் முன்பே குறிப்பிட்டுள்ளதை போல நீங்கள் தயாரித்து வைத்துள்ள 20 விழுக்காடு பட்டியல் தான் உங்களின் 80 சதவீத சாதனைகளுக்கும் காரணமாக அமைகின்றது. உங்களின் திட்டமிடல் தான் உங்களின் வெற்றியினை தீர்மானிக்கின்றது. எனவே, திட்டமிடல் பணியின் போது கவனச்சிதறல் ஏற்படாமல் பார்த்துக்கொள்ளுங்கள். உங்களின் திட்டங்களை அவ்வப்போது குறிப்பிட்ட இடை வேளைகளுக்குள் மறுபரிசீலனை செய்து கொள்ளுங்கள். குறிப்பாக சலிப்பூட்டும் சம்பவங்களின் போதும், உங்களை எரிச்சலூட்டும் நிகழ்வின் போதும் நீங்கள் உங்களின் திட்டங்களை மறுபரிசீலனை செய்வது அவசியம். உங்கள் திட்டங்களை பற்றிய புதிய தகவல்களோ அல்லது பின்னூட்டக் கருத்துக்களோ கிடைக்கும் போதெல்லாம் அதனை ஏற்றுக்கொண்டு உங்கள் திட்டங்களை மாற்றி அமையுங்கள். இவ்வாறு நீங்கள் மேற்கொள்ளும் செயல்களின் மூலம் மிகப் பெரிய சாதனையை நோக்கி வேகமாகவும் மிக விரைவாகவும் முன்னேறிக்கொண்டே இருக்குறீர்கள் என்பதை நினைவில் கொள்ளுங்கள்.

இலக்குகள் முக்கியமல்ல உங்களின் செயல்கள் தான் முக்கியம்

இலக்குகள் என்பது அவ்வப்போது மாறிக்கொண்டே இருக்கும் தன்மை கொண்டது. ஆனால் செயல்கள் அப்படியல்ல, மாற்றமில்லாமல் அடுத்தகட்ட நிலைக்கு அவை பயணப்பட்டுக்கொண்டே இருக்கும். உதாரணமாக இன்று நான் 1000 ரூபாய் லாபம் ஈட்டக்கூடிய ஒரு செயலை செய்ய வேண்டும் என்ற இலக்குடன் எனது பொழுதினை தொடங்குகிறேன் என்று வைத்துக்கொள்ளுங்கள். இந்த இலக்கானது நாளை 2000 ரூபாய் லாபம் ஈட்டக்கூடிய ஒரு செயலாக மாறலாம். நாளை மறுதினம் 5000 ரூபாய் லாபம்

ஈட்டக் கூடியதாகவும் மாறலாம். இங்கே இலக்கு என்பது மாறிக்கொண்டே இருக்குமே தவிர. நீங்கள் இலக்கை அடைய எடுத்துக்கொள்ளும் செயல்கள் ஒரு போதும் மாற்றமில்லாமல் பயணித்துக்கொண்டே இருக்கும். ஆகையால் இலக்குள் மீது உங்களின் கவனத்தைச் செலுத்தாமல், இலக்குகள் அடையக்கூடிய செயல்களின் மீது உங்களின் முழு கவனத்தை செலுத்துங்கள்.

உங்கள் இலக்குகளை அடைய செயல்களில் முதலில் ஈடுபடுங்கள்

இலக்குகள் தான் உங்களின் செயல்களை தீர்மானிக்கின்றன. இலக்குகள் தான் உங்களை உற்சாகமாக செயல்பட தூண்டுகின்றன. இலக்குகள் தான் உங்களின் தலைமைத்துவத்தை வார்த்தெடுக்கின்றன. நீங்கள் உங்களின் இலக்குகளை நிர்ணயிப்பதன் மூலமே உங்களின் செயல்கள் முக்கியத்துவம் பெறுகின்றது. வருடாந்திர இலக்குகளை நீங்கள் நிர்ணயிப்பதன் மூலம் உங்களின் வாழ்வின் இலக்குகள் தீர்மானிக்கப் படுகின்றன. உங்களின் தினசரி இலக்குகளை நிர்ணயம் செய்வதன் மூலம் உங்களது வருடாந்திர இலக்குகள் பூர்த்தி அடைகின்றன. முதலில் கடினமாக தோன்றும் உங்களின் தினசரி இலக்கு நோக்கிய பயணம், நாளடைவில் உங்களின் அன்றாட பழக்க வழக்கங்களில் ஒன்றாக மாறிவிடுகின்றன. பழக்கவழக்கங்கள் மிகுந்த சக்தி வாய்ந்த விஷயமாகும். பழக்கவழக்கங்கள் தான் உங்களின் மனப் போக்கினையும் உங்கள் வாழ்க்கை முறையினையும் தீர்மானிக்கின்றன.

நீங்கள் வாழ்வில் முன்னேற வேண்டுமா? உங்களது இலக்கினை அடைய வேண்டுமா? இன்றைய நாளின் மீதான உங்களின் கவனத்தையும் குவியுங்கள். இன்றைய நாளை மதித்து நீங்கள் மேற்கொள்ள வேண்டிய பணிகளை உடனடியாக தொடங்குங்கள். இன்றைய நாளின் மகத்துவத்தை முதலில் உணருங்கள். இன்றைய நாளின்

மீதான உங்களின் முதலீடு தான் எதிர் வரும் காலங்களில் நீங்கள் பெறப்போகும் வெற்றிக்கான அடிப்படை. இன்று நீங்கள் எடுத்து வைக்கின்ற முதல் அடி தான் என்றேனும் ஒரு நாள் நீங்கள் எடுத்து வைக்கப்போகின்ற பெரிய வெற்றிக்கான முன்மாதிரிகள். உங்கள் தோல்விகளைக் கண்டு ஒருபோதும் அஞ்சாதீர்கள். உங்கள் தோல்விகள் தான் காலப்போக்கில் ஏதோ ஒன்றை உங்களுக்கு கற்றுக் கொடுத்துள்ளது. அதன் விளிம்பாகதான் நீங்கள் இன்று வாழ்வில் என்னற்ற வெற்றிகளை குவித்துளீர்கள் என்பதையும் விரைவில் உணர்வீர்கள்.

விரைவாக செயல்படுங்கள்

உங்களின் இலக்குகளை அடைய உதவக்கூடிய பண்பு நலன்களில் ஒன்று "வேலைகளை விரைந்து முடிப்பது" வெறும் இரண்டு சதவீத மக்கள் மட்டுமே தங்களது வேலைகளை வேகமாக முடிப்பதில் தீவிரம் காட்டுவதாக ஒரு ஆய்வின் முடிவு தெரிவிக்கின்றது. நீங்கள் ஒரு வேலையை விரைந்து முடிக்கும் பழக்கத்தை வளர்த்துக் கொள்வதன் மூலம் வளர்ச்சிக்கான பாதையில் பயணிக்க தொடங்குகின்றீர்கள். அத்துடன் வேகமாகவும், விரைவாகவும் முன்னேற தொடங்குகின்றீர்கள். விரைவாக முன்னேறுவதற்கு தங்களது ஊழியர்கள் என்ன செய்ய வேண்டும்? என்று பிரபல நிறுவனங்களிடையே நடத்தப்பட்ட கலந்தாய்வின் போது 85 சதவீத மக்கள் ஒரே மாதிரியான பதிலையே பகிர்ந்துள்ளார் "மிக முக்கிய வேலைகளைத் துவங்கி அதனை விரைவாகவும் முடிக்கும் திறன்". நீங்கள் உங்களுக்கு அளிக்கப்பட்டுள்ள வேலைகளை விரைவாக முடிக்கும் திறனை வளர்த்துக் கொள்ளும் போது அற்புதமான புது வாய்ப்புகள் உங்களைத் தேடி வருவதைக் கண்டு நீங்களே வியப்படைவீர்கள். ஒரு வேலையை விரைவாக முடிக்கும் பழக்கத்தை எப்படி நீங்கள் வளர்த்தெடுக்க முடியும்? வேலை சூழல் காரணமாக

முக்கிய வேலைகளை நீங்கள் தள்ளிப்போட நேரிடும் போதெல்லாம் விரைவாக செய்! உடனே செய்! என்று உங்களை நீங்களே ஊக்கப்படுத்திக் கொள்ளுங்கள். இந்த வார்த்தைகளை இரண்டு முறையோ அல்லது இருபது முறையோ தேவைப்பட்டால் நூறு முறை வேண்டுமொனாலும் கூறிக்கொள்ளுங்கள். இவ்வாறு நீங்கள் தொடர்ந்து கூறும் போது விரைவாகவே அது உங்களின் முக்கிய வேலைகளில் ஒன்றாகி அதில் நீங்கள் உந்தப்படுவதை உணர்வீர்கள்.

நேரத்தை பகிர்ந்தளித்து கொள்ளுங்கள்

மதிப்புக் கூட்ட கூடிய எதோ ஒரு செயலில் நீங்கள் ஈடுபடும் போது படைப்பாற்றல் ரீதியான செயல்கள் மற்றும் நிர்வாக ரீதியான செயல்கள் என அவைகளை வகைப்படுத்திக்கொள்ளுங்கள். இவ்விரண்டு செயல்களையும் ஒன்றோடு ஒன்று கலக்க முற்படாதீர்கள். படைப்பாற்றல் ரீதியான செயல்களில் நீங்கள் ஈடுபடும் போது உங்களின் முழு கவனமும் சிந்தனையுடன் இணைந்து செயல்படும் சூழல் தேவைப்படுகின்றது. அதேபோல் அலுவலக ரீதியான செயல்களில் ஈடுபடும் போது வேகமாக செயலாற்றும் திறன் முக்கியத்துவம் பெறுகின்றது. இந்த இரு செயல்களையும் ஒரே நேரத்தில் உங்களால் கையாள முடியாது. ஒருமித்த கவனம் தேவைப்படும் படைப்பாற்றல் ரீதியான செயல்களை உங்கள் அலுவலகங்களில் வைத்து செயல்படுத்துவது என்பது கிட்டத்தட்ட இயலாத காரியம். ஒரு வேளை அப்படி நீங்கள் ஈடுபட வேண்டிய சூழல் ஏற்பட்டால் "தொந்தரவு செய்யாதீர்கள்" என்ற அறிவிப்பினை உங்களின் அறைக்கதவுகளில் அலங்கரித்துவிட்டு உங்களில் செயல்களில் ஈடுபடுங்கள் அல்லது உங்களின் படைப்பாற்றல் பாதிக்கப்படாத வண்ணம் இருக்கும் இடங்களை உங்களின் அலுவலகத்திற்குள் தேர்ந்தெடுத்துக் கொள்ளுங்கள். மதிப்பான செயல்களை மேற்கொள்ள

குறைந்தது ஒரு மணி நேரத்திலிருந்து இரண்டு மணி நேரம் வரை செலவிடுங்கள். திட்டமிடல் தொடங்கி அறிக்கை தயார் செய்வது என மதிப்புக் கூட்டக்கூடிய பணிகளுக்கு கூடுதல் நேரங்களை ஒதுக்குங்கள். நீங்கள் இத்தகைய செயல்களில் தொடர்ந்து உங்களை ஈடுபடுத்திக் கொள்வதன் மூலம் நீங்கள் மேற்கொள்ளும் செயல்களிலும் ஒருமித்த கவனத்தை செலுத்தி படைப்பாற்றலோடு கூடிய சிறந்த விளைவுகளை உங்களால் நிறுவனத்திற்கு பெற்று தர முடியும்.

மற்றவர்களின் சராசரி தான் நீங்கள் என்பதை உணருங்கள்

நீங்கள் எந்த நபர்களோடு பழக்கம் கொள்கின்றீர்களோ அவர்கள் தான் உங்களின் 95 சதவீத வெற்றிகளையும் தோல்விகளையும் தீர்மானிக்கின்றனர் என்று ஹார்வர்ட் பல்கலைக்கழகத்தை சார்ந்த சமூக உளவியலாளரான டாக்டர் டேவிட் மெக்கீலேன்ட் நடத்திய ஆய்வு ஒன்றில் குறிப்பிடுகின்றார். இதனை வேறு விதமாக கூற வேண்டும் என்றால் "பூவோடு சேர்ந்து நாறும் மணக்கும்" என்ற பழமொழிக்கேற்ப நீங்கள் பழகும் நபர்களைப் பொறுத்தே உங்களுடைய இலக்குகளும் வெற்றிகளும் தீர்மானிக்கப்படுகின்றன. அவர்கள் உண்ணும் உணவுகளில் தொடங்கி உடுத்தும் ஆடைகள் வரை எதோ ஒரு விதத்தில் நீங்கள் அவர்களைப் பின்பற்றி நடக்க விருப்பம் கொள்கின்றீர்கள். அதையே உங்கள் வாழ்வில் ஒரு அங்கமாக கடைபிடிக்கவும் உந்தப்படுகின்றீர்கள். இன்று நீங்கள் எப்படி இருக்கின்றீர்களோ இன்னும் ஐந்து ஆண்டிற்கு பிறகும் அப்படியே இருக்கின்றீர்கள் என்றால் நீங்கள் தவறான நபர்களுடன், தவறான பாதையில் பயணித்திருக்கின்றீர்கள் என்று அர்த்தம். இதனை நீங்கள் உடனடியாக களைய வேண்டும். இவற்றை களைய இரண்டு வகையான நடவடிக்கைகளில் நீங்கள் ஈடுபட வேண்டும். ஒன்று நீங்கள் நட்புறவாடும் மக்கள். மற்றொன்று சிறந்த புத்தகங்கள். நீங்கள் எந்த ஐந்து நபர்களுடன் அதிகமாக

பழகுகின்றீர்களோ அவர்களின் சராசரிதான் நீங்கள் என்று பிரபல எழுத்தாளரும் ஊக்குவிப்பாளருமான ஜிம் ரான் இதே கருத்தை வலியுறுத்துகின்றார்.

இலக்கினை அடைய 33 சதவீத கோட்பாட்டினை பயன்படுத்துங்கள்

உங்கள் அலுவலகங்களில் பணிபுரியும் ஊழியர்களை கீழ்நிலை, இடைநிலை, மேல்நிலை என்று மூன்று நிலைகளாக பிரித்து கொள்ளுங்கள். கீழ்நிலை சார்ந்த 33 சதவீத ஊழியர்கள் நீங்கள் மேற்கொள்ளும் எந்த ஒரு நடவடிக்கைகளுக்கும் ஒத்துழைப்பு வழங்குவதில்லை. மாறாக, உங்களிடம் எதிர்மறை கருத்துகளையே விதைக்கின்றனர். நீங்கள் மேற்கொள்ளும் அனைத்து செயல்களும் "வீண்" என்று முன்வைத்து உங்களின் உற்சாகத்தை அவர்கள் உறிஞ்சி விடுகின்றனர். அவர்களை பொறுத்தவரையில் தாங்களும் எதுவும் செய்ய மாட்டார்கள் அடுத்தவர் செய்யவும் அனுமதிக்க மாட்டார்கள். இடைநிலையில் சார்ந்த 33 சதவீத ஊழியர்கள் தாங்கள் எடுத்துக்கொண்ட செயல்கள் மற்றும் நடவடிக்கைகள் சீரான பாதையில் செல்லும் வரை மகிழ்ச்சியாகவும், நேர்மறை வாதியாகவும் இருக்கின்றனர். அதுவே நடவடிக்கைகள் தங்கள் கைமீறி செல்லும் போது எதிர்மறை வாதிகள் போல் செயல்படுகின்றனர். மீதம் இருக்கின்ற 33 சதவீத ஊழியர்கள் கடினமான சூழ்நிலைகளிலும் மனம் தளராமல் நேர்மறையான எண்ணங்களுடன் தங்கள் நிறுவனத்தின் வளர்ச்சிக்காக தொடர்ந்து போராடுகின்றனர். இவர்களைப் போன்ற நேர்மறை எண்ணம் கொண்ட மேல்நிலை மக்களுடன் தான் நீங்கள் உங்களது நேரத்தை செலவிட வேண்டும் இதுவே உங்களையும் அவர்களைப் போல செயல்பட எத்தனிக்கும்.

14. ஊக்குவிப்பிற்கான காரணிகள்

பொதுவாக உங்களின் நிறுவனத்தில் வேலை புரியும் ஊழியர்கள் சராசரியாக 50 சதவீத ஆற்றலையே வெளிப்படுத்திக் கொண்டு இருக்கின்றனர். சில சமயங்களில் சராசரி அளவை விட குறைவாக அதாவது 50 சதவீதத்திற்குக் கீழ் தங்களின் ஆற்றலை வெளிப்படுத்துகின்றனர். நிர்வாகத்திலோ அல்லது தலைமைப்பண்பிலோ வீற்றிருக்கும் தலைவர்கள் தங்கள் ஊழியர்கள் பயன்படுத்தாமல் வீணடிக்கின்ற மீதித் திறனை சரியான பாதையில் மடைமாற்றும் திறன் பெற்றவராகவும் முன்பு ஊழியர்கள் பங்களித்த அளவை விட சிறந்த பங்களிப்பினை வெளிக்கொணரும் திறன் உடையவராக திகழ வேண்டும். அதற்கான பல்வேறு நடவடிக்கைகளில் தலைவர்கள் ஈடுபட வேண்டும். உங்கள் ஊழியர்களை உண்மையாக ஊக்குவிக்கும் காரணிகள் எவை? அவர்களிடம் மீதம் இருக்கும் ஆற்றலை பயன்படுத்துவது எப்படி? எந்த வித நடவடிக்கைகள் உங்கள் ஊழியர்களை உற்சாகமூட்டி கூடுதல் ஆற்றலை பெற வழிவகை செய்யும் என்பதை புரிந்து கொள்வது தான் தலைவர்கள் மேற்கொள்ள வேண்டிய முக்கியப்பணி. சராசரி விளைவுகளைப் பெற்றுத்தருகின்ற உங்களின் ஊழியர்களை அளப்பரிய சாதனைகளை புரிகின்ற ஊழியர்களாக உருவாக்க தலைவர்கள் கடைபிடிக்க வேண்டிய ஆறு வகை காரணிகள் கீழே கொடுக்கப்பட்டுள்ளன.

முதல் காரணி

சவால் மற்றும் சுவாரசியம் நிறைந்த வேலைகள் தான் உங்கள் ஊழியர்களை ஊக்குவிக்கின்ற முதல் காரணி.

தங்களின் திறன்களை வெளிப்படுத்த ஊழியர்கள் அனைவரும் தங்கள் சக்திக்கு அப்பாற்பட்ட சவால் நிறைந்த வேலைகளை செய்யவே விருப்பம் கொள்கின்றனர். உங்கள் ஊழியர்களை நீங்கள் ஊக்குவிக்க விரும்பினால் அவர்கள் திறமைகளை வெளிப்படுத்தும் வகையில் சவால்கள் நிறைந்த வேலைகளையே அவர்களுக்குக் கொடுங்கள். அவர்களைத் தொடர்ந்து ஊக்குவியுங்கள். பின்னூட்டங்கள் தேவைப்படும் போதெல்லாம் வழங்குங்கள்.

இரண்டாவது காராணி

மக்களை ஊக்குவிக்கின்ற இரண்டாவது காராணி, வெளிப்படையான கருத்துப் பரிமாற்றம். ஊழியர்கள் என்ன செய்ய வேண்டும் என்று வெறும் கருத்துக் கூறுபவர்கள் ஒரு போதும் சிறந்த தலைவராக சிறப்புறுவதில்லை. மாறாக, ஊழியர்கள் தான் ஏன் அந்த வேலையினை மேற்கொள்கின்றோம், என்ற விளக்கத்தை அளித்து அதன் மூலம் சிறந்த செயல்களை பெறுகின்றவர்களே மாபெரும் தலைவராக உருப்பெறுகின்றனர். தங்களின் நிறுவனத்தின் வளர்ச்சிகளுக்கு தங்களால் எந்த விதத்தில் பங்களிக்க முடியும் என்று உங்களின் ஊழியர்கள் புரிந்து கொண்டாலே போதும். அது அவர்களை சுய ஊக்கப்படுத்துவது மட்டுமின்றி அவர்களின் உற்பத்தித்திறனிலும் பெரிய மாற்றத்தைக் கொண்டு வருகின்றது.

மூன்றாவது காரணி

பொறுப்புகளைப் பகிர்ந்தளிப்பது தான் மக்களை ஊக்குவிக்கின்ற மூன்றாவது காரணி. தலைமைத்துவத்தில் மிக முக்கிய காரணிகளில் ஒன்று இவை. "இதனை இதனால் இவன்முடிக்கும் என்றாய்ந்து அதனை அவன்கண் விடல்" என்ற திருக்குறளுக்கு ஏற்ப ஒரு காரியத்தை இவர் எப்படி செய்து முடிப்பார் என்று தலைமைப்பண்பில் இருப்பவர்

ஆராய்ந்து பார்த்து, அந்தக் காரியத்தை அவரிடம் முழுமையாக ஒப்படைக்க வேண்டும். இவ்வாறு நீங்கள் பொறுப்புகளைப் பகிர்ந்து அளிப்பதன் மூலம் சிறந்த செயல்களையும் ஆக்கப்பூர்வ விளைவுகளையும் உங்கள் ஊழியர்களிடம் இருந்து எளிதில் பெறமுடியும்.

நான்காவது காரணி

தனிப்பட்ட வளர்ச்சி மற்றும் பதவி உயர்வு தான் உங்கள் ஊழியர்களை ஊக்கப்படுத்துகின்ற நான்காவது காரணி. ஆனால் நடைமுறையில் இதுதான் மக்களை ஊக்குவிக்கின்ற முதல் காரணியென்று பல்வேறு மக்களால் தவறாக அனுமானிக்கப்படுகின்றது. நீங்கள் ஈடுபடுகின்ற செயல்கள் தனிப்பட்ட வளர்ச்சிக்காக இருப்பது முக்கியம் தான். ஆனால் அது மற்றவர்களின் வளர்ச்சிக்கோ, நிர்வாகத்தின் வளர்ச்சிக்கோ உதவாத போது அவை மதிப்பற்றதாகவே கருதப்படுகின்றது. நீங்கள் மேற்கொள்ளும் நடவடிக்கைகள் உங்களின் தனிப்பட்ட வளர்ச்சிக்கும், பிறரின் முன்னேற்றத்திற்கும் வித்திடும் போது நீங்களும் உங்களைச் சூழ்ந்துள்ள சமூகமும் சமநிலை பெற்று உனக்கும் வெற்றி எனக்கும் வெற்றி என்ற ரீதியில் முன்னேற்றம் அடைகின்றது.

ஐந்தாவது மற்றும் ஆறாவது காரணி

பணமும், வேலையும்-தான் மக்களை ஊக்குவிக்கும் ஐந்தாவது மற்றும் ஆறாவது காரணி. பெரும்பாலான மக்கள் இதைப் பற்றித்தான் முதலில் சிந்திக்கின்றனர். பணமும் வேலைச்சூழலும் தான் மக்களை ஊக்குவிக்கின்ற காரணி என்பது உண்மைதான். ஆனால், பெரும்பாலோனோர் நம்பும் வகையில் அவைகள் முக்கிய ஊக்குவிப்பு காரணியாக இருப்பதில்லை என்பது தான் நிதர்சன உண்மை. பணம் தேவையான ஒன்று தான் அதில்

மாற்றுக்கருத்திற்கு இடமே இல்லை. எனினும், அதனைக் காட்டிலும் செய்யும் செயல்கள் மகிழ்ச்சியானதாகவும் மனநிறைவுடனும் இருப்பதுதான் அந்த செயல்களை மேலும் அழகுறச் செய்யும். நான் சந்தித்த ஒரு சில ஊழியர்கள் ஆர்வமில்லாமலும், சுயவிருப்பம் இல்லாமலும், கடமையென தங்களின் வேலைகளில் ஈடுபடுகின்றனர். இவர்களை தங்கள் திறமைகளை முறையே அறிந்திடாமல் தங்கள் வாழ்நாள் முழுவதையும் வீணடித்துக் கொள்கின்றனர். இவர்கள் தங்கள் ஆக்கப்பூர்வ திறன்களை வீணடிப்பது மட்டுமல்லாமல் தங்களை சுற்றியுள்ளவர்கள் திறனையும் மழுங்கடிக்கின்றனர். வீண் விவாதங்கள், நிர்வாகத்தின் செயல்கள் மற்றும் நடவடிக்கைகளைக் குறை கூறுதல் போன்ற மதிப்புக்கூட்டாத செயல்களில் ஈடுபட்டு தங்களைச் சுற்றி ஒரு எதிர்மறை கோட்பாட்டினை உருவாக்கி கொள்கின்றனர். இவர்களைப் போன்றோரை முதலில் அடையாளம் கண்டுகொள்ளுங்கள். இவர்கள் முற்றிலும் தவிர்க்க கூடியவர்கள் அல்ல. இவர்களிடத்தில் ஒரு சில மாற்றங்களை ஏற்படுத்தினாலே போதும், இவர்களின் திறனை எளிதில் ஆக்கப்பூர்வ செயல்களுக்கு நீங்கள் மடை மாற்றிக்கொள்ளலாம். பொதுவாக இவர்களைப் போன்றவர்களின் குற்றசாட்டு உயர் பதவிகள் அளிப்பதில்லை என்பதுதான். தலைமைப்பண்பில் இருப்பவர்கள் இவர்களைப் போன்றவர்களை அடையாளம் கண்டு இவர்களின் குறைகளை களைவதற்கான நடவடிக்கைகளை மேற்கொள்ள வேண்டும்.

நல்ல செயல்களை நண்பர்களாக்கி கொள்ளுங்கள்

நீங்கள் எந்த ஒரு காரியத்தை மீண்டும் மீண்டும் செய்துக்கொண்டு இருக்கின்றீர்களோ நாளடைவில் அதுவே உங்களின் ஒரு பழக்கமாக மாறிவிடுகின்றது என்று ஒரு ஆய்வு தெரிவிக்கின்றது. ஆக்கம் தரும் நல்ல செயல்களை

மீண்டும் மீண்டும் செய்து அதனை உங்களின் ஒரு பழக்கமாக மாற்றிக்கொள்ளுங்கள். இன்றைய சூழலில் பெரும்பான்மையான மக்கள் தங்களுக்கோ தங்களின் நிறுவனத்துக்கோ எந்த விதத்திலும் மதிப்புக் கூட்டாத செயல் நடவடிக்கைகளில் ஈடுபட்டு தங்களின் நேரத்தை விரயம் செய்கின்றனர். இது நாளடைவில் அவர்களின் ஒரு பழக்கமாக மாறி உற்பத்தித்திறனை பெரிதும் பாதிக்கின்றது. இத்தகைய நடவடிக்கைகள் உங்களின் ஊழியர்களின் நேரத்தை வீணாக்குவது மட்டுமின்றி நிறுவனத்தின் வளர்ச்சியினை அதலபாதாளத்திற்குச் செல்லவும் வழிவகை செய்கின்றது. முடிந்தவரை நல்ல செயல்களையும் சிறந்த சிந்தனைகளையும் உங்களின் ஒரு பழக்கமாக மாற்றிக்கொள்ளுங்கள்.

மாற்றத்திற்கும் முன்னேற்றத்திற்கும் கதவுகளை எப்பொழுதும் திறந்தே வையுங்கள்

உற்பத்தித்திறனிலும், நிர்வாகத்திலும் நீங்கள் சாதிக்க விரும்பினால் மாற்றத்திற்கான உங்களின் கதவுகளை எப்பொழுதும் திறந்தே வையுங்கள். உங்களின் மாற்றங்கள் சிறியதாக இருந்தாலும் சரி, பெரிதாக இருந்தாலும் சரி அதில் உள்ள நிறை குறைகளை முதலில் அலசி ஆராயுங்கள். புதிய தொழில்நுட்பங்களில் தொடங்கி புதிய முயற்சிகள் வரை மாற்றம் தரும் அனைத்து செயல்களையும் முயற்சித்துப் பாருங்கள். புதிய சிந்தனைகள் மட்டுமே மனிதகுலத்தை மேன்மையடைய செய்கின்றன. 1960-களில் வெற்றிட குழாய்கள் எனப்படும் வெக்கம் ட்யூப்ஸ் ரேடியோ மற்றும் கிராமஃபோன்கள் அதன் தொழில்நுட்பத்தில் ஆதிக்கம் செலுத்திக் கொண்டிருந்த சமயம். சோனி நிறுவனம் டிரான்சிஸ்டர் ரக ரேடியோ மற்றும் கிராமஃபோன்களை அறிமுகப்படுத்தியது. இவ்வகையான ரேடியோக்கள் மற்றும் கிராமஃபோன்கள் முன்பு இருந்த ரேடியோ மற்றும் கிராமஃபோன்களை

காட்டிலும் எடை குறைவானதாகவும், குறைந்த மின்சக்தியில் இயங்கக்கூடியதாக இருந்ததால் மக்களிடம் பெரும் வரவேற்பை பெற்றன. அதேபோல 1990-களில் அறிமுகப்படுத்தப்பட்ட "வாக்மேன்" புரட்சியானது ரேடியோ மற்றும் டேப் ரெக்கார்டர் வளர்ச்சிக்கு முட்டுக்கட்டை போட்டது. தற்போது "மெம்ஸ்" எனப்படும் மைக்ரோ எலக்ட்ரானிக் மெக்கானிக்கல் ஸ்விட்ச் தொழில் நுட்பப் புரட்சியானது கையடக்க கைப்பேசிக்குள் அனைத்தையும் ஒன்றிணைக்கும் தன்மைக்கு வளர்ச்சியடைந்துள்ளது. தொழில்நுட்பமோ சிந்தனைகளோ தொடர்ந்து மாறிக்கொண்டே இருக்கும் தன்மையை கொண்டது. வாழ்வில் நீங்கள் முன்னேற வேண்டுமா? தொடர்ந்து வெற்றியடைய வேண்டுமா? மாற்றங்களுக்கான உங்களின் கதவுகளைத் திறந்தே வையுங்கள்.

உங்கள் நிறுவனத்தில் நீங்கள் புதிய தொழில்நுட்பத்தினை முயற்சிக்கும் போது அதில் பலரின் படைப்புத்திறன்கள் வெளிப்படுவதை நீங்கள் காண நேரிடும். பெரும்பாலும் நிர்வாகிகள் தங்களது நிறுவனத்தின் இலக்கினை நிர்ணயிக்கின்றனர். ஊழியர்கள் அதனை செயல்படுத்தும் நடவடிக்கைகளில் ஈடுபடுகின்றனர். படைப்புத்துறையில் உங்கள் ஊழியர்களுக்கான சுதந்திரத்தை நீங்கள் வழங்கினால் தான் மக்களுக்கும், நிறுவனத்தின் வளர்ச்சிக்கும் பயன்படும் வகையிலான புதிய தொழில்நுட்பத்தை உங்கள் ஊழியர்களால் உருவாக்க முடியும் என்பதை நினைவில் கொள்ளுங்கள்.

உறவுகளை சிறப்பாக நீடிக்கும் இரவு நேர விருந்து

அண்ணா பல்கலைக்கழக ஏரோஸ்பேஸ் துறையில் ஒரு வினோத வழக்கத்தை நாங்கள் கையாளுகின்றோம். உறவுகள் மேம்படவும், எங்களுக்குள் இருக்கும் மாற்றுக்

கருத்துக்களை களைந்து ஒருமித்த கருத்தை ஏற்படுத்தவும் மாதம் ஒரு முறை இரவு விருந்திற்கு செல்லும் வழக்கம் அது. விளையாட்டாக எங்களுக்குள் ஆரம்பிக்கப்பட்ட இந்த முறையானது, பல்வேறு ஆக்கப்பூர்வமான செயல்களை எங்களுக்குள் புகுத்தியது. மனம் விட்டு பேசுதல் தொடங்கி, பரஸ்பர புரிதல், உறவுகளை புதுப்பித்துக் கொள்ளுதல் என எங்களின் உற்பத்தித்திறனை வளர்க்க இவை உதவுகின்றது. இன்றும் இந்த முறை எங்கள் வழக்கத்தில் இருந்து வருகின்றது. இதே போல இன்ஸ்ட்ருமென்டேஷன் (Instrumentation Engineering) துறையிலும் கிண்டி வளாகத்திலுள்ள உற்பத்தி பொறியியல் (Manufacturing Engineering) துறையிலும் குடும்பச் சுற்றுலா, வருடாந்திர திருவிழா போன்ற உறவுகளை புதுப்பித்துக் கொள்ளும் பல்வேறு முறைகளைப் பின்பற்றி வருகின்றனர். இந்த முயற்சியானது உற்பத்தித்திறனிலும், கூட்டு முயற்சிகளிலும் பல்வேறு ஆக்கப்பூர்வ விளைவுகளை பெற்றுத்தந்துள்ளது. உறவுகளையும் ஒற்றுமையையும் பேணுவதற்கு உங்கள் நிறுவனத்தில் இம்மாதிரியான நடவடிக்கைகளை கையாளுங்கள். இவை உங்களின் உற்பத்தித்திறனை பன்மடங்கு கூட்டும் திறன் கொண்டது.

திருப்தியாக பணிகளை மேற்கொள்ளும் வாய்ப்பினை வழங்குங்கள்

இரண்டு வருடங்களுக்கு ஒரு முறை உங்களின் ஊழியர்கள் அவர்கள் விரும்பும் துறைகளுக்கோ, அல்லது விரும்புகின்ற பணிகளுக்கோ அனுப்புங்கள். இதனால் உங்களின் ஊழியர்கள் தங்களின் திறமைகளை பல்வேறு துறைகளில் வளர்த்துக்கொள்ள முடியும். இந்த நடவடிக்கையின் மூலம் குழுத்தலைவரான நீங்கள் இரண்டு விதமான விஷயங்களை சாதித்துக்கொள்ள முடியும். ஒன்று உங்களின் ஊழியர்கள் திருப்தியாக வேலையினை மேற்கொள்ளும் ஓர் வாய்ப்பு. மற்றொன்று எந்தத்

தலைமையின் கீழ் உங்கள் ஊழியர்கள் விலகிப் போக நினைக்கின்றார்கள் என்று கண்டுபிடிக்கும் ஓர் அரிய வாய்ப்பு. இது உங்களின் நிர்வாகிகளை களைவதற்கும், திறமையான நிர்வாகிகளைக் கண்டுபிடித்து பணி அமர்த்துவதற்கும் உங்களுக்குப் பேருதவியாக அமையும். சுருக்கமாகச் சொல்ல வேண்டுமெனில் ஒரே கல்லில் இரண்டு மாங்காய். ஊழியர்களின் கருத்துகளை உற்று நோக்குங்கள். அவர்களின் கருத்துகளுக்கு எப்போதும் முன்னுரிமை கொடுங்கள். செவிக்கொடுத்து கேளுங்கள். அறிவு என்பது தலைமைத்துவத்தில் உள்ளவர்களுக்கு மட்டும் சொந்தமில்லை என்பதை உணருங்கள். அறிவோ, ஆக்கம் பெரும் செயல்களோ எங்கிருந்து வேண்டுமானாலும் யாரிடம் வேண்டுமானாலும் வெளிப்படலாம். அனுபவம் பெற்றவர், இல்லாதவர் என்கின்ற ஏற்றத்தாழ்வுகளுக்கு ஒருபோதும் இடம் அளிக்காதீர்கள். அது முற்றிலும் ஒரு தவறான செயல். நான் சந்தித்த சில நபர்கள் தாங்கள் தான் அனுபவசாலிகள் அதனால் தங்களுக்குத்தான் நிதிப்பங்கீடுகளிலும், தலைமைத்துவத்திலும் முன்னுரிமைகளை வழங்க வேண்டும் என்று வாதிடுவர். இவர்களை போன்று எதிர்கால சிந்தனையும் தொலைநோக்குப்பார்வையும் இல்லாதவர்கள் எந்த வகையிலும் உங்களின் நிறுவனத்திற்கு பயன்பட மாட்டார்கள். இவர்களைப் போன்றவர்களை தலைமைப்பண்பில் நீங்கள் அமரவைப்பதன் மூலம் நீங்களும் உங்களின் நிறுவனங்களும் கடும் நெருக்கடிகளை சந்திக்க நேரிடும்.

புதிய தொழில்நுட்பங்களை பயன்படுத்துங்கள்

மாற்றம் என்பது தொடர்ந்து நிகழக்கூடிய செயல்களில் ஒன்று. அதை நீங்கள் திசை திருப்பவோ, தடுத்து நிறுத்தவோ அல்லது தோல்வியுற செய்யவோ முடியாது. உங்களுடைய பணியாளர்கள் வேகமாக மாறிவரும்

தொழில்நுட்பத்திற்கு ஈடுகொடுக்கும் வகையில் தங்களை தானே தயார்படுத்திக்கொள்ள உதவுங்கள். புதிய தொழில்நுட்பத்தை அவர்களின் வேலைகளில் எப்படி புகுத்த முடியும் என்று ஆராய்ந்து அதனை செயல்படுத்த முயற்சி செய்யுங்கள். உங்களின் இந்த திறமை தான் உங்களின் தனித்திறனை வளர்த்து உங்கள் தலைமைத்துவ பணிகளை சிறப்புற செய்யும். கடந்த 2009-ஆம் ஆண்டு தமிழ்நாடு மின்சார வாரியம் முற்றிலும் கணினிமயம் ஆக்கப்பட்டது. 2011-ஆம் ஆண்டு எனது தந்தை அவரது பணியில் இருந்து ஓய்வு பெறும் நிலையில் கணினி என்பது அவருக்கு சற்றுக் கடினமாகவே தோன்றியது. ஒரு வார பயிற்சிக்கு பின் அவர் அதில் நிபுணத்துவம் பெற்றார். அவரது சகாக்களுக்கு அவரே வகுப்பெடுக்கும் வகையில் தன்னைத்தானே அவர் மெருகேற்றிக் கொண்டார். ஓய்வுக்கு பின்பும் எனது தந்தை மின்சார வாரியம் செல்கின்றார். முடிந்தவரை அங்குள்ள அவரின் சகாக்களுக்கு உதவுகின்றார். வேகமாக வளர்ந்து வரும் எந்த ஒரு தொழில்நுட்பத்தையும் சரிவர பயன்படுத்தும் நிறுவனமும் அதன் ஊழியர்களும் வளர்ச்சிப்பாதையில் பயணித்துக்கொண்டே இருக்கின்றனர். இங்கு மாற்றம் என்பது தனி நபரின் முயற்சியில் இருந்துதான் முதலில் துவங்குகின்றது. எந்த ஒரு தனி நபரும் தொழில்நுட்பத்தை தங்களின் திறனை மதிப்புக்கூட்டவும் சிறப்பான செயல்களை வெளிப்படுத்தவும் பயன்படுத்திக்கொள்ள வேண்டும். இத்தகைய முயற்சியே அவர்களின் செயல்களை மேம்படுத்தும் அத்துடன் அவர்களை முன்னேற்றப் பாதையில் பயணிக்க வழிவகை செய்யும்.

தலைமைத்துவத்தை முழுதாக புரிந்து கொள்ளுங்கள்

சிறு வயதிலிருந்தே தலைமைத்துவம் இங்குத் தவறாகவே பயிற்றுவிக்கப்பட்டு வருகின்றது. பள்ளிகளில் முதல்

மதிப்பெண் பெறும் மாணவ மாணவிகளுக்கு "பள்ளி மாணவத் தலைவர்" என்ற ரீதியில் இவை மாணவர்களுக்கு முதன் முதலில் அறிமுகப்படுத்தப்படுகின்றன. மாணவர்களுக்கு தலைமைப்பண்பை அறிமுகப்படுத்தும் இம்முறையானது யாராலோ எப்போதோ தோற்றுவிக்கப்பட்டது. இம்முறையின் அடிப்படையில் காலாண்டு அரையாண்டு தேர்வு மதிப்பெண்களுக்கு ஏற்ப மாணவ தலைவர்கள் மாறிக்கொண்டே இருப்பர். என்னைப் பொறுத்தவரையில் இது ஒரு தவறான அணுகுமுறை. கல்வியில் முதன்மைப் பெறுபவர்களுக்கு மட்டும் தலைமைப்பண்பு என்பது முற்றிலும் தவறான நடவடிக்கை. தலைமைப்பண்பை பற்றின அடிப்படை இங்குத் தவறாக மாணவர்களுக்கு பயிற்றுவிக்கப்படுகின்றன. இதனை ஆசிரியர் சமுதாயம் உடனடியாக களைய நடவடிக்கைகளை மேற்கொள்ள வேண்டும்.

எனக்குத் தெரிந்து, நான் மாணவனாக இருந்தபோது பள்ளியில் வகுப்புத் தலைவராக இருந்த மாணவர்கள் பலர் இன்று தலைமைப்பண்பில் இல்லாமல் இருப்பதும், சுமாரான மாணவர்கள் தலைமைப்பண்பில் சிறந்து விளங்குவதும் சற்று வியப்பாகவும் ஆச்சர்யம் நிறைந்ததாகவே எனக்குத் தோன்றுகின்றது. தலைமைப்பண்பு என்பது உங்களின் கல்வியினை பொறுத்தோ அல்லது நீங்கள் மேற்கொள்கின்ற செயல்களை பொறுத்தோ அமைவதில்லை. மாறாக பிரச்சனைகளை நீங்கள் எவ்வாறு கையாளுகின்றீர்கள் என்பதைப் பொறுத்தே அவை அமைகின்றன. தலைமைப்பண்பில் சிறப்புற விரும்பும் உங்களின் மாணவர்களை இதன் அடிப்படையிலேயே தயார் செய்யுங்கள். மதிப்பெண்கள் முக்கியம் தான். ஆனால் தலைமைப்பண்பு அதனைக்காட்டிலும் முக்கியம் என்பதை உணருங்கள், இல்லை உணர்த்துங்கள்.

கல்லூரிகளில் மாணவர்களின் தலைமைப்பண்பு என்பது பள்ளி தலைமைப்பண்பிலிருந்து சற்று மாறுபட்டது. இங்கு

தனிமனித திறன்களை மேம்படுத்த பல்வேறு வாய்ப்புகள் வழங்கப்படுகின்றன. மாணவர்களின் தனித்திறனை வெளிப்படுத்தவும் அதனை பட்டைத் தீட்டிக்கொள்ளவும் பல்வேறு வகையான குழுக்கள் இங்கு செயல்படுகின்றன. மாணவர்கள் தங்களுக்குத் தகுந்த குழுக்களை தேர்ந்தெடுத்துக்கொள்ளவும், தங்களுக்கான தலைவர்களை தேர்ந்தெடுக்கவும் உரிமைகள் இங்கு வழங்கப்படுகின்றன. அண்ணா பல்கலைக்கழகத்தில் சுமார் 60 முதல் 70 வகையான மாணவர்கள் குழுக்கள் இருக்கின்றது என்று சொன்னால் உங்களால் நம்ப முடிகின்றதா? என்னைப் பொறுத்தவரையில் கல்லூரிகளில் செயல்படும் இத்தகைய குழுக்கள் மாணவர்களை எதிர்வரும் காலங்களில் தலைமைப்பண்பில் ஈடுபடுத்திக் கொள்ள ஓரளவு உதவி புரிகின்றன.

நிகழ்ச்சி ஒருங்கிணைப்புத் தொடங்கி, குழு நிர்வாகம், நிதிப் பங்கீடு, ஒற்றுமையுடன் செயல்படுதல், திட்டமிடல், தலைமைப்பண்பு, அச்சமின்றி கருத்துக்களை எடுத்துரைத்தல், மோசமான நிலைமையினை கையாளுதல் போன்ற எண்ணற்ற தலைமைப்பண்பிற்கான அடிப்படைகள் நேர் முகமாகவோ அல்லது மறை முகமாகவோ இங்கு மாணவர்களுக்கு பயிற்றுவிக்கப்படுகின்றன. இன்று தலைமைப்பண்பில் சிறந்து விளங்கும் பல்வேறு தலைவர்களின் பட்டியலை நீங்கள் உற்று நோக்கினால் அவர்கள் தலைமைப்பண்பை வளர்த்தெடுக்கும் மாணவர்கள் குழுக்களில் ஏதேனும் ஒன்றில் பங்கேற்றிருப்பது புலனாகும். நிறுவனங்களுக்கு இடையேயான தலைமைப்பண்பானது நீங்கள் எடுத்துக்கொள்கின்ற செயல்களை எவ்வாறு கையாளுகின்றீர்கள் என்பதைப் பொறுத்தே அமைகின்றது. வெற்றிக்குத் தேவையான திட்டங்கள் தொடங்கி அதனை செயல் வடிவம் பெற தேவையான நடவடிக்கைகள் மூலம் உங்களது தலைமைத்துவம் தீர்மானிக்கப்படுகின்றது. நிறுவனத்தின் இலக்குகளை ஊழியர்களின் துணைக்கொண்டு அடைய தேவையான அனைத்து வித

பண்புகளையும் இங்கே நீங்கள் பயன்படுத்த நேரிடுகின்றது. கல்லூரி குழுக்களின் மூலம் நீங்கள் பெறப்பட்ட அனைத்து வித தலைமைப்பண்பு அனுபவங்களும் இங்கே உங்களுக்கு உதவக்கூடும். ஆற்றல் மிகுந்த ஒரு குழுவினை வழிநடத்த உங்கள் தலைமைத்துவ அனுபவங்களை பெருக்கிக் கொள்ளுங்கள். புத்தகங்கள் வாயிலாகவோ அல்லது உங்களுக்கு முன்னால் இருந்த தலைவர்களின் அனுபவங்கள் வாயிலாகவோ அதனை அடைய முயற்சியுங்கள். சிறந்த செயல்களை பட்டியலிடுங்கள் அதனை தொடர்ந்து முயற்சி செய்யுங்கள்.

தலைமைத்துவம் மற்றும் நிர்வாகத் திறனுக்கான அடிப்படையை வலுவாக்கிக் கொள்ளுங்கள்

அலெக்சாண்டரிடம் அவரது தந்தை உருவாக்கி கொடுத்த இராணுவம் இருந்தது. மாவீரன் நெப்போலியனிடம் ஒட்டு மொத்த பிரஞ்சு அரசும் இருந்தது. இராணுவ போர் தந்திரங்களில் தந்தையென போற்றப்படும் செங்கிஸ்தானிடம் இவை எதுவுமே இல்லை. அடி மட்டத்தில் இருந்து தனக்கு வேண்டியவற்றை அவர் உருவாக்கிக் கொண்டார். அவர் தனது பிறப்பை பற்றிக் கவலை கொள்ளவில்லை, கடந்தகால நிகழ்வுகளைப் பற்றிக் கவலை கொள்ளவில்லை, எதிர்கால விளைவுகளை பற்றிக் கவலை கொள்ளவில்லை. அவருக்கு தெரிந்தது எல்லாம் வெற்றி! வெற்றி! வெற்றி! வெற்றி ஒன்றுதான். அதனை அடைவதற்கு தேவையான அடிப்படையினை வலுவாக உருவாக்கிக் கொண்டார். தான் இறந்த பின்பும் வலுவான அரசை நிர்ணயம் செய்யும் குழுவை உருவாக்கிக் கொண்டார். இவையே மங்கோலிய பேரரசு அவரது இறப்பிற்கு பின்பும் நிலைத்து நின்றதற்கு சொல்லப்படும் காரணங்களில் ஒன்று. அடிப்படையினை வலுவாக உருவாக்கிக் கொண்ட ஒருவனின் புகழை அவனது இறப்பு

கூட எந்த வகையிலும் தடுக்க இயலாது என்பதற்கு செங்கிஸ்தானின் வரலாறே ஒரு சிறந்த உதாரணம்.

நிர்வாகத்திறனிலும், தலைமைத்துவத்தில் நீங்கள் சிறந்து விளங்க விருப்பினால், பேரரசன் செங்கிஸ்தானை போல உங்களது அடிப்படைத் திறன்களை வலுவாக உருவாக்கிக் கொள்ளுங்கள். அதனைப் பட்டைத் தீட்டுங்கள். கூர் படுத்திக்கொள்ளுங்கள். அதுவே உங்களின் வெற்றிக்கான சிறந்த ஆயுதம். உங்களின் தலைமைத்துவ திறன்களை வளர்க்க விரும்பும் செயல்களை முதலில் பட்டியலிடுங்கள் பிறகு அவற்றை வளர்க்க தேவையான பயிற்சிகளை மேற்கொள்ளுங்கள். எண்ணற்ற திறன்களை உடைய ஒருவனைக் கண்டு இந்த பிரபஞ்சம் அஞ்சும் என்பதே இயற்கையின் விதி. அதை நீங்கள் முதலில் உணருங்கள். உங்கள் வாழ்க்கை உங்கள் செயல்களில் தான் பொதிந்துள்ளது. சிறந்த வாழ்க்கையினை அடைய முதலில் செயல்களில் இறங்குங்கள். வெற்றியினை நோக்கி பயணியுங்கள்.

15. மாற்றத்தை உங்களிடமிருந்து முதலில் தொடங்குங்கள்

பொதுவாக மனிதர்கள் தங்களது தலைமை எவ்வாறு அமைகின்றதோ அதனையே தங்கள் செயல்களில் வெளிப்படுத்த விரும்புகின்றனர். தலைவர்களைப் பார்த்து தங்களின் வாழ்க்கை முறையினை மாற்றியமைத்துக் கொள்கின்றனர். சிலர் விருப்பத்துடனும் சிலர் விருப்பமில்லாமலும். நீங்கள் மற்றவர்களிடம் எப்படி நடந்து கொள்கின்றீர்கள் என்பதை உங்களின் ஊழியர்கள் உற்று நோக்கி அதனை உள்வாங்கிக் கொள்கின்றனர். பிறகு அதனையே தங்களையும் அறியாமல் பிறரிடம் வெளிப்படுத்துகின்றனர். நேர்மையாக செயல்படும் தலைவர்களின் ஊழியர்கள் நேர்மையாகவே இருக்கின்றனர். நேர மேலாண்மையை சிறப்பாக கையாளும் தலைவர்களின் ஊழியர்கள் நேர மேலாண்மையில் சிறந்தே விளங்குகின்றனர். நீங்கள் உங்கள் ஊழியர்களிடம் ஏதேனும் மாற்றத்தைக் கொண்டு வர விரும்பினால் அதனை உங்களிடம் இருந்தே முதலில் தொடங்குங்கள். உங்களின் இந்த சிறிய நடவடிக்கை தான் உங்கள் ஊழியர்களின் வாழ்வில் மிகப் பெரிய மாற்றத்தினை ஏற்படுத்தும்.

மைய இயக்குனராக இருக்கும் நண்பர் ஒருவர் அவரது வாகன ஓட்டுநர் சரியான நேரத்திற்கு வேலைக்கு வருவதில்லை என்றும், அவரது விருப்பம் போல காலையில் வருகின்றார் என்றும், அதனால் தன்னுடைய பணிகள் யாவும் தேக்க நிலை அடைகின்றன என்று கூறி தனது வருத்தத்தைத் தெரிவித்தார். அவரிடம் ஒரு சில கேள்விகளை முன்வைத்தேன். நீங்கள் காலையில் சரியான நேரம் அலுவலகம் வருகின்றீர்களா? 5 நிமிடத்திற்குள்

வருகின்றேன் என்று கூறிவிட்டு உங்களின் ஓட்டுனரை வெகுநேரம் காக்க வைக்கின்றீர்களா? சரியான ஓய்வினை அவருக்கு வழங்குகின்றீர்களா? சரியான நேரம் அவரை வேலைகளில் இருந்து விடுவிக்கின்றீர்களா? இப்படி நீங்கள் எதுவும் செய்யவில்லை என்றால் அதனை முதலில் மாற்றுங்கள் என்று யோசனை கூறினேன். அடுத்த முறை என்னை நேரில் சந்தித்த போது அவரது ஓட்டுனரிடம் ஏற்பட்ட மாற்றத்தை என்னிடம் குறிப்பிட்டு அவரது நன்றிகளை எனக்கு கூறினார். மாற்றங்களை நீங்கள் தான் முதலில் உருவாக்க வேண்டும். மாற்றங்களை நீங்கள் உருவாக்காத வரையில் மாற்றம் என்பது ஒன்று நிகழாமலே போகின்றன.

சரிவிலிருந்து மீட்டெடுங்கள்

சிறந்த தலைவர்கள் தாங்கள் முன்னேற தேவையான அனைத்து வித வியூகங்களையும், யோசனைகளையும் முன்கூட்டியே திட்டமிட்டுக் கொள்கின்றனர். சரிவை நோக்கிப் பயணித்துக் கொண்டிருக்கும் நிறுவனத்தின் பலம் மற்றும் பலவீனங்களை பட்டியலிட்டுக் கொள்கின்றனர். சரிவில் இருந்து மீட்கத் தேவையான நடவடிக்கைகள் மீது அதீத கவனத்தைச் செலுத்துகின்றனர். நிறுவனம் சரிவை நோக்கிச் செல்ல காரணமாக இருந்த அனைத்து நடவடிக்கைகளையும் மறு சீராய்விற்கு உட்படுத்துகின்றனர். உற்பத்தித்திறனை மேம்படுத்த தேவையான அனைத்து யோசனைகள் மற்றும் புதிய தொழில்நுட்பங்களை பயன்படுத்துகின்றனர். இவ்வாறாக தாங்கள் மேற்கொள்ளும் கூட்டு நடவடிக்கைகளின் பயனாக சரிவில் இயங்கும் தங்களது நிறுவனத்தை முன்னேற்றப் பாதையில் பயணிக்க வழிவகை செய்கின்றனர்.

தெளிவாக இருங்கள்

சரிவை நோக்கி பயணித்துக் கொண்டிருக்கும் நிறுவனங்களை நீங்கள் உற்று நோக்கினால், அதன்

ஊழியர்கள் அனைவருக்கும் தங்கள் நிறுவனத்தை பற்றியும் அதன் குறிக்கோள்கள் பற்றியும் தெளிவு இல்லாமல் இருப்பதை உங்களால் காண முடியும். ஒரு வெற்றிகரமான நிறுவனத்தைப் பொறுத்த வரையில் தங்களின் குறிக்கோள்கள் என்ன? எதை சாதிக்க முயற்சி மேற்கொண்டிருக்கிறோம்? எதனை நோக்கி தாங்கள் பயணித்துக் கொண்டிருக்கிறோம்? தங்களின் எதிர்காலம் என்ன? என்பதை பற்றித் தெளிவாக அறிந்து வைத்துள்ளனர். தங்களது பலம் மற்றும் பலவீனங்களை முறையாக அறிந்து வைத்துள்ளார். நீங்கள் ஒரு சிறந்த தலைவராக மாற வேண்டுமானால், உங்களது எண்ணங்கள், சிந்தனைகள மற்றும் கருத்துகளை உங்கள் ஊழியர்களிடம் எப்படி எடுத்துரைப்பது என்பதை முதலில் கற்றுக்கொள்ளுங்கள். நீங்கள் உங்கள் ஊழியர்களிடம் எதை எதிர்பார்கின்றீர்கள் என்பதையும், அவற்றை எப்படி செய்ய வேண்டும் என்பதையும் தெளிவாக எடுத்துரையுங்கள். நீங்கள் என்ன எதிர்பார்க்கின்றீர்கள் என்று உங்கள் ஊழியர்களுக்குப் புரிந்தால்தான் நீங்கள் எதிர்பார்க்கும் செயல்களை அவர்களிடமிருந்து இருந்து உங்களால் பெற முடியும்.

புரியும்படி தெளிவாக எடுத்துரையுங்கள்

தங்களிடம் இருந்து தங்களின் நிறுவனம் என்ன எதிர்பார்க்கின்றது என்று தங்களுக்கே தெரியவில்லை என்பதுதான் பெரும்பாலான ஊழியர்களின் குற்றசாட்டாகவே உள்ளது. இதனைக்களையும் பொருட்டு அண்ணா பல்கலைக்கழக NAAC-2023 தகவல் திரட்டலின் போது கையேடு முறையை நாங்கள் அறிமுகம் செய்தோம். மென்பொருளோடு சேர்த்து மெட்ரிக் கையேடு ஒன்றையும் விநியோகம் செய்தோம். அண்ணா பல்கலைக்கழகத்தின் எந்த ஒரு ஊழியர்களும் எளிதில் புரிந்து கொள்ளும் வண்ணம் அதனை எளிமைப்படுத்தி இருந்தோம். இந்த

கையேட்டில் தகவல் எப்படி இருக்க வேண்டும், தகவலுக்கான வலுவூட்டும் ஆதாரங்கள் எவ்வாறு இருக்க வேண்டும் என்று தெளிவாக விளக்கியிருந்தோம். இதன் மூலம் நாங்கள் எதிர்பார்த்தபடி தகவல்களையும், வலுவூட்டும் ஆதாரங்களையும் ஊழியர்களிடமிருந்து எங்களால் பெற முடிந்தது. இந்த நடவடிக்கையின் வாயிலாக நாங்கள் ஒன்றை கற்றுக்கொண்டோம். நீங்கள் என்ன எதிர்பார்க்கின்றீர்கள் என்பதை உங்களது ஊழியர்களுக்கு தெளிவாக எடுத்துரைத்தாலே போதும். நீங்கள் விரும்பும் தகவல்களையோ அல்லது செயல்களையே எளிதில் பெற முடியம் என்று.

முட்டாள்களுடன் ஒருபோதும் வாதிடாதீர்கள்

காட்டில் கழுதையும், புலியும் சண்டையிட்டுக் கொண்டன. கழுதை சொன்னது புற்கள் அனைத்தும் நீல நிறமென்று. இதைக் கேட்ட புலிக்கு கடுமையான கோபம். நீ கூறுவது தவறு. புற்கள் அனைத்தும் பச்சை நிறமுடையது என்று கடுமையாக வாதிட்டது. கழுதை விடாப்பிடியாக "இல்லவே இல்லை! நீ கூறுவது முற்றிலும் தவறு. நான் எனது கண்களால் கண்டுள்ளேன். அனைத்து புற்களும் நீல நிறங்களை கொண்டது" என்று மீண்டும் வாதிட்டது. இந்த பிரச்சனை கடைசியாக காட்டின் ராஜாவான சிங்கத்திடம் சென்றது. இரு தரப்பு வாதங்களையும் முழுமையாகக் கேட்ட சிங்கம். புற்கள் அனைத்தும் நீல நிறமானது தான்! தவறான கருத்தைப் பரப்ப முயன்ற புலியை ஒரு ஆண்டு காலம் இந்த காட்டை விட்டு விலக்கி வைக்கிறேன் என்று தீர்ப்பு கூறியது. இதைக் கேட்ட கழுதை துள்ளி குதித்து தனது மகிழ்ச்சியை தெரிவித்த வண்ணம் ஓடியது. சிறிது நேர அமைதிக்கு பிறகு புலி சிங்கத்திடம் சென்று "ராஜா புற்கள் அனைத்தும் பச்சை நிறம் என்பது உங்களுக்கு நன்றாக தெரியும்! தெரிந்தும் ஏன் இப்படி ஒரு தீர்ப்பை வழங்குனீர்கள்" என்று முறையிட்டது. புலியைப் பார்த்து

சிங்கம் கூறியதாம். "புற்கள் அனைத்தும் பச்சை நிறமுடையது என்பது எனக்கு நன்றாக தெரியும். அறிவில் சிறந்த நீ, அறிவற்ற ஒரு முட்டாளிடம் வாதிட்டு உன்னுடைய மென்மையான நேரத்தை வீணடித்ததற்காக தான் இந்த தண்டனை" என்றதாம். காட்டில் உள்ள கழுதைகளை போல சில அறிவற்றவர்கள் நிகழ்விலும், உங்கள் வாழ்க்கையிலும் உங்களுடன் ஒன்றாக பயணிக்கக்கூடும். அவர்களிடம் உங்களின் அறிவை காட்டும் விதமாக வாதிட்டு உங்களின் பொன்னான நேரங்களை என்றும் வீணடித்து விடாதீர்கள்.

80/20 உத்தியினை பயன்படுத்துங்கள்

நீங்கள் மேற்கொள்ள வேண்டிய வளர்ச்சிக்கான 80 சதவீத விழுக்காடு மீதமுள்ள 20 சதவீத விழுக்காடு செயல்களில் மட்டுமே பொதிந்துள்ளது. நீங்கள் 100 சதவீதம் மனநிறைவோடு ஒரு செயலை மேற்கொள்ள விரும்பினால் வெறும் 20 சதவீத நடவடிக்கைகளில் மட்டும் உங்களின் கவனத்தைச் செலுத்துங்கள். உங்களில் செயல்கள் அனைத்தும் சுமுகமாக செயல்படுவதை நீங்களே உணருவீர்கள். பிரச்சனைகளை கையாளும் போதும் அதனை தீர்க்கும் நடவடிக்கையின் போதும் இதே உத்தியினை பயன்படுத்துங்கள். பெரும்பாலும் உங்களின் 80 சதவீத பிரச்சனைகளுக்கான காரணம் நீங்கள் கையாளும் 20 சதவீத பிரச்சனைகளுக்குள் தான் அடங்கியுள்ளது. மீட்பு நடவடிக்கைகளின் போதும் இதே உத்தியினை பயன்படுத்துங்கள். வெறும் 20 சதவீத பிரச்சனைகளுக்குள் உங்கள் கவனத்தை குவிப்பதன் மூலம் மீதமுள்ள 80 சதவீத பிரச்சனைகளில் இருந்து நீங்கள் எளிதில் விடுபட முடியும். நீங்கள் என்ன செய்ய வேண்டும் என்று உங்களால் கண்டுபிடிக்க முடியாவிட்டால் வாழ்நாள் முழுவதும் நீங்கள் உற்சாகம் இழந்து விரக்தியாகவே காணப்படுவீர்கள்.

உங்களுக்கு எது முக்கியம் என்பதை தெளிவாக அறிந்து, மனதை நிலைநிறுத்தி, அதனை அடைய வேண்டிய வழிமுறைகளை கண்டறிந்து அதில் கவனத்துவம் செலுத்தும் போது உங்களிடம் ஒரு உற்சாகம் தோற்றிக் கொள்ளும். ஆகவே, உங்களை நீங்கள் உற்சாகமாக வைத்துக்கொள்ள, நீங்கள் அடைய வேண்டிய இலக்குகளை முதலில் தீர்மானியுங்கள். உங்கள் இலக்குகள் தான் உங்களின் வெற்றிக்கான ஏணி. வெற்றியை நோக்கி பயணிக்கத் தொடங்குங்கள். தலைமைத்துவம் விரைவில் உங்கள் வசப்படும்.

களத்தில் நின்று செயலாற்றுங்கள்

மாபெரும் தலைவர்கள் எப்பொழுதும் களத்தில் நின்று பணியாற்றுவதையே பெரிதும் விரும்புகின்றனர். ஹிட்லர் முதல் நெப்போலியன் வரை களத்தில் நின்றே தங்கள் நாட்டிற்காக இறுதிவரை போராடினர். தங்களது இருப்புதான் தங்களையும் தங்கள் குழுவையும் இயங்க வைக்கும் உந்து சக்தி என்பதை அவர்கள் நன்கு அறிந்திருந்தனர். இக்கட்டான கடைசிகட்ட போர்களிலும் கூட அவர்கள் ஓடி ஒளிந்து கொள்ளவில்லை. ஒரு சிறந்த தலைவராக தோல்விகளிலும் அவர்கள் தங்களை நிலைநிறுத்திக் கொண்டனர். ஒரு சிறந்த தலைவர் என்ற ரீதியில் உங்களது கருத்துகளை தெரிவிக்கவும், நடவடிக்கைகளை துரிதப்படுத்தவும் களத்தில் நின்று நீங்கள் செயல்படுவது என்பது முக்கியத்துவம் பெறுகின்றது. நேருக்கு நேர் கருத்துகளை பரிமாறிக் கொள்வதன் மூலம், களநிலவரங்களை உடனுக்குடன் அறிந்து கொள்வதோடு மட்டுமின்றி சூழ்நிலையினை உள்வாங்கிக் கொண்டு செயலாற்றவும் வழிவகை செய்கின்றது. தலைவர்கள் களத்தில் நின்று செயல்படுவதன் மூலம் ஊழியர்கள் தங்களையும், தங்களின் செயல்களையும் வெற்றி என்ற இலக்கினை

நோக்கி இணைத்துக் கொள்கின்றனர். தங்கள் தலைவர்கள் சொல்வதை புரிந்து கொண்டு அதனை மேலும் சிறப்பாக செயல்படுத்த முற்படுகின்றனர். சோழ சாம்ராஜ்யத்தை விரிவுபடுத்திய இராஜராஜ சோழன் மற்றும் அவன் மகன் இராஜேந்திர சோழன் இருவரும் களத்தில் நின்று போரிடுவதையே வழக்கமாக கொண்டிருந்தனர். இவர்களின் இந்த நடவடிக்கை தான், போர் வீரர்களை உத்வேகத்துடன் செயல்பட வைத்து எண்ணற்ற வெற்றிகளை அவர்களுக்கு ஈட்டித்தந்தது. ரோமை கட்டியாண்ட அலெக்சாண்டர் முதல் பிரான்ஸை கட்டியாண்ட நெப்போலியன் வரை களத்தில் நின்று செயலாற்றுவதையே தங்களின் வெற்றிக்கான அடித்தளம் என்று கருதினர்.

எப்பொழுதும் மற்றவர் பார்வையில் படும்படி இருங்கள்

நீங்கள் ஒரு தலைவராக இருந்தால் உங்கள் அறையிலே அடைந்துகிடக்காமல் வெளியே வந்து மக்களுடன் உரையாடுங்கள். அவர்களுடன் பேச்சுக்கொடுங்கள், நலம் விசாரியுங்கள், அவர்களின் தேவையினை கேட்டறிந்து அவற்றை களையும் நடவடிக்கைகளில் ஈடுபடுங்கள். இவையாவுமே மக்கள் உங்களை எளிதில் அணுகுவதற்கு ஒரு வாய்ப்பாக அமையும். தங்களின் துறைகளில் உள்ள நிறை குறைகளை பற்றி ஒளிவு மறைவின்றி மக்கள் தங்களின் சுதந்திர கருத்துகளை பரிமாறிக்கொள்ள இவை உதவும். வாரக்கணக்கிலோ அல்லது மாதக் கணக்கிலோ உங்கள் அறைகளில் அமர்ந்து நீங்கள் திரட்டும் தகவலைக் காட்டிலும் உண்மையான தகவல்களை உங்கள் ஊழியர்களையும், வாடிக்கையாளர்களையும் நேரில் சென்று சந்திப்பதன் மூலம் நீங்கள் எளிதில் பெறமுடியும்.

சீன புரட்சியாளரும் அந்நாட்டின் தலைவருமான "மா சே துங்" என அழைக்கப்படும் "மாவோ" பற்றி கேள்விப்பட்டு

இருக்கின்றீர்களா? பல நூற்றாண்டு கால அன்னிய ஆக்கிரமிப்புக்கு பின், இருபதாம் நூற்றாண்டில் சீனாவில் நிகழ்ந்த கம்யூனிசப் புரட்சியையும், அதனைத் தொடர்ந்து நடைபெற்ற உள்நாட்டுப் போரையும் முன்னின்று நடத்தி வெற்றி கண்டவர் அவர். இவர் தனது கம்யூனிச கொள்கைகளை விவசாயிகள் வாயிலாக வெளிப்படுத்தி அவர்களை ஒன்றிணைத்தார். விவசாயிகளே சீனாவின் உண்மையான தூண்கள் என்றும், அவர்களே இந்நாட்டின் பிரதிநிதிகள் என்று பிரகடனம் செய்தார். மன்னர் குவோமின்டாங் ஆட்சியினை எதிர்த்து விவசாயிகளை கொண்ட இராணுவத்தை உருவாக்கி அரசிற்கு எதிராக போராடினார். இவர் பெரும்பாலும் விவசாயிகளை நேரில் சந்தித்து அவர்களின் நிறைகள் என்ன? அவர்களின் குறைகள் என்ன? அவற்றை மேம்படுத்தும் நடவடிக்கைகள் என அனைத்தையும் கேட்டறிந்தார். அவரின் இந்த அணுகுமுறையின் காரணமாக விவசாய நாடான சீனாவில் பெருந்திரளான விவசாயிகள் இவரின் கீழ் ஒன்றிணைந்து மன்னர் ஆட்சிக்கு எதிராக போராடி மக்கள் ஆட்சிக்கு வித்திட்டனர். புரட்சியாளர் மாவோ வெறும் தகவல்களுடனும், அறிக்கைகளுடனும் பூட்டப்பட்ட அறைகளுக்குள் இருந்து கொண்டு மக்களுக்காக போராடவில்லை. மாறாக, மக்களுடன் மக்களாக, விவசாயிகளுடன் விவசாயியாக களத்தில் தன்னை இணைத்துக்கொண்டு மக்களுக்காக முன்னின்று போராடினார். இவரின் இந்த நடவடிக்கைதான் அவரை மக்களின் தலைவராக முன்னிலைப்படுத்தி சீன விடுதலைக்கு வித்திட்டது.

சராசரியாக தலைவர்கள் தங்களது நேரத்தில் சுமார் 25 விழுக்காடு தனது வாடிக்கையாளர்களிடமும், ஊழியர்களிடமும் செலவிடுகின்றனர். சிறந்த தலைவர்கள் யாவரும் வெறும் தகவல்களுடன் போராடுவதைக் காட்டிலும், நேரில் சென்று தனது ஊழியர்களுடன் இணைந்து நிறுவனத்தின் வளர்ச்சிக்காக போராடுவதையே விரும்புகின்றனர். 1970-களில் வி.சி.ஆர் (VCR) எனப்படும்

வீடியோ கேசட் பிளேயர் மிகவும் பிரபலமாக இருந்த சமயம். கலிஃபோர்னியா மாகாணத்தில் உள்ள சாண்டா கிளாரா பகுதியில் ஒரு வாடிக்கையாளர் வி.சி.ஆர் வாங்கி கொண்டிருந்ததையும் அதனை ஒரு முதியவர் அவருக்கு விற்பனை செய்து கொண்டிருந்ததை பற்றியும் சுவாரசியமான கதை ஒன்று உண்டு. விற்பனை செய்த அந்த முதியவருக்கு ஆங்கிலம் சரியாக தெரியவில்லை. இருப்பினும் தன்னால் ஆன அனைத்து விளக்கங்களையும் அதன் செயல் முறைகளையும் அந்த வாடிக்கையாளருக்கு விளக்கிக் கொண்டிருந்தார். அந்த வாடிக்கையாளர் வி.சி.ஆர்-ரை வாங்கிக்கொண்டு அக்கடையில் இருந்து வெளியேறிய போது, இடைமறித்த அவரது நண்பர். அந்த முதியவர் யார் என்று உனக்கு தெரிகின்றதா? என கேட்டார். "தெரியாது" என வாடிக்கையாளர் நண்பர் கூற. அவர் தான் பிரபலமான சோனி நிறுவனத்தின் தலைவர் "அகியோ மோரிடா" எனப் பதிலளித்தார். அப்போது தான் சோனி நிறுவனம் அமெரிக்காவில் தனது கிளையினை தொடங்கி மெதுவாக வளரத் தொடங்கியிருந்தது. அமெரிக்க மக்கள் ரசனைக்கு ஏற்ப தங்களது பொருட்கள் இருக்கின்றனவா? என்பதை அறிந்து கொள்வதற்கும், வாடிக்கையாளர்களின் கருத்துகளை நேரில் கேட்டறிந்து கொள்வதற்கும் தானே களத்தில் இறங்கி விற்பனையாளராக செயல்பட்டார் அகியோ மோரிடா.

விற்பனையாளர்களாக செயல்படுங்கள்

தலைவர்கள் எப்பொழுதும் விற்பனையாளர்களாகவே செயல்பட விரும்புகின்றனர். தனது கருத்துகளையும், செயல்களையும் வாடிக்கையாளர்களான தனது ஊழியர்களிடம் தொடர்ந்து விற்பனை செய்து கொண்டே இருக்கின்றனர். தாங்கள் அந்த செயல்களில் ஈடுபடுவதன் மூலம் கிடைக்கப்பெறும் பயன் குறித்தும். அதனால் நிர்வாகமும் தங்களது ஊழியர்களும் அடையப்பெறும்

மேம்பாடுகள் குறித்தும் எடுத்துரைக்கின்றனர். தலைவர்களின் இத்தகைய நடவடிக்கையானது ஊழியர்கள் அனைவரையும் ஒற்றை இலக்கினை நோக்கி ஒன்றிணைப்பதுடன், அதிக நேரம் உழைக்கவும், கடின இலக்குகளை எட்டவும், அதிக சவால் நிறைந்த பொறுப்புகளை ஏற்றுக்கொள்ளவும் தூண்டுகின்றது. உங்களால் தான் நிறுவனம் மேன்மையடைகின்றது. நிறுவனத்தால் தான் நீங்களும் மேன்மையடைகின்றீர்கள் என்று ஒரு விற்பனையாளர் போல தலைவர்கள் தொடர்ந்து செயல்படுவதன் மூலம் இலக்குகளை எளிதாக அடைகின்றனர். ஒரு விற்பனையாளரால் தான் தங்கள் நிறுவனத்தையும் அதன் பொருட்களையும் வாடிக்கையாளர்களிடம் சிறப்புற எடுத்துக்கூறி விற்பனை செய்யமுடியும். நிறுவனத்தில் உள்ள பல்வேறுபட்ட மனித மனங்களை ஒன்றிணைத்து ஒத்துழைப்போடு வெற்றியினை நோக்கி பயணப்பட தலைவர்கள் விற்பனையாளராக செயல்படுவது அவசியம்.

ஆழ்மன விருப்பமும் குறிக்கோளும்

உங்கள் ஆழ்மன விருப்பங்களை கண்டுபிடிப்பதற்கும், உங்களின் ஆற்றலை முழுமையாக வெளி கொணர்வதற்கும் ஒரு நேரடி தொடர்பு உள்ளது. நீங்கள் விருப்பமின்றி மேற்கொள்ளும் எந்த ஒரு செயல்களும் அதன் இலக்குகளை அடைவதில்லை. நீங்கள் விருப்பமற்று தொடர்ந்து மேற்கொள்ளும் செயல்கள் அனைத்தும் ஒருவித சலிப்பினை உங்களுக்கு ஏற்படுத்துகின்றன. உங்களின் ஆழ்மன விருப்பமானது நீங்கள் மேற்கொள்ளும் அனைத்து செயல்களில் ஒருவித தாக்கத்தை ஏற்படுத்தி அதனை மதிப்புக்கூட்டும் தன்மை கொண்டது. சிறந்த செயல்களை வெளிப்படுத்த உங்களின் ஆழ்மன விருப்பதை முதலில் கண்டறியுங்கள். புரிதலின் துணைகொண்டு உங்களின் ஆழ்மன விருப்பதோடு இணைந்து நீங்கள் மேற்கொள்ளும்

அனைத்து செயல்களுமே ஒரு வித நேர்மறை தாக்கத்தை ஏற்படுத்துகின்றன. இவை உங்களின் தனிப்பட்ட வளர்ச்சிக்கும் நிறுவன வளர்ச்சிக்கும் வித்திடுகின்றன. நீங்கள் உங்கள் ஆழ்மன விருப்பதை கண்டுபிடித்து விட்டீர்களா? நீங்கள் அதை அடைய என்ன செய்ய வேண்டும் என்று உங்களுக்கு தோன்றுகின்றதோ அதை தைரியமாக செய்யுங்கள். ஏனெனில் ஆழ்மனதின் ஆசைகளுக்கு அதீத செயல்களை வெளிப்படுத்தும் ஆற்றலுண்டு.

மாற்றத்தை நோக்கி பயணியுங்கள்

மாற்றத்தை நோக்கி பயணிக்க நீங்கள் எடுத்துவைக்க வேண்டிய முதல் நிலை விழிப்புணர்வாகும். உள்ளதை உள்ளபடியே ஏற்றுக்கொள்வது என்பது இரண்டாவது நிலையாகும். நீங்கள் உங்கள் உள்ளார்ந்த நடவடிக்கைகளில் மாற்றத்தையும், வளர்ச்சியினையும் ஏற்படுத்த விரும்பினால் முதலில் உங்களைப் பற்றி ஆராய வேண்டும். உங்களைப் பற்றிய பிறரின் கருத்துகள் என்ன என்பதைக் கேட்டு அறிந்து கொள்ள வேண்டும். பிறகு அதில் உள்ள நிறை குறைகளை அப்படியே ஏற்றுக்கொள்ள வேண்டும். இதுவே உங்களின் வளர்ச்சிக்கான முன்னெடுப்பு நடவடிக்கையாகும்.

உங்களின் சுயவளர்ச்சிக்கு உதவக்கூடிய கேள்விகள் கீழே கொடுக்கப்பட்டுள்ளன இவற்றுக்கான விடையினை கண்டுபிடியுங்கள். இவை உங்களின் வளர்ச்சிக்கு உறுதுணையாக அமையும்.

- நீங்கள் இப்போது செய்து கொண்டிருக்கும் வேலை உங்களுக்கு பிடித்திருக்கிறதா?

- நீங்கள் என்ன செய்ய விரும்புகின்றீர்கள்?

- நீங்கள் செய்ய விரும்புகின்ற வேலைக்கு உதவக்கூடிய நடவடிக்கைகளை மேற்கொள்கின்றீர்களா?

- நீங்கள் செய்ய விரும்புகின்ற வேலையை எதனால் நீங்கள் செய்ய விரும்புகின்றீர்கள் என்று உங்களால் விளக்க முடியுமா?

- நீங்கள் செய்ய விரும்புகின்ற வேலையை செய்வதற்கு முன் என்ன செய்ய வேண்டும் என்று உங்களுக்கு தெரியுமா?

- நீங்கள் செய்ய விரும்புகின்ற வேலையை தற்போது செய்துகொண்டு இருக்கின்ற மக்களை உங்களுக்கு தெரியுமா?

- நீங்கள் செய்ய விரும்புகின்ற வேலையினை தற்போது செய்துகொண்டு இருக்கின்ற மக்களோடு இணைந்து உங்களால் செய்ய முடியுமா?

- நீங்கள் செய்ய விரும்புகின்ற வேலையை செய்வதற்குக் கொடுக்கப்பட வேண்டிய விலையினை கொடுக்க நீங்கள் தயாராக இருக்கின்றீர்களா?

- நீங்கள் செய்ய விரும்புவதை எப்போது உங்களால் தொடங்க முடியும்?

இந்த கேள்விகளுக்கான விடையை நீங்கள் கண்டுபிடித்து விட்டீர்கள் என்றால் உங்களின் ஆழ்மன விருப்பத்தை அடையாளம் கண்டு கொண்டீர்கள் என்று அர்த்தம்.

16. நேர நிர்வாகம்

தலைமைத்துவத்தில் சிறந்து விளங்க நீங்க கடைபிடிக்க வேண்டிய மிக முக்கிய மற்றும் சவால் நிறைந்த காரணிகளில் ஒன்று "நேர நிர்வாக முறை". நேர நிர்வாகமும் அதன் மேலாண்மையுமே ஒரு தலைவரின் வெற்றியினையும், தோல்வியினையும் தீர்மானிக்கின்றன. "நேரம்" மனித குலத்திற்கு கிடைத்த உன்னத பொக்கிஷங்களில் ஒன்று. அதனைக் கட்டுப்படுத்தவோ, தடுத்து நிறுத்தவோ அல்லது சேமித்து வைக்கவோ முடியாது. ஒருமுறை அதை நீங்கள் தொலைத்து விட்டால் அதனை திரும்ப பெறுவது என்பது இயலாது. உங்களின் அனைத்து வித செயல்களுக்கும் நேரம் இன்றியமையாதது. ஒன்றை உருவாக்குவதற்கும் அதனை அழிப்பதற்கும் நேரமே கருப்பொருள். நீங்கள் ஆக்கப்பூர்வ செயல்களுக்கு எவ்வளவு நேரம் செலவிடுகின்றீர்களோ அவ்வளவு தூரம் தலைமைப்பண்பில் உன்னத நிலையினை அடைய அவை உதவுகின்றன.

நேர நிர்வாகத்தைப் பொறுத்த வரையில் நீங்கள் எவ்வாறு நேரத்தை கையாளுகின்றீர்கள் என்பதை முன்னிலைப்படுத்தியே உங்களின் திறன் நிர்ணயிக்கப்படுகின்றது. நேரம் உங்களின் கட்டுப்பாட்டில் இருக்கின்றதா? அல்லது நீங்கள் நேரத்தின் கட்டுப்பாட்டில் உள்ளீர்களா? என்ற இந்த இரட்டைக் கேள்வி தான் உங்களின் வாழ்க்கை முறையினை உங்களின் வெற்றிகளையும் தீர்மானிக்க உதவுகின்றது. மகிழ்ச்சிகரமான வாழ்விற்கும், மன அமைதியான வாழ்விற்கும் நேரத்தை உங்களின் கட்டுப்பாட்டில் வைத்துக்கொள்ளுங்கள். ஒருவேளை நீங்கள் செய்யும் வேலைகள் உங்களுக்கு மகிழ்ச்சியை அளிக்கவில்லையா? மனச்சோர்வுடன் காணப்படுகின்றீர்களா? நேரம் உங்களின் கட்டுப்பாட்டில் இல்லை என்பதை உணருங்கள். அதைக் கட்டுப்படுத்த தேவையான நடவடிக்கைகளில் ஈடுபடுங்கள்.

பட்டிமன்ற விவாதங்கள்

பட்டிமன்ற விவாதங்களை உற்றுக்கவனித்து இருக்கின்றீர்களா? நேர நிர்வாகத்திற்கான சிறந்த எடுத்துக்காட்டு என்று இதனை நான் குறிப்பிடுவேன். நேர் அணி மற்றும் எதிரணி என இரு தரப்பினரும் தங்களுக்கு கொடுக்கப்பட்டுள்ள தலைப்பிற்கு ஏற்ப கருத்துகளை எடுத்துரைத்து இதில் வாதிடுவார்கள். இது முன் கூட்டியே நேர நிர்வாகத்தை கணக்கில் கொண்டு திட்டமிட்டு நடத்தப்படும் ஓர் நிகழ்ச்சியாகும். ஒவ்வொரு அணியினரும் தங்களுக்கு கொடுக்கப்பட்டுள்ள நேரத்திற்குள் சிறந்த கருத்துகளை மக்களை உற்சாக மூட்டும் வண்ணம் எடுத்துரைத்து தங்கள் அணிக்கு வலுவூட்ட வேண்டும். இங்கு நாம் கவனிக்க வேண்டிய விடயம் நேரம் நிர்வாக முறையாகும். ஒவ்வொரு அணியினருக்கும் அவர்களுக்கு வரையறுக்கப்பட்டுள்ள கால அளவிற்குள் தங்களது கருத்துகளை எடுத்துரைக்க வேண்டும். குறிப்பிட்ட நேர அளவினை பேச்சாளர்கள் தாண்டும் போது நினைவூட்டல் மணி ஒலிக்கப்படும். சுவாரசியமாக நடத்தப்படும் இந்த நிகழ்ச்சியானது முன்கூட்டியே தயாரித்து ஒத்திகைகள் மேற்கொள்ளப்படும். இந்த ஒட்டுமொத்த நிகழ்ச்சியினையும் நேர நிர்வாகத்துடன் ஏற்று நடத்தும் பொறுப்பு பட்டிமன்ற நடுவரையே சாரும்.

எங்கள் கல்லூரியில் "எம்.ஐ.டி வெரைட்டி டீம்" எனப்படும் பல்சுவை குழு ஒன்று உள்ளது. சுமார் 50 முதல் 60 மாணவ மாணவிகள் வரை இதில் உறுப்பினர்களாக உள்ளனர். மாணவர்களின் கல்வி அல்லாத மாற்றுத் திறன்களை வளர்த்தெடுக்கும் வண்ணம் இக்குழு கடந்த 2008-ஆம் ஆண்டு தொடங்கப்பட்டது. கற்பனைத்திறன், பேச்சுத்திறன், குழு ஒருங்கிணைப்பு, நேர நிர்வாகம் என அனைத்திலும் மாணவர்களை பட்டைத் தீட்டுவதே இக்குழுவின் முக்கிய நோக்கம். கல்லூரி துவக்க மற்றும் ஆண்டு விழாக்களில் பல்சுவை நிகழ்ச்சிகளை அரங்கேற்றும் இக்குழுவிற்கு தனி ரசிகர் பட்டாளமே உண்டு

எனலாம். அந்த வகையில் இவர்களின் நிகழ்ச்சிகள் மிக நேர்த்தியாக அனைத்து தரப்பினரும் ரசிக்கும் வண்ணம் இருக்கும். இக்குழு தங்களது நிகழ்ச்சிகளில் பங்கேற்கும் மாணவர்களுக்கு சுமார் 20 நிமிடங்கள் வரை நேரம் ஒதுக்குவர். கொடுக்கப்படும் நேர அளவிற்குள் மாணவர்கள் தனி நபராகவோ அல்லது குழுக்களாகவோ இணைந்து தங்களது திறன்களை வெளிப்படுத்தும் வண்ணம் போட்டிகள் நடைபெறும். கேளிக்கைகளில் தொடங்கி, நாடகம், சிந்தனையுடன் கூடிய கருத்துகள் என பலவகை ரசனையுடன் பார்வையாளர்களை கவரும் வண்ணம் நிகழ்ச்சிகள் நடத்தப்படும். நேர நிர்வாகத்தை மாணவர்களுக்கு பயிற்றுவிக்கும் நோக்கத்துடன் தொடங்கப்பட்ட இந்த குழு தற்போது மாணவர்களுக்கு நேர நிர்வாகத்துடன் பல்வேறு திறன்களை வளர்க்கவும் உதவுகின்றது.

நேரடியாக விஷயத்திற்குள் வந்துவிடுங்கள்

நேரத்தை விரயம் செய்யாமல் நேரடியாக விஷயத்திற்குள் வந்து விடுவது என்பது நேர நிர்வாகத்தில் ஒரு முக்கியமான கலை. நீங்கள் பேச விரும்பும் நபரிடம் என்னவெல்லாம் பேச வேண்டும் என்பதை தோராயமாக பட்டியலிட்டுக் கொள்ளுங்கள். நீங்கள் அழைக்க விரும்புகின்ற நபரைத் தொடர்பு கொண்டு "உங்களுக்கு நிறைய வேலைகள் இருக்கும் என்பதை நான் நன்றாக அறிவேன். எனினும், நான் உங்களுடன் இந்த மூன்று விஷயத்தை மட்டும் பேச விரும்புகின்றேன். உங்களிடம் அதற்கான நேரம் இருக்கின்றதா?" என்று கூறுங்கள். இந்த அணுகுமுறையானது உங்களை மரியாதைக்குரியவராகவும் உங்களின் அணுகுமுறையின் மீது ஒரு பற்றுள்ளவராகவும் உங்களை எடுத்துக்காட்டும். நீங்கள் நேரடியாக விஷயத்திற்குள் நுழைவதால் உங்களின் உயரதிகாரிகளும், வாடிக்கையாளர்களும் உங்களின்

பெரிதும் மதித்து தங்களது நேரத்தை உங்களுக்காக ஒதுக்குவர். ஒரு வேளை நீங்கள் அழைக்கும் நபர் தங்களது வேலைகளில் மும்பரமாக இருந்தால். மன்னிக்கவும் தங்களது வேலைகள் முடிந்தவுடன் நான் உங்களை மீண்டும் தொடர்பு கொள்கிறேன் என்று கூறி தொலைபேசியினை துண்டித்து விடுங்கள். இத்தகைய அணுகு முறையினை நீங்கள் பின்பற்றுவதால் அவர்கள் தங்களது வேலை முடிந்தவுடன் உங்களை நினைவு கூர்ந்து அழைப்பார்கள். இந்த முறையினை நீங்கள் பின்பற்றி பாருங்கள். சிறந்த அனுகூலங்களை நீங்கள் பெறுவீர்கள்.

நேரத்தைக் கட்டுப்படுத்துங்கள்

வேலை நேரம் முழுவதும் உங்களின் வேலைகளை மேற்கொள்ளுங்கள். அலுவலகங்களுக்கு சென்றவுடன் உங்களின் அன்றாட வேலைகளை உடனே தொடங்கி விடுங்கள். வீண் அரட்டைகள், குறை கூறுவது, இணையத்தில் தேவை இல்லாமல் நேரம் செலவிடுவது, முகப்புத்தகம், ட்விட்டர், இன்ஸ்டாகிராம் போன்ற செயல்களில் ஈடுபடுவதை முற்றிலுமாகத் தவிர்த்து விடுங்கள். இன்றைய தினம் நீங்கள் செய்ய வேண்டிய வேலைகளை முதல் நாள் இரவே கால அளவுடன் திட்டமிட்டு கொள்ளுங்கள். நீங்கள் திட்டமிடல் பணிகளுக்கு முன்கூட்டியே செலவிடப்படும் ஒவ்வொரு நிமிடங்களும் சுமார் 10 நிமிடங்கள் வரை உங்களின் நேரத்தை மிச்சப்படுத்துவதாக ஆய்வு ஒன்று தெரிவிக்கின்றது. உங்களின் கவனம் சிதறாமல் அனைத்து வித செயல்களையும் சிறப்பாக செயல்படுத்த உங்களின் நேரத்தை உங்கள் கட்டுப்பாட்டிற்குள் வைத்துக்கொள்ளுங்கள். வெளியுலக மக்கள் தான் பெரும்பாலும் உங்களின் நேரத்தை விரயம் செய்ய கூடியவர்கள். அழையா விருந்தாளிகள் போல வரும் இவர்கள் உங்களின் நேரத்தை அபகரித்துக் கொள்வதிலே

ஆர்வமாக இருப்பர். முதலில் இவர்களை கையாள கற்றுக்கொள்ளுங்கள். தேவையற்ற தொலைபேசி உரையாடல்களை, மதிப்புக் கூட்ட பெறாத செயல்களை தவிர்த்து விடுங்கள். உங்களின் பொன்னான நேரத்தை வீணாக்கும் எண்ணத்துடன் எவரேனும் உங்களின் அறைகளுக்கு வந்தால் "உங்களிடம் நான் நிறைய பேசவேண்டும் ஆனால் தற்போது எனக்கு நிறைய வேலைகள் இருக்கின்றது. இவற்றை முடித்த பிறகு நாம் பேசலாம்" என்று கூறி நாசுக்காக அவர்களை கத்தரியுங்கள். இவ்வாறு நீங்கள் மேற்கொள்ளும் நடவடிக்கையின் வாயிலாக இருவகையான அனுகூலங்களை பெறப்படுகின்றன. ஒன்று நேர இடையூறுகள் இன்றி நீங்கள் உங்கள் வேலைகளில் முழுக்கவனத்தை செலுத்த இவை உதவுகின்றது. மற்றொன்று உங்களின் நேரத்தை வீணடிக்க வருபவர்களுக்கு நீங்கள் வீண் அரட்டைகளில் ஈடுபடுவதில்லை என்பதை மறைமுகமாக எடுத்துரைக்க இவை பயன்படுகின்றன.

ஏ.பி.சி.டி.இ வழிமுறையினை பின்பற்றுங்கள்

நேரத்தைக் கட்டுக்குள் வைத்துக்கொள்ள ஏ.பி.சி.டி.இ முறையினை பின்பற்றுங்கள். நீங்கள் செய்ய வேண்டிய திட்டங்களை முதலில் பட்டியலிட்டு கொள்ளுங்கள். நீங்கள் செய்யும் வேலைகள் அதனால் ஏற்படுகின்ற தாக்கங்களைப் பொறுத்து அதனை முறையே ஏ.பி.சி.டி.இ என்று வகைப்படுத்தி கொள்ளுங்கள். நீங்கள் மேற்கொள்ளும் செயல்கள் மற்றும் அதன் தாக்கங்கள் பொறுத்து தான் உங்களின் செயல்கள் முக்கியத்துவம் பெறுகின்றது. "ஏ" என்று நீங்கள் குறிக்கப்பட்டுள்ள செயல் அன்றைய தினத்தில் கண்டிப்பாக நீங்கள் மேற்கொள்ள வேண்டிய முக்கிய செயல்களில் ஒன்றாகும். நீங்கள் அந்த செயலைச் செய்தாலும் அல்லது செய்ய மறந்தாலும் அதனால் ஏற்படும்

பின்விளைவுகள் மிக தீவிரமாக இருக்கும். அதனால் இத்தகைய செயல்களுக்கு முதலில் முன்னுரிமை கொடுங்கள். நீங்கள் எடுத்துக்கொண்ட பொறுப்புகளையும், தலைமைத்துவதையும் திறம்பட மேற்கொள்ள இந்த வகை செயல்களுக்கு முன்னால் "ஏ" என்று எழுதிக் கொள்ளுங்கள். "பி" என்று குறிக்கப்பட்டுள்ள செயல்கள் முக்கியம் தான். ஆனால் அவை ஏற்படுத்தும் விளைவுகள் "ஏ"வை காட்டிலும் லேசான பின்விளைவுகளையே ஏற்படுத்தும் தன்மை கொண்டது. "சி" செயல்கள் நீங்கள் சற்று நிம்மதியாக செய்யக்கூடிய செயல்களாகும். இதனால் எந்த ஒரு நேர்மறை விளைவுகளோ அல்லது எதிர்மறை விளைவுகளோ உங்களின் வேலைகளில் ஏற்படுவதில்லை. உதாரணமாக இன்று எனது பணிகள் அனைத்தும் முடித்தவுடன் "வெற்றி" திரையரங்கிற்கு "விடுதலை" படம் பார்க்கச் செல்கின்றேன். இத்தகைய செயலானது எனது அலுவலக பணிகளில் எந்த விதத்திலும் பாதிப்பையும் ஏற்படுத்துவதில்லை. "டி" வகை செயல்களானது மற்றவரிடம் நீங்கள் பகிர்ந்து அளிக்கக்கூடிய ஒரு நடவடிக்கையாகும். "ஏ" ரக நடவடிக்கைகளில் நீங்கள் முழு கவனம் செலுத்த உங்களின் அனைத்து செயல்களையும் மற்றவரிடம் பகிர்ந்து அளித்து விடுங்கள். இவ்வாறு நீங்கள் உங்களின் செயல்களை பகிர்ந்தளிப்பதன் மூலம் "ஏ" ரக நடவடிக்கைகளில் அதிக கவனம் செலுத்தி உங்களின் செயல்களை மதிப்பு கூட்ட முடியும். "இ" ரக செயல்களானது முற்றிலும் நீங்கள் தூக்கி எறிய வேண்டிய செயல்களாகும். இந்த வகை நடவடிக்கைகளை நீங்கள் குறைத்தால் தான் உங்களின் வேலைகளில் மேம்பட முடியும். இவ்வாறு உங்களின் திட்டங்களை நீங்கள் வகைப்படுத்துவதன் மூலம் நேரத்தை உங்களின் கட்டுப்பாட்டுக்குள் கொண்டுவர முடியும். ராபர்ட் ஹாப் இன்டர்நேஷனல் என்ற பிரபல நிறுவனம் நடத்திய ஆய்வு ஒன்றில் பெருபாலான மக்கள் தங்களுடைய வேலை நேரத்தில் நிறுவனத்திற்கு எந்த விதத்திலும் பயனளிக்காத 'சி' ரக நடவடிக்கைகளில் பெருமளவு ஈடுபடுவது

கண்டுபிடிக்கப்பட்டுள்ளது. ஆற்றல் மிக்க நபர்கள் தங்களின் நல்ல செயல்களை மீண்டும் மீண்டும் செய்து அதனை ஒரு பழக்கமாக மாற்றிக்கொண்டு வெற்றியை நோக்கிப் பயணிக்கின்றனர். செயல்திறன் குன்றிய மக்கள் தவறுதலாக மோசமான செயல்களில் ஈடுபட்டு நாளடைவில் அதையே பழக்கமாக மாற்றி கீழ்நிலைக்கு தள்ளப்படுகின்றனர். தாமதமாக வேலைக்கு வருவது, அரட்டை அடிப்பது, தேநீர் அருந்தச் செல்வது, மதிய உணவு என்று தங்களது வேலைகளை காலையில் தொடங்காமல் அதனை தாமதப்படுத்தும் நடவடிக்கைகளில் தொடர்ந்து ஈடுபடுகின்றனர். நாளடைவில் இதனையே ஒரு பழக்கமாகவே அவர்கள் மாற்றியமைத்து கொள்கின்றனர். இவ்வாறான மதிப்புக் கூட்ட பெறாத எந்த ஒரு செயல்களோ அல்லது ஊழியர்களின் நடவடிக்கைகளோ நிர்வாகத்தின் வளர்ச்சிக்கு எந்த வகையிலும் உதவுவதில்லை என்பது தான் கசப்பான உண்மை.

நீங்கள் செய்ய வேண்டிய வேலைகளை முதலில் திட்டமிடுங்கள்

ஒரு தலைவராக நீங்கள் என்ன செய்ய வேண்டும் என்பதை முன்கூட்டியே அறிந்து வைத்துக்கொள்ளுங்கள். உங்களின் தலைமைப்பண்பினை வளர்த்துக் கொள்ள நிறுவனத்தை பற்றின புரிதலையும், ஊழியர்களின் மன போக்கையும், உங்களின் செயல் திட்டங்களையும் முழுமையாக அறிந்து கொள்ளுங்கள். புதிய பணித்திட்டங்கள் மற்றும் பொறுப்புகளை நீங்கள் எதிர்கொள்ளும்போது அதனை உங்களின் பட்டியலில் இணைத்துக்கொண்டு அதற்கான முக்கியத்துவத்தை ஏ.பி.சி.டி.இ முறையில் நிர்ணயித்துக்கொண்டு செயல்படுங்கள். முக்கியத்துவம் இல்லாத எந்த ஒரு பொறுப்புகளையும் ஏற்று கொள்ளாதீர்கள் அதில் இருந்து விலகியே இருங்கள். நிர்பந்தம் இருப்பின் முடியாது என்று

மறுத்துவிடுங்கள். முக்கியத்துவம் இல்லாத எந்த ஒரு பொறுப்புகளும் உங்களின் நேரத்தை எளிதில் விரயமாக்கும் தன்மை கொண்டது என்பதை உணர்ந்து செயல்படுங்கள்.

நீங்கள் செய்யக்கூடாத வேலைகளையும் திட்டமிடுங்கள்

நீங்கள் செய்யக்கூடிய வேலைகளை திட்டமிட்டதைப் போலவே செய்யக்கூடாத வேலைகள் அடங்கிய ஒரு பட்டியலை உருவாக்கிக்கொள்ளுங்கள். இந்தப் பட்டியலை அவ்வப்போது புதுப்பித்துக் கொண்டே இருங்கள். உங்கள் நேரத்தை வீணடிக்கின்ற செயல்கள் மற்றும் கவனச் சிதறல்கள் ஏற்படுத்துகின்ற செயல்களை பட்டியலிடுங்கள். உங்கள் நேரத்தை வீணடிக்கக் கூடிய செயல்களைப் பற்றி உங்களுக்கு முழுமையாக தெரிந்தால் மட்டுமே அதனை உங்களால் சரி செய்து கொள்ள முடியும். நீங்கள் செய்யக்கூடாது என்று எழுதிவைத்த பட்டியலில் உள்ள ஒரு செயலை நிர்பந்தத்தின் பெயரில் செய்ய நேர்ந்தால் "முடியாது" என்று தெளிவாகக் கூறி விடுங்கள். நேர நிர்வாகத்தில் முடியாது என்ற சொல் உங்களின் நேரத்தை கட்டுப்படுத்தும் மிக பெரிய வாக்கியமாகும். முன்பு கூறியதைப் போல நேர நிர்வாகத்தில் உங்களின் நேரத்தை வெளியாட்கள் தான் பெரும்பாலும் அபகரித்துக் கொள்கின்றனர். தங்களின் செயல்களுக்கும் நடவடிக்கைகளும் உங்களால் ஏதேனும் உதவ முடியுமா? என்று வெளியாட்கள் யாரேனும் கேட்டால்.

இந்தக் கணத்தில் அவர்களின் வேலை செய்வதன் மூலம் உங்களின் நேர நிர்வாகம் பாதிப்படைகின்றதா என்று உங்களை நீங்களே கேட்டுக்கொள்ளுங்கள். "ஆம்" என்று பதில் வருகின்றதா? அவரிடம் நீங்கள் என்னிடம் கேட்டதற்கு நன்றி. எனக்கு சிறிது நேரம் அவகாசம் தாருங்கள், எனது நேரப் பட்டியலை ஒரு முறை பார்த்துவிட்டு உங்களுக்கு

நான் பதில் கூறுகின்றேன் என்று கூறிவிடுங்கள். பிறகு அவரைத் தொடர்பு கொண்டு மன்னிக்கவும், துரதிஷ்டவசமாக எனக்கு நிறைய வேலை இருப்பதால் தற்சமயம் என்னால் உங்களுக்கு உதவ முடியவில்லை. எனினும், வேலை குறைவாக இருக்கும் சமயத்தில் கண்டிப்பாக நான் உங்களுக்கு உதவுகிறேன் என்று கூறிவிடுங்கள். மதிப்புக் கூட்டாத அல்லது உங்களின் நேரத்தை வீணடிக்கக் கூடிய எந்த ஒரு செயலையும் நீங்கள் மேற்கொள்ளாதீர்கள். இவை உங்களின் நேரத்தைக் கட்டுப்படுத்த எந்த வகையிலும் உதவாது என்பதை நினைவில் கொள்ளுங்கள். ஒரு சிறந்த தலைவராக நீங்கள் எடுத்துக்கொண்ட பணிகளை முடிக்க கால அளவினை நிர்ணயம் செய்து கொள்ளுங்கள். எடுத்துக்கொண்ட வேலைகளே முழுமையடையாத போது உங்களை நோக்கி பாய காத்துக் கொண்டிருக்கின்ற எந்த ஒரு புதிய செயல்களையும் எடுத்துக்கொள்ள அனுமதிக்காதீர்கள் 'முடியாது' என்று தீர்மானமாக கூறி மறுத்துவிடுங்கள்.

நேர நிர்வாக அமைப்பு முறையினைத் தேர்ந்தெடுங்கள்

நேர நிர்வாக அமைப்பு முறை எதுவும் இல்லாமல் பயணிப்பதைக் காட்டிலும் எதோ ஒரு நேர நிர்வாக முறையை நீங்கள் கடைபிடிப்பது நல்லது. உங்களுக்கான நேர நிர்வாக முறையை தேர்ந்தெடுத்துக் கொள்ளுங்கள். நேர நிர்வாகத்தை சரிவர பயன்படுத்த தொழில்நுட்பம் சார்ந்த உதவியினை நாடுங்கள். ஸ்மார்ட் போன் பயன்படுத்துபவரா நீங்கள்? எண்ணற்ற நேர நிர்வாக செயலிகள் இணையத்தில் இலவசமாக கிடைக்கின்றன. அவற்றைப் பயன்படுத்த தொடங்குங்கள். மடிக்கணினியுடன் தொடர்ந்து பயணிப்பவரா நீங்கள்? உங்களது கணினியில் "ஆட்டோமேட்டிக் டே பிளானர்-ரை" பதிந்து கொண்டு அன்றைய தினம் நீங்கள் செயல்படுத்த

வேண்டிய திட்டங்களையும் எதிர் வரும் காலங்களில் நீங்கள் மேற்கொள்ள வேண்டிய செயல்களை குறித்து வைத்து கொள்ளுங்கள். இவை அவ்வப்போது நீங்கள் மேற்கொள்ள வேண்டிய செயல் நடவடிக்கைகளை உங்கள் நினைவூட்டிக்கொண்டே இருக்கும்.

■■

17. தலைமைத்துவமும் அதனையொட்டிய புரிதலும்

தோல்விகள்தான் உங்களின் வெற்றிக்கான அடிப்படைகள்

தலைவர்கள் எப்போதும் தோல்வி என்ற வார்த்தையைப் பயன்படுத்துவதே இல்லை. மாறாக, தற்கால பின்னடைவுகள் மற்றும் பாடங்களை உள்ளடக்கிய அனுபவங்கள் என்ற ரீதியிலே அதனை அணுகுகின்றனர். தனது வலிமையினை முழுமையாக புரிந்து கொண்ட ஒருவனுக்கு தோல்வி என்பதே இல்லை என்பதை தலைவர்கள் நன்கு உணர்ந்துள்ளார். மன வலிமையுடனும், உறுதியுடனும் நீங்கள் மேற்கொள்ளும் எந்த ஒரு முயற்சியையும் தோல்விகள் நெருங்குவதில்லை. கீழே விழுந்து சுயமாக எழுந்து நிற்கின்ற ஆற்றல் கொண்ட ஒருவருக்கு வாழ்வில் தோல்விகளே இல்லை. அனைவரும் தோல்வியைக் கண்டு அஞ்சி பின்வாங்குகையில் தன்னைத் தானே தேற்றிக்கொண்டு வெற்றியினை நோக்கி முந்திச் செல்லும் ஒருவனுக்கு முன் தோல்விகள் மண்டியிடத்தான் செய்கின்றன. பிரபல ஐ.பி.எம் நிறுவனத்தின் தலைவரான தாமஸ் வாட்ஸனிடம் "நான் எனது தொழில் வாழ்க்கையில் முன்னேறி செல்வதற்கான உங்களின் அறிவுரை" என்னவென்று ஒரு இளம் அதிகாரி கேட்டார். உங்களின் தோல்விகளை இரட்டிப்பாக்குங்கள் என்று அவர் பதில் அளித்தார். உங்களின் பல்வேறு தோல்விகளில் தான் உங்களின் வெற்றிக்கான இரகசியம் பொதிந்துள்ளது. எவ்வளவு தூரம் நீங்கள் தோல்வியுறுகிறீர்களோ அவ்வளவு தூரம் நீங்கள் ஆழ்ந்த அனுபவம் பெறுகின்றீர்கள். அந்த அனுபவ அறிவை கொண்டு உங்களுக்கு வழங்கப்பட்டுள்ள பொறுப்புகளை திறன்பட செய்து முடிக்கின்றீர்கள்.

பழைய வெற்றிட குழாய் (வெக்கும் டியூப்) ரேடியோ மற்றும் தொலைக்காட்சிகளின் மீது எனக்கு மிகுந்த ஆர்வம். அதனை சரி செய்ய முயற்சித்து பல முறை தோற்று இருக்கின்றேன். ஒவ்வொரு முறை நான் தோல்வியுறும் போதும் அதிலிருந்து ஒரு பாடம் கற்றுக்கொள்வேன். தோல்விக்கான காரணத்தை எனது குருவான நந்தகுமார், நண்பர்களான டி.ஸ் பிரசாத், மற்றும் ராம்சங்கரிடம் கேட்டு அறிந்து கொள்வேன். இப்போதெல்லாம் நானே எனது வெற்றிட குழாய் ரேடியோ மற்றும் தொலைக்காட்சிகளை பழுது நீக்கிக்கொள்கின்றேன். எனது வீட்டிற்கு வருகை தரும் எனது நண்பர்கள் மற்றும் உறவினர்கள் அனைவரையும் இன்முகத்தோடு அவைகள் வரவேற்கின்றன. தங்களைக் குறித்தும் தங்களின் செயல்பாடுகள் குறித்தும் தனது காந்தக்குரல் வாயிலாக பிறரிடம் பகிர்ந்து கொள்கின்றன. தொடர் தோல்விகளும் அதனால் பெறப்படுகின்ற அனுபவமே உங்களின் வெற்றிக்கான அடிப்படை என்பதை அனுபவரீதியாக நான் உள்வாங்கிக் கொண்டுள்ளேன்.

"தவறான இடத்தில் இருக்கின்றீர்கள் மிஸ்டர் கவியரசு. நீங்கள் இருக்க வேண்டிய இடமே வேறு. நீங்கள் விரும்பினால்.... "என்றார் ராபர்ட். கடந்த 2012 ஆம் வருடம் அண்ணா பல்கலைக்கழக ஆளில்லா உளவு விமான அணி "நாசா" நடத்திய ஆளில்லா விமான போட்டிக்கு தேர்ந்தெடுக்கப்பட்டது. போட்டியில் கலந்து கொள்ள நானும் எனது அணியினரும் விசா அனுமதி பெற தூதரகம் சென்றிருந்தோம். இரு பிரிவுகளாக எங்களது அணி பிரிக்கப்பட்டது. முதல் குழுவில் இடம் பிடித்திருந்த எனக்கும் சில நண்பர்களுக்கும் முதலில் அனுமதி வழங்கப்பட்டது. இரண்டாவது அணியினருக்கு பாதுகாப்புக் காரணம் காட்டி அனுமதி மறுக்கப்பட்டது. பிறகு, இரு அணியினருக்கும் முற்றிலுமாக விசா ரத்து செய்யப்பட்டது. பல்கலைக்கழகத்தின் பல்வேறு முயற்சியின் காரணமாக தாமதமாக மீண்டும் எங்களுக்கு அனுமதி வழங்கப்பட்டது. அப்போது நான் பல்கலைக்கழகத்தில் பணியாற்றிக்

கொண்டிருந்ததால் போட்டிக்குச் செல்ல தேவையான விடுப்புகள் மற்றும் அனுமதிகள் முன்கூட்டியே பெறுவது கட்டாயம். அதை அனைத்தையும் சரிவர முடித்து கிளம்பும் வேலையில் எங்கள் குழு என்னை தேவை இல்லாத சுமை என்று கருதி விட்டுவிட்டு (கழட்டி விட்டு) சென்றது. முதல் விமானப் பயணம் அதுவும் அந்நிய தேசம், அண்ணா பல்கலைக்கழகத்தை முன்னிலைப்படுத்த என இவை அனைத்தும் நொடி பொழுதில் சுக்கு நூறாக வெடித்துச் சிதறியது. அமெரிக்கா செல்கின்றேன் என்று அனைத்து உறவினரும் நண்பர்களும் ஆவலோடு வழியனுப்பக் காத்திருந்தனர். அனைத்தும் வீண்! விடுப்பினை ரத்து செய்துவிட்டு மீண்டும் பணியில் சேர்ந்தேன். நண்பர்கள் அனைவரும் கிண்டல் கேலி செய்தனர். சிலர் அனுதாபம் கொண்டனர். நான் எதையும் பொருட்படுத்தவில்லை. மனதில் சிறு வைராக்கியம் "விமான பயணம் என்று ஒன்று மேற்கொண்டால் அது அண்ணா பல்கலைக்கழகத்தை முன்னிலைப்படுத்தத் தான் என்று தீர்க்கமாக முடிவு செய்து வைத்திருந்தேன்!". MIT வளாகத்தில் இருந்து அண்ணா பல்கலைக்கழகம் செல்ல ஒவ்வொரு முறையும் நீங்கள் விமான நிலையத்தை கடந்து தான் பயணிக்க வேண்டும். இதுவரை சுமார் இரண்டாயிரம் முறைக்கு மேல் பயணித்திருப்பேன். ஒவ்வொரு முறையும் கடந்த கால ஏமாற்றங்கள் நினைவில் வந்து அவ்வப்போது செல்லும். யாரிடமும் இது குறித்து பேசமாட்டேன். ஒவ்வொரு முறை நான் தரை இறங்கும் விமானங்களை அமைதியாக வேடிக்கை பார்த்தபடியே செல்வேன். பனிரெண்டு வருடங்கள் இப்படியே கழிந்தன. இன்று எனது "முதல் விமான பயணம்" அதுவும் நான் எதிர் பார்த்தபடி அண்ணா பல்கலைக்கழகத்தை முன்னிலைப்படுத்த. அனைத்து செலவுகளையும் என்னை அழைத்திருந்த எல்செய்வேர் (Elseiver) நிறுவனமே ஏற்றுக்கொண்டது. எல்செய்வேர் நிறுவனம் பதினைந்தாம் நுற்றாண்டிலிருந்தே ஆராய்ச்சிக் கட்டுரைகளை வெளியிடும் பதிப்பகம். உலகளவில் அதற்கு இருக்கும் அங்கீகாரம் அளப்பரியது.

பல்கலைக்கழகங்களின் தரவரிசை நிர்ணயிப்பதில் இந்நிறுவனம் பெரும் பங்காற்றுகின்றது. அப்படி பட்ட நிறுவனத்திலிருந்து எனக்கான ஒரு அரிய வாய்ப்பு.

அண்ணா பல்கலைக்கழகத்தின் சார்பாக குழு விவாதத்தில் பங்கேற்றேன். உயர் கல்வி நிறுவனங்களின் அங்கீகாரங்கள் மற்றும் தரவரிகளின் முக்கியத்துவம் குறித்து எனது நீண்ட கருத்துகளை எடுத்துரைத்தேன். எனது கருத்துகளை உன்னிப்பாக கேட்டுக்கொண்டு என்னிடம் விவாதத்தில் பங்கேற்ற எல்செய்வேர் (Elseiver) நிறுவனத்தின் துணைத் தலைவர் தான் நான் மேலே குறிப்பிட்ட ராபர்ட். நீங்கள் உங்கள் வைராக்கியத்தில் உறுதியாகவும் தொடர்ந்து போராடும் குணமும் உடையவராக இருந்தால் உங்களுக்கான வெற்றி உங்களை வந்தே சேரும் என்பதே விதி. தொடர்ந்து போராடுங்கள் வெற்றி உங்கள் வசப்படும்.

பிரச்சனைகளுக்குத் தீர்வு காணுங்கள்

ஒரு நெருக்கடியோ அல்லது பிரச்சனையோ தீர்வுகளை மட்டும் தலைவர்கள் சிந்திப்பதால் பின்னடைவுகளையும், நெருக்கடிகளையும் மிக எளிதாக கையாளுகின்றனர். நெருக்கடி நிலையின் போது அவர்கள் யாரை குறை கூறலாம் என்று சிந்திக்காமல் அதற்கானத் தீர்வுகளை அந்த பிரச்சனைகளில் இருந்தே தேடுகின்றனர். ஒரு நெருக்கடியான நிலையோ அல்லது பிரச்சனையோ அவை எவ்வளவு பெரிதாக இருந்தாலும் அவற்றைக் கையாளுவதற்கான சில முக்கிய நடவடிக்கைகளை தலைவர்கள் பின்பற்றுகின்றனர் அவைகள் பின்வருமாறு.

அமைதியாக இருங்கள்

நெருக்கடியான சூழ்நிலைகளைக் கையாளுவதற்கும், பிரச்சனைகளுக்கு தீர்வு காண்பதற்கும் உங்களின் மனங்களை எப்போதும் அமைதியாகவே

வைத்துக்கொள்ளுங்கள். தலைவர்கள் எப்போது தங்களின் மனங்களை அமைதியாகவே வைத்துக்கொள்கின்றனர். தங்களின் முடிவுகளை பொறுத்துதான் தங்கள் நிறுவனத்தின் எதிர்காலம் அமைந்துள்ளது என்பதை அவர்கள் தெளிவாக உணர்ந்துள்ளனர். தலைவர்களான நீங்கள் எப்போது வேண்டுமானாலும் நெருக்கடி நிலையில் சிக்கிக்கொள்ள நேரலாம். கடினமான முடிவுகளை எடுக்க வேண்டிய சூழ்நிலைகளுக்குத் தள்ளப்படலாம். இது போன்ற சூழ்நிலைகளில் உங்களின் மனங்களை அமைதியாக வைத்துக்கொள்ள முற்படுங்கள். தெளிவான மனம்தான் உங்களின் சிறந்த முடிவுகளுக்கும் அதன் வெற்றிகளுக்கும் காரணமாகும். அதனால் எப்பொழும் அமைதியாக, தெளிவான சிந்தனையுடன் இருக்க முற்படுங்கள்.

உங்கள் திறமைகள் மீது முழு நம்பிக்கை வையுங்கள்

வெற்றியோ தோல்வியோ உங்கள் மீதும், உங்கள் திறமைகள் மீது முழு நம்பிக்கை வையுங்கள். வெற்றி உங்களை மேன்மேலும் அடுத்த கட்டத்தை நோக்கி முன்னேற வழிவகை செய்யும். தோல்வி உங்களின் அனுபவத்தை கூட்டி சிறந்த செயல்களை மேற்கொள்ள தூண்டும். தலைவர்கள் எப்போதும் வெற்றியையும் தோல்வியையும் சீரான விகிதத்திலேயே கையாளுகின்றனர். நிறுவன வளர்ச்சிக்கு வெற்றியும் தோல்வியும் இன்றியமையாதது என்பதை அவர்கள் நன்கு உணர்ந்துள்ளனர்.

உண்மையான தகவலை திரட்டுங்கள்

உண்மையான தகவல்களின் அடிப்படையில் தான் வெற்றிக்கான சரியான வியூகங்களையும், திட்டங்களையும் உங்களால் அமைக்க முடியும். எனவே நீங்கள் வெற்றி பெற விரும்பினால் முடிந்த வரையில் சரியான தகவல்களையும்,

புள்ளி விவரங்களையும் திரட்டுங்கள். உங்களின் வெற்றிக்கான இரகசியம் நீங்கள் திரட்டும் தகவல்களின் அடிப்படையில் தான் ஒளிந்துள்ளது என்பதை உணர்ந்து செயல்படுங்கள்.

முன்னேறிச் செல்லுங்கள்

எதிர்பாராத நிகழ்வுகள் காரணமாக உங்களின் முயற்சிகளில் இருந்து ஒருபோதும் பின்வாங்காதீர்கள். வெற்றி பெற தொடர்ந்து முன்னேறிச் செல்லுங்கள். முன்னேறிச் செல்வது மட்டுமே உங்களையும் உங்கள் குழுவினரையும் திறம்பட செயல்பட தூண்டும். எதிர்வரும் நிகழ்வுகளை கருத்தில் கொண்டு, அதற்கான திட்டங்களை வகுத்துக்கொண்டு தொடர்ந்து முன்னேறிச் செல்லுங்கள்.

சூழ்நிலைகளுக்கு பொறுப்பேற்றுக் கொள்ளுங்கள்

வெற்றியோ தோல்வியோ அதற்கான முழுப் பொறுப்பினையும் நீங்களே ஏற்றுக்கொள்ளுங்கள். நடந்து முடிந்த தவறான செயல்களைப் பற்றி சிந்திப்பதினாலோ அல்லது அடுத்தவர் மீது குறை கூறுவதாலோ எதையும் உங்களால் மற்ற முடியாது. காரண காரியங்களை கூறி உங்கள் பொறுப்புகளில் இருந்து நழுவாதீர்கள். இஸ்ரோவின் SLV ராக்கெட் சோதனைத் திட்டத்தின் போது அதன் இரண்டாம் கட்டம் செயலிழந்து வங்காள விரிகுடாவின் மீது வெடித்துச் சிதறியது. இதற்கான முழுப் பொறுப்பையும் அப்போதைய இஸ்ரோவின் தலைவராக இருந்த சதிஷ் தவான் அவர்கள் ஏற்றுக்கொண்டார். நேரடியாக அவர் SLV சோதனை ஓட்டத்தின் திட்ட இயக்குனர் பொறுப்பையும் ஏற்றிருக்கவில்லை என்றாலும் கூட, தோல்விக்கான முழுப் பொறுப்பினை அவரே ஏற்றுக்கொண்டார். ஒரு சிறந்த தலைவருக்கான எடுத்துக்காட்டு என்பது நெருக்கடி நேரத்தில் பொறுப்பேற்றுக் கொள்வதாகும். சதிஷ் தவான் அவர்கள்

யார் மீதும் குறை கூறவில்லை, தனது பொறுப்புகளைத் தட்டிக் கழிக்கவில்லை. தோல்வியில் துவண்டிருந்த தனது அணியினருக்கு உற்சாகம் ஊட்டினார். உங்களால் முடியும் என்ற நம்பிக்கையினை ஆழமாக விதைத்தார். அவரின் இந்த நம்பிக்கை தான் 1980-ஆம் ஆண்டு SLV-3 ராக்கெட் சுமார் நாற்பது கிலோ எடைக்கொண்ட "ரோகிணி" செயற்கைக்கோளை சுமந்து கொண்டு விண்ணில் சீறிப்பாய காரணமாக அமைந்தது.

நெருக்கடி நிலையினை சமாளியுங்கள்

உங்களைத் தவிர உங்களின் நெருக்கடி நிலையினை வேறு எவராலும் திறம்பட கையாள முடியாது என்பதை உணருங்கள். நெருக்கடி நிலைகள் உங்களுக்குள் பொதிந்திருக்கும் தலைமைத்துவத்தை கண்டறிவது மட்டுமின்றி அதனை வெளிக்கொணரவும் உதவுகின்றன. உங்களின் ஆற்றல்களை ஒருங்கிணைத்து சிறந்த செயல்களை எட்ட உங்களின் நெருக்கடி நிலைகள் உங்களுக்கு உதவுகின்றன. எனவே நெருக்கடிகளை கண்டு அஞ்சாதீர்கள். அதனை முன்னின்று எதிர்கொள்ளுங்கள். நெருக்கடி நிலைகளுக்கு ஏற்றவாறு உங்களின் திட்டங்களை வகுத்துக் கொள்ளுங்கள். திட்டம் வெற்றி பெறுவதற்கான சாத்தியக்கூறுகளை அலசி ஆராயுங்கள். உங்களால் முடியும் என்ற நம்பிக்கையினை ஆழமாக விதையுங்கள்.

தொடர்ந்து கருத்துப் பரிமாற்றத்தில் ஈடுபடுங்கள்

என்னைப் பொறுத்தவரை புரிதலுக்கான முதல் காரணியாக கருத்துப் பரிமாற்றத்தையே குறிப்பிடுவேன். உங்கள் குழுவினரிடமும், நிர்வாகத்துடனும் எப்போதும் கருத்துப் பரிமாற்றத்தில் ஈடுபடுங்கள். நிர்வாகம்

ஊழியர்களிடம் என்ன எதிர்பார்க்கின்றது என்பதில் தொடங்கி. ஊழியர்கள் நிர்வாகத்திடம் என்ன எதிர்நோக்குகின்றனர் என்பதை தெளிவாக கடத்த கருத்துப் பரிமாற்றத்தை ஒரு கருவியாக பயன்படுத்திக் கொள்ளுங்கள். கருத்துப் பரிமாற்றங்களால் மட்டுமே உங்களின் செயல்களை அடுத்த பரிணாமத்திற்கு எடுத்துச் செல்ல முடியும். உங்களின் சிந்தனைகள், உத்திகள், யூகங்கள் என அனைத்தையும் செயல்படுத்தத் தொடர்ந்து கருத்துப் பரிமாற்றத்தில் ஈடுபடுங்கள்.

உங்கள் படைப்புத் திறன் மற்றும் கற்பனைத் திறனுக்கு செயல் வடிவம் கொடுங்கள்

உணவிற்காகவும், இனப்பெருக்கத்திற்காகவும் படைக்கப்பட்ட மனித இனம் இன்று பல்வேறு சாதனைகளை நிகழ்த்திக்கொண்டிருக்க முக்கியக் காரணம் அதன் கற்பனைத் திறனும், படைப்பாற்றல் திறனும்தான். தனது உயிரை விலங்குகளிடம் இருந்து பாதுகாத்துக்கொள்ள நெருப்பை பயன்படுத்தத் தொடங்கினான் மனிதன். பிறகு, அதனை உணவிற்காக பயன்படுத்தக் கற்றுக்கொண்டான். தனக்கான உணவை தானே விளைவிக்கும் தொழில்நுட்பத்தை அறிந்து கொண்டதன் மூலம் வேளாண் தொழிலை வளர்த்தெடுத்தான். தன் தேவைக்குப்போக மீதமிருந்த உணவை இடம்பெயர சக்கரத்தை உருவாக்கினான். மனிதனின் சிந்தனை கிளறிவிட்ட உன்னத படைப்புகளில் நெருப்பிற்கும், சக்கரத்திற்கும் வரலாற்றில் என்றும் ஒரு தனி இடம் உண்டு. இவ்விரண்டு தான் மனிதனை கற்காலத்தில் இருந்து உலோக காலத்திற்கு அழைத்து வந்த நவநாகரிக அறிவியல் குழந்தைகள். எனவே உங்களின் படைப்புத் திறனுக்கும், கற்பனைத்திறனிற்கும் மேம்பட அவற்றுக்கு முழு சுதந்திரம் அளியுங்கள். அவை சுதந்திர வானில் சிறகடித்து பறக்க உதவுங்கள்.

எதிர்தாக்குதல் மேற்கொள்ளுங்கள்

மங்கோலிய பேரரசின் போர்த்தந்திரம் எதிர் தாக்குதலுக்குப் பெயர் பெற்றது. இவர்களின் ஒரு படைப்பிரிவினர் எதிரியினை நோக்கி தாக்குதல் மேற்கொள்ள குதிரைகள் மூலம் வருவார்கள். பிறகு எதிரிகளைக் கண்டு பயந்து ஓடுவது போல பாவனை செய்வார்கள். எதிரிகளும் இவர்கள் பயந்து ஓடுகின்றார்கள் என எண்ணி இவர்களை விரட்டிக்கொண்டு வருகையில் அங்கு முன்பே ஒளிந்திருக்கும் மங்கோலிய படை வீரர்கள் எதிரிகள் மீது சாராமரிய தாக்குதல் மேற்கொண்டு எதிரிகளை நிலைகுலைய செய்வார்கள். ஒரு சில வினாடிகளுக்குள் மலைபோல வீற்றிருக்கும் எதிரிப்படைகளை சர்வநாசம் செய்து கொன்றொழிப்பார்கள். மங்கோலிய வீரர்களைப் போல நீங்களும் உங்கள் சூழ்நிலைகளைப் புரிந்து கொண்டு, உங்கள் ஒட்டு மொத்த சக்தியினை ஒன்று திரட்டி, யூகங்கள் மற்றும் உத்திகளை அமைத்து எதிர் தாக்குதல் புரியுங்கள். பிரச்சனைகளைக் கண்டு பயந்துவிடாதீர்கள். நீங்கள் எதிர் தாக்குதல் மேற்கொள்ளும் வரை உங்கள் பிரச்சனைகள் உங்களுக்கு வலுவானதாக தான் தோன்றும். முதலில் பிரச்சனைகளின் அடித்தளத்தை கண்டுபிடியுங்கள். பிறகு அதனை அகற்றும் வண்ணம் எதிர்தாக்குதல் புரியுங்கள். பெரும்பாலும் 80 சதவீத தீவிர பிரச்சனைகளுக்கான காரணம் வெறும் 20 சதவீத அடிப்படை காரணிகளே. உங்கள் தாக்குதல்கள் காரணியை இந்த 20 சதவீத அடிப்படியாக கொண்டே அமைய வேண்டும் என்பதை நினைவில் கொள்ளுங்கள்.

உங்களின் குறைகளை கண்டறியுங்கள்

உங்களின் நெருக்கடிக்கு தீர்வு காண தடையாக இருக்கின்ற காரணங்களை கண்டுபிடித்து அதனைக் களையும் முயற்சிகளில் ஈடுபடுங்கள். உங்களின்

குறைகளை நீங்கள் முழுமையாக அறிந்தால் மட்டுமே அதனை உங்களால் சரி செய்து கொள்ள முடியும். உங்களின் குறைகளை நீங்கள் எவ்வாறு அறிந்து கொள்வீர்கள்? இதற்கு நீங்கள் பிறரின் உதவியினை நாட வேண்டும். உங்களின் குறைகளை நீங்கள் முழுமையாக அப்படியே ஏற்றுக்கொள்வது என்பது சற்று கடினமான செயல்தான். எனினும், அதனை நீங்கள் ஏற்றுக்கொண்டு களையும் நடவடிக்கைகளில் தொடர்ந்து ஈடுபடும்போது உங்களின் தலைமைத்துவம் மேன்மையடைகின்றது. குறைகளை நிவர்த்தி செய்வதன் மூலமே தலைவர்கள் மாபெரும் தலைவர்களாக உருப்பெறுகின்றனர் என்பதை நினைவில் கொள்ளுங்கள்.

விஷயங்களை எளிமையாக வைத்து கொள்ளுங்கள்

நெருக்கடியான சூழ்நிலைகளைக் கையாளும்போது தலைவர்களான உங்களுக்கு பல்வேறு காரணங்களால் கவனச்சிதறல் ஏற்பட நேரலாம். அதனால் நீங்கள் மேற்கொள்ளும் எந்த ஒரு செயல்களையும் மிக எளிமையாக வைத்து கொள்ளுங்கள். ஒன்றோடு ஒன்று தொடர்பில்லாமலும், ஒரு நிகழ்வு மற்றொரு நிகழ்வினில் மீது தாக்கத்தை ஏற்படுத்தாத வண்ணமும் பார்த்துக்கொள்ளுங்கள். எவ்வளவு தூரம் உங்களது செயல்கள் எளிமையாக அமைகின்றதோ அந்த வகையில் அவற்றை கையாளுவதில் நெருக்கடிகள் ஏற்படுவதில்லை என ஒரு ஆய்வின் முடிவு தெரிவிக்கின்றது.

சமூக சீரமைப்பு முறையை முழுமையாகப் புரிந்து கொள்ளுங்கள்

தலைமைத்துவத்தில் நீங்கள் பணிபுரியும் போது உங்களை சுற்றி இருக்கும் சமூக நீதி மற்றும் அதன்

அமைப்பு முறைகளை முழுமையாக புரிந்து வைத்துக் கொள்ளுங்கள். அவை உங்களின் தலைமைத்துவத்தில் நேரடியாகவோ அல்லது மறைமுகமாகவோ ஒருவித தாக்கத்தை ஏற்படுத்தக்கூடும். உங்கள் ஊழியர்களின் மொழி, இனம், பாலினம் மற்றும் மதத்திற்கு மதிப்பளியுங்கள். உங்களின் ஊழியர்களின் வாழ்வியல் முறைகளையும் அவர்களின் சூழல்களையும் கணக்கில் கொள்ளுங்கள். அவர்கள் வாழ்வில் மேம்பட உங்களால் முடிந்த உதவிகளை செய்யுங்கள். ஒரு சமூகம் தனது வாழ்வியல் முறைகளை முழுமையாக மாற்றிக்கொள்ள குறைந்தது மூன்று தலைமுறைகள் தேவைப்படுகின்றன. அதற்கான அடிப்படை காரணிகளான, கல்வி, பொருளாதாரம் மற்றும் வேலைவாய்ப்புகளில் அவர்களுக்கான உரிமைகளை வழங்குங்கள். உதாரணமாக இட ஒதுக்கீடு முறையினை எடுத்துக்கொள்வோம். இட ஒதுக்கீடு என்பது சமூக சீரமைப்பிற்கான ஓர் திறவுகோல். இட ஒதுக்கீட்டின் அடிப்படையில் ஒருவர் வேலைக்குச் சேர்வதால் அவரது குடும்பம் மட்டுமே மேன்மை அடைகின்றன என்ற தவறான கருத்துக்கள் இங்கு பரப்பப்படுகின்றன. இது ஒரு தவறான உவமையாகும். எனது தந்தை மின்சார வாரியத்தில் ஒரு சாதாரண கணக்கீட்டாளராக தனது வாழ்கைப் பயணத்தை தொடங்கினார். அவர் தன்னுடன் வேலை பார்ப்பவர்களின் குழந்தைகள் படிக்கும் பள்ளியில் சேர்த்து என்னைப் படிக்க வைத்தார். ஒரு தந்தையாக அவரால் என்ன சிறப்பாக செய்து கொடுக்க முடியுமோ அதனை எனக்கு கல்வியின் வாயிலாக செய்து கொடுத்தார்.

இட ஒதுக்கீடு ஒருவரை உயர்த்துவது மட்டுமல்லாமல் அவர் சார்ந்த சமூகத்தை (நான் இங்கே குறிப்பிடுவது சாதி ரீதியான சமூகத்தை பற்றியல்ல, அவர் சுற்றியுள்ள வாழ்வியல் ரீதியான சமூகத்தை பற்றியது) உயர்த்த பயன்படுகின்றது. எங்கள் ஊரில் முதல் பொறியில் வல்லுநர் நான்தான். என்னைப் பின்பற்றியே எனது ஊரில் அடுத்தடுத்து பொறியாளர்கள் உருவானார்கள். சிலர் இன்று

மேலை நாடுகளில் நல்ல நிலையில் பணிபுரிகின்றனர். இவை அனைத்திற்கும் முழு காரணமாக அமைந்தது எனது தந்தை. அன்று அவர் படித்து உயர் நிலைக்கு வரவில்லை என்றால் என்னால் இந்த நிலைக்கு வந்திருக்கவே முடியாது என்பதே நிதர்சன உண்மை. ஒருவேளை எனது தந்தை மின்சார வாரிய பணியில் சேராமல் இருந்திருந்தால்? அவருக்கான சமூகநீதி அன்று மறுக்கப்பட்டு இருந்தால்? எனக்கான கல்வி மறுக்கப்பட்டு இருந்தால்? எங்கள் ஊரில் பொறியாளர்களே உருவாகாமல் இருந்திருந்தால்? இவை அனைத்தும் தனி மனித இட ஒதுக்கீட்டின் வாயிலாக பெறப்பட்ட பயன்பாடு என்று இதுவரை நீங்கள் நினைத்துக்கொண்டு இருந்தால் அதனை மாற்றிக்கொள்ள முற்படுங்கள். இட ஒதுக்கீடு என்பது ஒரு தனி மனிதனை மேம்படுத்துவது மட்டுமின்றி அவர்களை சுற்றியுள்ள சமூகத்தை மேம்படுத்தவும் உதவுகின்றது. தனிமனிதன் மேம்பட்டால் குடும்பம் மேன்மையடைகின்றது, குடும்பம் மேம்பட்டால், ஊர் மேன்மையடைகின்றது, ஊர் மேம்பட்டால் சமூகம் மேன்மையடைகின்றது. சமூகம் மேம்பட்டால் நாடு தன்னிறைவு அடைகின்றது. அனைவரும் சமம் என்று ஏற்றுக்கொள்ளும் சமூகமே இத்தகைய உயர் நிலையினை எட்டுகின்றது. சிறந்த ஆளுமையினையும் பெறுகின்றது.

உங்களின் நாணயத்தை எப்போதும் எந்த சூழ்நிலைகளிலும் விட்டு கொடுக்காதீர்கள்

சிறந்த தலைவர்கள் எப்போதும் நாணயமுடனே நடந்து கொள்கின்றனர். தங்களின் நடவடிக்கை தான் தங்கள் ஊழியர்களின் பிரதிபலிப்பு என்பதை அவர்கள் தெளிவாக அறிந்துள்ளனர். தங்களின் அன்றாட நடவடிக்கைகளை அனைவரும் உற்று நோக்குவதையும் அதன் விளைவாக நிறுவனத்தில் ஏற்படக்கூடிய தாக்கத்தையும் அவர்கள் நன்கு உணர்ந்துள்ளனர். நெருக்கடிகளின் போதும் எடுத்துக்கொண்ட சவால்களின் போதும் தங்கள்

நாணயத்திற்கு எந்த வித பாதிப்பும் ஏற்படாத வண்ணம் ஒரு தீர்வினை அவர்கள் கையாளுகின்றனர்.

வெற்றி பெறும் வரை தொடர்ந்து முயற்சியுங்கள்

தோல்விகள் உங்களிடம் தோற்கும் வரை தொடர்ந்து முயற்சி செய்யுங்கள். முதலில் தோல்விகளுக்கான காரணங்களைப் புரிந்து கொள்ளுங்கள். பிறகு அவற்றை களையும் நடவடிக்கைகளில் ஈடுபடுங்கள். தெளிவான காரண காரியங்கள் மட்டுமே உங்களை வெற்றியை நோக்கி அழைத்துச் செல்லும். தலைவர்கள் தாங்கள் எடுத்துக்கொண்ட செயல்களில் வெற்றி பெறும் வரை தொடர்ந்து முயற்சிகளை மேற்கொள்கின்றனர். தங்களின் வெற்றிக்கான திட்டங்களை முன்கூட்டியே வகுத்து கொள்கின்றனர். எதிர்பாராத நிகழ்வுகள் நேரிடும் போது அதனை களைவதற்கான மாற்று நடவடிக்கைகளை அவர்கள் தயார் நிலையில் வைத்துக்கொள்கின்றனர். தாங்கள் இல்லாத சமயங்களில் மேற்கொள்ள வேண்டிய நடவடிக்கைகளை முன்கூட்டியே உரியவரிடம் ஒப்படைத்து விடுகின்றனர். இரண்டாம் உலகப்போரின் போது ஜெர்மனிய படைகளை ரஷ்யாவில் இருந்து வெளியேற்ற, மக்கள் சக்தி என்னும் மாற்றுத் திட்டத்தை ஸ்டாலின் கையாண்டார். ரஷ்ய ராணுவத்துடன் பொது மக்கள் தாங்களாகவே தங்களை போர் முனையில் இணைத்துக் கொண்ட சரித்திர நிகழ்வு அது. கிட்டத்தட்ட ரஷ்ய தலைநகரத்தை ஜெர்மனிய படைகள் கைப்பற்ற இருந்த சமயம், ரஷ்ய நாட்டின் தேசப்பற்று அந்நாட்டு மக்களை ஒருங்கிணைத்தது. ஆயுதம் ஏந்தி நாட்டிற்காக போராட செய்தது. வெறும் இரண்டே வாரங்களில் ஒட்டு மொத்த ஜெர்மனிய படைகளை புறமுதுகிட்டு ஓடச் செய்தது மக்கள் சக்தி. ஸ்டாலின் கையாண்ட மிக பெரிய மாற்றுத் திட்டங்களில் "மக்கள் சக்தி" என்ற இந்த மாற்றுத் திட்டத்திற்கு வரலாற்றில் என்றும் ஒரு சிறப்பிடம் உண்டு.

முன்னோக்கி சிந்தியுங்கள்

முன்னோக்கி சிந்திப்பதும் அதனை அடைய திட்டமிடலில் ஈடுபடுவதும் தான் ஒரு தலைவருக்கான அடிப்படைத் தகுதிகள். ஒரு சிறந்த தலைவர் தனது நிறுவனத்தைப் பற்றியும் தனது ஊழியர்களைப் பற்றியுமே முழுமையாக சிந்திக்கின்றார். தனது ஊழியர்கள் தங்களது திறமைகளை வளர்த்துக்கொள்வதன் மூலமே தங்கள் நிறுவனம் மேன்மையடைய முடியும் என்பதை உணர்ந்து செயல்படுகின்றனர். எதிர்வரும் காலங்களுக்கு ஏற்ப தனது நிறுவனத்தையும் தனது ஊழியர்களையும் தயார்படுத்த எத்தனிக்கின்றார். ஒரு தலைவர் என்ற ரீதியில் நீங்கள் எதிர்வரும் காலங்களை முறையே யூகிப்பதில் தொடங்கி அதனை எதிர்கொள்ள வேண்டிய பல்வேறு திட்ட நடவடிக்கைகள் ஈடுபடுங்கள். இதனை நீங்கள் திறன்பட கையாள உங்களுக்கு முன்னாள் உங்கள் துறையில் சிறந்து விளங்கிய தலைவர்கள், அவர்களின் அனுபவங்கள் மற்றும் ஆலோசனைகளை சுவீகரித்துக் கொள்ளுங்கள். இலக்கினை அடைய தேவையான திட்ட வரைமுறைகள் மற்றும் உங்களின் வியூகங்கள் சரியான பாதையில் பயணித்துக்கொண்டு இருக்கின்றதா? என்பதை அவ்வப்போது ஆராயுங்கள். இரண்டாம் உலகப்போரின் சிம்ம சொப்பனமாக திகழ்ந்த ஜெர்மனியின் சர்வதிகாரி ஹிட்லர் தனது ஆக்கிரமிப்பு நடவடிக்கைகள் அனைத்தையும் தான் சிறையில் இருந்தபோது திட்டமிட்டதாக "மெயின் காம்பில்" குறிப்பிடுகின்றார்.

எழுத்துப் பூர்வமாக திட்டமிடுங்கள்

எந்த ஒரு செயலையும் எழுத்துப்பூர்வமாக திட்டமிட தொடங்குங்கள். தெளிவான சித்தனை, சீரான பார்வை, அடுக்கடுக்கான நடவடிக்கைகள் என அனைத்தையும் எழுத்துகளின் வாயிலாக நீங்கள் சிந்திக்கும் போது அவை

முழுமையடைகின்றன. எழுத்து என்று இங்கே நான் குறிப்பிடுவது வெறும் எழுத்துகளால் மட்டுமல்லாமல் வரைபடமாகவோ, குறியீடாகவோ, வண்ண அடிகோலாகவோ அல்லது உங்களின் சிந்தனைக்கு ஏற்றவாறே எப்படி வேண்டுமானாலும் அமைத்துக்கொள்ளுங்கள்.

இவ்வாறு நீங்கள் எழுத்தின் மூலம் சிந்திப்பதால், எது முக்கியம் வாய்ந்த பகுதி, எதில் நீங்கள் தீவிர கவனம் செலுத்த வேண்டும், எது குறைந்த நேரம் நீங்கள் செலவிட வேண்டியவை என்று எளிதில் அடையாளம் கண்டுகொள்ள உதவும். இது உங்களின் உற்பத்தித்திறனை முறைப்படுத்துவது மட்டுமின்றி உங்களின் திட்டமிடல் பணிகளை மேம்படுத்தவும் உதவும்.

மாற்றி யோசியுங்கள்

ஒருமுறை எனது மேலாண்மைத் துறை வகுப்பாசிரியர் முனைவர் முருகப்பன் அவர்கள் ஒரு எழுதுகோலை எங்களிடம் சுட்டிக்காட்டி இதன் பயன்பாடுகள் என்னவென்று கேட்டார். அனைவரும் இதனை எழுதுவதற்காக பயன்படுத்தலாம் என்று கூறினார்கள். கேள்வி என்னிடம் வரும்போது "இதனை எழுதுவதற்கு மட்டுமின்றி பல்வேறு வகையில் பயன்படுத்தலாம் என்று கூறினேன். உதாரணமாக, புத்தகம் படிக்கும்போது இடைச்சொருகலாக பயன்படுத்தலாம், தலைசொறிய, காது குடைய, குப்பியினை விசிலடிக்க, ராக்கெட் விளையாட (இது ஒரு வகை விளையாட்டு), கதவு தாழிடும் குச்சியாக, ஆயுதமாக என பல்வேறு பணிகளுக்கு நீங்கள் பயன்படுத்தலாம்" என எடுத்துக் கூறினேன். நீங்கள் பயன்படுத்தும் அனைத்துப் பொருட்களும் அதை படைக்கப்பட்டதைத் தாண்டி பல்வேறு பணிகளுக்கு உங்களால் பயன்படுத்த முடியும். அதனை எங்கு எவ்வாறு

பயன்படுத்தலாம் என்பதை நீங்கள் தான் உங்களின் அறிவினை துணைக்கொண்டு தீர்மானிக்க வேண்டும்.

ஒருமுறை பிரபல சோப்பு தயாரிக்கும் நிறுவனத்தில் சோப்புகளைத் தயாரித்து பேக்கிங் செய்யும் இயந்திரத்தில் கோளாறு ஏற்பட்டது. தயாரித்த சோப்புகளை அவை ஒழுங்காக பேக்கிங் செய்ய முடியாமல் நிறுவனத்தின் உற்பத்தி தடைப்பட்டது. இருபது சோப்புகள் இருக்க வேண்டிய ஒரு அட்டைப்பெட்டிக்குள் சிலசமயம் பதினோரு சோப்புகள் மட்டுமே முழுமையாக இருந்தன மீதமிருந்த ஒன்பது சோப்புகள் பூர்த்தியடையாமல் வெறும் சோப்பு அட்டைகள் மட்டுமே இருக்கும் வண்ணம் குளறுபடிகள் ஏற்பட்டன. சோப்புக்கு ஏற்பட்ட அதிகப்படியான தேவையினால் இயந்திரத்தை தற்காலிகமாக நிறுத்த முடியாத சூழ்நிலை. அதே சமயம் சரியான சோப்புகள் வாடிக்கையாளர்களை சென்றடையாமல் போனால் நிர்வாகம் தனது நம்பகத்தன்மையையும், வாடிக்கையாளர்களையும் இழக்க நேரிடும். இப்படியான கடின சூழ்நிலையை சமாளிப்பதற்காக நிர்வாக கூட்டம் கூடியது.

கூட்டத்தில் கலந்து கொண்ட அனைவரும் பல்வேறு விதமான யோசனைகளை முன்வைத்தனர். இளம் அதிகாரி ஒருவர் சோப்புகளை அட்டைகளில் அடைக்கும் முன்பு, அதை கொண்டுவரும் கன்வேயர் பெல்ட் முன்பு மின் விசிறியை வைப்பதன் மூலம் எடை குறைந்த அட்டைகளை எளிதில் வெளியேற்றலாம் என யோசனையை முன்வைத்தார். இந்த யோசனையானது அனைவராலும் ஏற்றுக்கொள்ளப்பட்டு தற்காலிக தீர்வு எட்டப்பட்டது. பிரச்சனைகள் மற்றும் இக்கட்டான சூழ்நிலைகளைக் கையாளும் போது நீங்கள் மாற்றுச் சிந்தனையுடன் செயல்படுவது முக்கியத்துவம் பெறுகின்றது. இது உங்களை சிறந்த தலைவராகவும் பிரச்சனைகளில் இருந்து தீர்வு காண்கின்ற நபராகவும் வெளிப்படுத்துகின்றது.

கவனத்தை உங்கள் மீது திசை திருப்புங்கள்

ஒரு கடினமான பாடத்தை உங்கள் மாணவர்களுக்கு முதன்முறையாக நீங்கள் பயிற்றுவிக்க போகின்றீர்கள் எவ்வாறு அதனை கையாளுவீர்கள்? என்று என்னை நோக்கி எனது ஆசிரியர் நேர்முகத் தேர்வின் போது ஒரு கேள்வி கேட்கப்பட்டது. "ஒரு அழகான ஊரில் ஒரு தந்தையும் மகனும் வாழ்ந்து வந்தனர். மகன் சிறு குழந்தையாக இருந்த போது அவனது தந்தை அழகிய கன்றுக்குட்டி ஒன்றை மகனுக்கு பரிசளித்தார். நாட்கள் நகர்ந்தன, காலங்கள் கடந்தன, கன்றுக்குட்டி வளர்ந்து காளையானது, மகன் வளர்ந்து வாலிபனானான். திடீரென்று அவன் வசித்த வந்த ஊரில் ஜல்லிக்கட்டு போட்டி நடைபெறும் என்று அறிவித்தனர். வாலிபன் போட்டியில் கலந்து கொண்டான். சிறு வயதிலிருந்தே கன்றுக்குட்டியுடன் அவன் பழகியதால் அந்த கன்றுக்குட்டியை எப்படி கையாளுவது என்பதில் அவன் தேர்ச்சி பெற்றிருந்தான். அவைகளின் பலம், பலவீனம் என்று அனைத்தையும் அவன் நன்கு அறிந்திருந்தான். இவை அனைத்தையும் அவன் காளையின் மீது கையாண்டு தனது வெற்றியினை ஜல்லிக்கட்டு போட்டியில் பதிவு செய்தான். இந்த கதையினை இங்கே கூறியதன் காரணம், நீங்கள் படிக்கவிருக்கும் இந்த புதிய பாடத்திட்டமானது எவ்வளவு கடினமாக வேண்டுமானாலும் இருக்கலாம். ஒரு வேளை அது உண்மையும் கூட என உங்களுக்கு தோன்றலாம். எந்த ஒரு பாடத்திட்டமும் கடினம் அல்ல. உங்களுக்கு தேவை உழைப்பு மற்றும் தொடர் பயற்சி. தொடர் பயற்சியில் நீங்கள் ஈடுபடும் போது அதில் நிபுணத்துவம் அடைகின்றீர்கள். அதில் இருக்கும் நுணுக்கங்களை கற்றுக்கொள்கிறார்கள். பிறகு அதனையே பயன்படுத்தி உங்களின் செமஸ்டர் தேர்வில் எளிதில் வெற்றி கொள்ளுங்கள்" என்று எடுத்து கூறுவேன் என்று எனது பதிலை கூறினேன். இந்த பதிலைக் கேட்டதும் இப்படி ஒரு பதிலை உங்களிடம் இருந்து நாங்கள் எதிர்பார்க்கவில்லை என்று நேர்முக தேர்வு குழு என்னை வெகுவாக பாராட்டியது. இன்றைய மாணவர்கள்

உங்களிடம் இருந்து எதிர்பார்ப்பது புத்தகத்தையும், இணையத்தையும் தாண்டிய உங்களின் அனுபவ அறிவை மட்டுமே. உங்களின் அனுபவ அறிவினை நீங்கள் எவ்வாறு வார்த்தெடுக்கின்றீர்கள் என்பதை பொறுத்தே உங்களின் வெற்றியும், தோல்வியும் தீர்மானிக்கப்படுகின்றது. உங்களின் தனித்துவத்தை வெளிப்படுத்த புத்தகம் மற்றும் இணையம் அல்லாத வேறு வழிகளில் உங்களின் தேடலை விரிவுபடுத்திக்கொள்ளுங்கள். இதுவே மாணவர்களை உங்களை நோக்கி ஈர்க்கும். உங்களின் கருத்துகளையும் நம்பிக்கையினையும் பெருக்கிக்கொள்ள இவை உதவும். நீங்கள் உங்களின் கருத்துகளின் மீது மாணவர்களின் கவனத்தை ஈர்த்தாலே போதும், எந்த வித கடின பாடத்திட்டத்தையும் எளிதில் கையாள முடியும். இந்த முறையினையே எனது ஆசிரியர் பணியில் நான் இன்று வரை கடைப்பிடித்து வருகின்றேன்.

▪▪

18. பணிகளில் மேம்பட உதவுங்கள்

உங்கள் ஊழியர்கள் தாங்கள் செய்யும் வேலைகளில் எப்போதும் மேம்பாடு அடையவே விரும்புகின்றனர். தங்களின் வேலைகள் மற்றும் நடவடிக்கைகள் நிறுவனத்தின் வளர்ச்சிக்கு மட்டுமல்லாமல் தங்களின் சுய வளர்ச்சிக்காகவும், சுய மேம்பாட்டிற்காகவும் அவை உதவ வேண்டும் என்றே விருப்பம் கொள்கின்றனர். இவ்வாறு செயல்படும் ஊழியர்களைக் கண்டறிந்து அவர்களை ஊக்குவிக்கும் வண்ணம் அவர்களுக்கான ஆக்கபூர்வச் சூழலை நீங்கள் உருவாக்கிக் கொடுங்கள். பின்வரும் சூழலை உங்களின் ஊழியர்களுக்கு நீங்கள் உருவாக்கித் தருவதன் மூலம் அவர்களின் வளர்ச்சிக்கு நேரடியாகவோ அல்லது மறைமுகமாகவோ உங்களால் உதவ முடியும்.

உங்கள் ஊழியர்களிடம் இருந்து நீங்கள் என்ன எதிர்பார்க்கின்றீர்கள் என்பதை துவக்கத்திலேயே அவர்களிடம் சொல்லி விடுங்கள்

சிறந்த தலைவர்கள் தங்களது ஊழியர்களிடமிருந்து என்ன எதிர்பார்க்கின்றனர் என்பதை துவக்கத்திலேயே தெளிவாக எடுத்துரைத்து விடுகின்றனர். எக்காரணம் கொண்டும் அவர்கள் தங்கள் கருத்துகளில் இருந்து பின்வாங்குவதில்லை. தலைவர்கள் தங்களிடமிருந்து என்ன எதிர்பார்க்கிறார்கள் என்று ஊழியர்களுக்கு புரிந்து விட்டால் நிறுவனத்தின் இலக்கை அடைய அவர்கள் விருப்பம் கொள்கின்றனர். திட்ட வரைவுகளில் இருந்து செயல் வடிவம் பெறும் வரை தங்களது நிறுவனத்தில் இலக்குகளை அடைய அவர்கள் அயராது பாடுபடுகின்றனர்.

அவர்கள் செய்கின்ற வேலைக்கான தரங்களை நிர்ணயம் செய்து விடுங்கள்

உங்களின் ஊழியர்கள் செய்கின்ற வேலைக்கான தரங்களை நீங்களே உருவாக்கி கொள்ளுங்கள். அவற்றிற்கு ஒரு மதிப்பீட்டையும் நிர்ணயித்துக் கொள்ளுங்கள். உங்கள் ஊழியர்களின் வேலைக்கேற்ப மதிப்பெண்களை வழங்குங்கள். அவர்கள் இப்போது பெற்றுள்ள மதிப்பெண்களைக் காட்டிலும் எதிர்வரும் காலங்களில் கூடுதல் மதிப்பெண்கள் பெற உங்களின் பின்னூட்டங்களை அவர்களுக்கு வழங்குங்கள். இவ்வாறான நடவடிக்கைகளில் நீங்கள் ஈடுபடும்போது உங்கள் ஊழியர்களின் நடவடிக்கைகளை நீங்கள் தொடர்ந்து கண்காணிப்பது மட்டுமின்றி அவர்கள் செயல்களில் மேன்மையடையவும் உதவுகின்றீர்கள்.

உங்கள் அறிவுறுத்தல்களை உங்கள் ஊழியர்கள் சரியாக புரிந்து கொண்டுள்ளனர் என்று ஒருபோதும் அனுமானிக்காதீர்கள்

நீங்கள் உங்களின் ஊழியர்களுக்கு கூறும் கருத்துகளை அவர்கள் சரியாக புரிந்து கொண்டுள்ளார்களா? என்பதை ஒன்றுக்கு இரண்டு முறை உறுதி செய்து கொள்ளுங்கள். சில ஊழியர்கள் மிக வேகமாக உங்களின் கருத்துகளை உள்வாங்கி கொள்கின்றனர். ஒரு சிலர் மிதமாக, மற்றும் சிலர் மிகக் குறைவான அளவே அதனை உள்வாங்கிக் கொள்கின்றனர். வேலைப் பளுவின் காரணமாக சில சமயங்களில் நீங்கள் கூறும் அறிவுரைகள் மற்றும் முக்கிய கருத்துகளை உங்கள் ஊழியர்கள் மறக்க நேரிடலாம். இவற்றை அகற்றும் பொருட்டு, நீங்கள் கருத்துகளைக் கூறும் போது உங்கள் ஊழியர்கள் அதனை எழுத்து மூலம் குறிப்பெடுத்துக் கொள்கின்றார்கள்ளா? என்பதை உறுதி செய்து கொள்ளுங்கள். இத்தகைய நடவடிக்கையின் மூலம் நீங்கள் எதிர்பார்க்கும் செயல்களை குறிப்பிட்ட கால

அளவிற்குள் உங்களின் ஊழியர்களிடம் இருந்து நீங்கள் எளிதில் பெற முடியும்.

அடிக்கடி அவர்களுக்கான பின்னூட்ட கருத்துகளை வழங்குங்கள்

பின்னூட்ட கருத்துகள் மட்டுமே உங்கள் ஊழியர்களையும் அவர்கள் மேற்கொள்ளும் செயல்களையும் ஊக்குவிக்கும். அவர்கள் எதனைச் சரியாக செய்து கொண்டிருக்கின்றனர். எதனை தவறுதலாக கையாளுகின்றனர். எந்த இடத்தில் அவர்களால் மாற்றத்தைக் கொண்டு வர முடியும் என்று உங்கள் ஊழியர்களிடம் எடுத்துரையுங்கள். பெரும் நிறுவனங்களிடையே கேட்கப்பட்ட ஒரு கருத்துக்கணிப்பின் போது அவர்கள் பொதுவாக முன்வைத்த குற்றச்சாட்டுகளில் ஒன்று "தங்கள் ஊழியர்கள் எவ்வாறு செயல்பட்டுக் கொண்டு இருக்கின்றார்கள் என்று அவர்களுக்கே தெரியவில்லை என்பது." தாங்கள் எவ்வாறு செயல்பட்டுக் கொண்டு இருக்கின்றோம் என்று ஊழியருக்கு புரியாமல் அவர்களால் எந்த ஒரு செயலையும் மேம்படுத்திக்கொள்ள முடியாது. தான் என்ன செய்ய வேண்டும் என்று புரியாமல் தங்களை தாங்களே ஊக்கமிழக்கச் செய்கின்ற நடவடிக்கைகளில் ஈடுபட்டு தங்களின் நேரத்தை வீணடித்துக் கொள்கின்றனர். தாங்கள் ஒரு செயலை சிறப்பாக செய்திருக்கின்றோம் என்ற உணர்வே உங்களது ஊழியர்களை ஊக்குவிக்கும். எனவே உங்கள் ஊழியர்களின் செயல்களை அனைவர் முன்னிலையிலும் மனதார பாராட்டுங்கள். தங்களது செயல்களை மேலும் மெருகூட்ட அவர்களுக்கு பின்னூட்டக் கருத்துகளை தொடர்ந்து வழங்குங்கள். பாராட்டிற்காகவும், அங்கீகாரங்களுக்காகவும் ஏங்குவதே மனித மனங்களின் இயல்பு. முடிந்த வரை பிறரைப் பாராட்டும் பழக்கத்தை வளர்த்துக் கொள்ளுங்கள். இவை உங்களையும் உங்களை சுற்றியுள்ளவர்களை நேர்மறை எண்ணங்களுடன் செயல்பட உதவும்.

பிரச்சனைகளை அமைதியாக கையாளுங்கள்

ஒரு பிரச்சனை எழும் போது கோபம் கொள்வதோ, நிதானம் இழப்பதோ அல்லது ஒருவரை கடிந்து கொள்வதோ சில சமயங்களில் சுலபமானதாக உங்களுக்குத் தோன்றும். மாறாக, அதற்கான காரண காரியங்களை ஆராயும் போதே அதன் உண்மைத்தன்மை உங்களுக்குப் புலப்படும். பிரச்சனைக்கான காரணமாக கருதப்படும் ஊழியர் வேண்டுமென்றே அந்த பிரச்சனையை உருவாக்கவில்லை. மாறாக, அவர் நல்ல நோக்கத்துடன் அந்தச் செயலை செய்தும் கூட, ஏதோ ஒரு சில காரணங்களால் அது பிரச்சனையாக மாறிவிட்டது என்பதை நீங்கள் உணர நேரிடும். இப்படிப்பட்ட சூழ்நிலையின் போது உங்களின் ஊழியர்களை அனைவரது முன்பும் கூப்பிட்டு அவமானப்படுத்தாத வகையில் ஒரு தீர்வினை நீங்கள் கையாள வேண்டும்.

ஒரு தலைவராக எந்த ஒரு பொது இடத்திலும் உங்களின் ஊழியரை நீங்கள் விமர்சனம் செய்யாதீர்கள். அவரை உங்களின் அறைக்குத் தனியே அழைத்து அவரிடம் நடந்தவற்றை கேட்டு அறிந்து கொள்ளுங்கள். இந்தப் பிரச்சனையினால் நீங்கள் எதிர்கொண்டுள்ள நெருக்கடிகள் மற்றும் சவால்கள் பற்றி தெளிவாக எடுத்துரையுங்கள். இந்த பிரச்சனை குறித்து நீங்கள் ஏன் இவ்வளவு கவலை கொள்கின்றீர்கள் என்று எடுத்துக் கூறுங்கள். உங்கள் ஊழியர்கள் கூறும் காரணத்தை செவி கொடுத்துக் கேட்டுக் கொள்ளுங்கள். ஒரு வேளை உங்களின் ஊழியர் தனது வேலையை பாதுகாத்துக்கொள்ளும் நோக்கத்துடன் ஒரு காரணத்தை கூறினாலும் கூட எந்தச் சலனமுமில்லாமல் அதைக் கேட்டுக் கொள்ளுங்கள். அவர் கூறும் ஒருவித காரணம் கூட நீங்கள் உங்கள் பிரச்சனைகளை வேறு கோணத்தில் அணுகுவதற்கு உதவக்கூடும்.

ஒருவேளை தவறு உங்களது ஊழியர்களிடம் இருந்தால்? அதனை அவர்கள் எதிர்வரும் காலங்களில் எவ்வாறு களைய வேண்டும் என்பதையும், அதன் மூலம் பெறப்படுகின்ற விளைவுகள் எவ்வாறு மேம்பட வேண்டும் என்பதையும், உங்களின் எதிர்பார்ப்புகள் என்ன என்பதையும் எடுத்துக்கூறுங்கள். பிரச்சனைகளை கையாளும் வழிகளை கூறாமல், வெறுமனே பிரச்சனைகளை தவிர்க்கும் படியும், சவால்களை சமாளிக்கும் படியும் உங்களின் ஊழியர்களை மிரட்டுவதென்பது உங்கள் மீதுள்ள மரியாதையை நீங்களே குறைத்துக்கொள்ளும் நடவடிக்கையாகும். இவ்வாறு நீங்கள் தொடர்ந்து உங்களின் ஊழியர்களிடம் நடந்து கொண்டால், அவர்கள் மேற்கொள்ளும் செயல்களின் மீது அவர்களுக்கே ஒருவித சலிப்பினை ஏற்படுத்தக்கூடும். பிரச்சனையில் சம்பந்தப்பட்ட ஊழியர் நீங்கள் கொடுத்த அறிவுரைகளை தான் பின்பற்றி நடந்து கொள்கிறார்களா? என்பதை அவ்வப்போது கேட்டறிந்து கொள்ளுங்கள். தேவைப்பட்டால் அவர்களுக்கான பின்னூட்ட கருத்துகள் மூலம் உங்களின் ஆதரவைத் தாருங்கள்.

ஆட்சேபனைகளை தவிர்த்திடுங்கள்

பெரும்பாலான ஆட்சேபனைகள் குழப்பமான சூழல்களில் இருந்து தான் முதலில் முளைக்கின்றன. ஒரு சிறந்த தலைவராக நீங்கள் உங்கள் கருத்துகளை எடுத்துரைப்பதில் தெளிவாகவும், அதே சமயம் எளிதில் புரியும் வண்ணம் பார்த்துக்கொள்ள வேண்டும். உங்கள் ஊழியர்களிடம் ஒரு கருத்தை நீங்கள் சரியாக கடத்திவிட்டாலே 80 சதவீதம் உங்களின் வேலை முடித்துவிடும் என ஒரு ஆய்வின் முடிவு தெரிவிக்கின்றது. உங்களின் கருத்துகளைத் தெளிவானதாகவும், கூர்மையானதாகவும் அமைத்துக்கொள்ள தொடர்ந்து திட்டமிடல் பணிகளில் ஈடுபடுங்கள். அரைமணி நேரம் உங்களின் ஆக்கப்பூர்வ கருத்துப் பரிமாற்றத்திற்கு

குறைந்தது நீங்கள் 2 முதல் 3 மணி நேரம் வரை திட்டமிடலில் ஈடுபடுங்கள். எழுத்துகள் மூலம் குறிப்பெடுத்துக் கொள்ளுங்கள். இது உங்களின் நினைவாற்றலை அதிகரிக்கும். கண்ணாடி முன்நின்று ஒத்திகையில் ஈடுபடுங்கள். இது உங்களின் சுய ஊக்கத்தை அதிகரிக்கும். சிறந்த சொற்களையும் தெளிவான கருத்துகளையும் பயன்படுத்துங்கள். இவை இரண்டும் உங்களின் ஆழ்மனதையும் உங்களின் ஆளுமையையும் பறைசாற்றும். உங்களின் இத்தகைய செயல்பாடுகள் தான் நீங்கள் உங்கள் கொள்கையில் கொண்டுள்ள ஈடுபாட்டினையும், விடா முயற்சியினையும் மக்களுக்கு எடுத்துரைக்கும். சிறந்த கருத்துகள் ஆக்கம் பெரும் விளைவுகளை உருவாக்கி குழப்பமான சூழ்நிலைகளை தவிர்க்கும் ஆற்றல் கொண்டவை. சிறந்த செயல்பாட்டினை நீங்கள் உங்களின் ஊழியர்களிடம் கடத்த விரும்பினால் முதலில் கருத்துப் பரிமாற்றத்திற்கான ஒரு சூழலை உருவாக்கிக்கொள்ளுங்கள். இது உங்கள் ஊழியர்களுக்கிடையே நிலவும் குழப்பங்களை களைந்து ஒருமித்த கருத்தினை எட்ட உதவும்.

மக்கள் தங்கள் எதிர்காலங்களை தீர்மானிப்பதில்லை மாறாக அவர்கள் தங்களுடைய பழக்க வழக்கங்களை தீர்மானிக்கின்றனர். அப்பழக்கவழக்கங்களே அவர்களின் எதிர்காலத்தைத் தீர்மானிக்கின்றன. நீங்கள் தினமும் செய்கின்ற எதோ ஒன்றை மாற்றாத வரையில் உங்கள் வாழ்வில் மாற்றம் என்ற ஒன்று நிகழாது. நீங்கள் உங்கள் வாழ்வில் முன்னேற வேண்டுமென்றால் முதலில் சிறந்த பழக்கவழக்கங்களை உருவாக்கிக்கொள்ளுங்கள். அந்த மாற்றமே உங்களின் எதிர்காலத்தையும், வெற்றிகளையும் தீர்மானிக்கின்றது. மாற்றங்களை நான் துவங்க வேண்டுமா? ஆம்! துவங்க வேண்டும். எப்போது? இன்றே! இப்போதே! இந்தக்கணமே! இப்போது நீங்கள் உங்கள் மாற்றத்திற்கான வாயிலை திறக்கவில்லை என்றால் அது எப்போதும் அடைபட்டுக் கொண்டே இருக்கும். காலையில் நீங்கள் கண் விழிக்கும் நேரத்திலிருந்து இரவில் உறங்க

செல்லும் வரை நீங்கள் கையாளுகின்ற வார்த்தைகள், செயல்கள் மற்றும் உங்களின் நடவடிக்கைகள் இவையாவும் தான் உங்களின் பழக்கவழக்கங்களை தீர்மானிக்கின்றன. எனவே இதனைப் படிப்படியாக மாற்ற முற்படுங்கள். துவக்கத்தில் இவை சற்றுக் கடினமாக தான் தோன்றும். உண்மையில் கடினமான செயல் என்பது நீங்கள் செய்யாமல் விட்டுவிட்ட சின்னஞ்சிறு விஷயங்களின் மொத்தத் தொகுப்பே ஆகும். மாணவர்கள் செமஸ்டர் (பருவத்) தேர்வினை எழுதிவிட்டு வரும் போது அவர்களை உற்று நோக்கி இருக்கின்றீர்களா? கேள்வித்தாள் மிக கடினம், எளிது என்று இருவேறு மாறுபட்ட கருத்துகளை அவரவர் தன்மைக்கேற்ப கூறுவர். உண்மையில் நீங்கள் தொடர்ச்சியாக பயிற்சி மேற்கொண்டு இருந்தால், பாடத்திட்டத்தை முழுமையாக உள்வாங்கிக்கொண்டு படித்திருந்தால், கடினம் என்ற ஒரு வார்த்தையே உங்கள் அகராதியில் இருந்து தூக்கி எறியப்பட்டு இருந்திருக்கும்.

தான் செய்ய வேண்டிய ஒரு வேலையை தனக்கு வசதி இருக்கும் போதோ அல்லது நல்ல மனநிலையில் இருக்கும் போதோ ஒருவர் மேற்கொள்வார் என்றால்! அவர் கடினம் என்ற மாயவலையில் சிக்கி வெற்றி என்ற ஒன்றை அடைந்திருக்கவே மாட்டார். வெற்றிக்கான மந்திரம் என்னவென்று யாராவது என்னிடம் கேட்டால் "கடைசிவரை நீங்கள் முயற்சிப்பதுதான்" என்று கூறுவேன். இந்திய கிரிக்கெட் அணியின் முன்னாள் கேப்டன் மகேந்திர சிங் தோனி-யின் அணுகு முறையினை கண்டுள்ளீர்களா? எந்த ஒரு இக்கட்டான சூழ்நிலையினையும் எளிதாக கையாளக்கூடியவர். அவருக்குத் தெரிந்தது எல்லாம் வெற்றிகளும், வெற்றி பெறுவதற்கான வழிகளும். எந்த ஒரு கடின சூழ்நிலைகளிலும் மனம் தளராமல் தன்னம்பிக்கை இழக்காமல் தனது அணி வெற்றி பெற தேவையான அனைத்து வித முயற்சிகளை மேற்கொள்ளவர். வெற்றி பெறுவதற்கான செயல்களை அவர் தனது பழக்கங்களில் ஒன்றாக உருவாக்கி கொண்டார். அதன் பலன்! தொடர் வெற்றிகள்.

வெற்றிக்கான பழக்கங்களை நீங்கள் தொடர்ந்து உருவாக்கி கொண்டால் வெற்றி என்பது உங்களின் ஒரு பழக்கமாகவே மாறிவிடுகின்றது

கருத்து மோதல்களுக்கு வித்திடுங்கள்

உங்களின் ஊழியர்கள் சிறந்த செயல் நடவடிக்கைகளை மேற்கொள்ள கருத்து சுதந்திரத்திற்கு வித்திடுங்கள். உங்களின் இந்த நடவடிக்கை தான் உங்களின் ஊழியர்கள் தங்களது மனதில் பொதிந்து வைத்துள்ள கருத்துகளையும், ஆழ்மன விருப்பங்களையும் வெளிப்படுத்த உதவுகின்றன. அத்துடன் அவர்கள் கொண்டுள்ள எண்ணங்களையும், அதன் புரிதல்களையும் மற்றவர்களிடம் பகிர இவை வழிவகை செய்கின்றன. இத்தகைய கருத்துச் சுதந்திரமானது பல்வேறு சமயங்களில் கருத்து மோதல்களுக்கும் வித்திடுகின்றன.

கருத்து மோதல்கள் இருவகையான அசாத்திய திறன்களை வெளிப்படுத்தும் ஆற்றல் கொண்டவை. ஒன்று நமது தேடலின் போது புலப்படாத சில கேள்விகளுக்கான விடை. மற்றோன்று, ஆரோக்கியமான கருத்து மோதல்கள் மூலம் பிறக்கின்ற புதியவகை சிந்தனை. புதிய சிந்தனைகள் உங்களை புதிய பரிணாமத்தை நோக்கி அழைத்து செல்கின்றன. சிறந்த செயல்களை வெளிப்படுத்தி அதன் மூலம் நிறுவனத்தை வளர்ச்சி பாதையில் பயணிக்க இவை உதவுகின்றன. சில சமயம் புதியவகை சிந்தனைகளை நீங்கள் முயற்சிக்கும் போது உங்கள் மீதும், உங்களின் செயல்களின் மீதும் உங்களின் ஊழியர்கள் குறைகூற நேரலாம். மாற்றம் தரும் செயல்களில் நீங்கள் ஈடுபடும்போது இம்மாதிரியான சிறு இடையூறுகள் மற்றும் தடங்கல்கள் ஏற்படுவது இயல்பே. இம்மாதிரியான தருணங்களில் அமைதியை விரும்பும் புத்தனை போல மவுனம் காத்து, அவர்களின் கருத்தினையும் முழுமையாக உள்வாங்கிக் கொள்ளுங்கள்.

பிறரின் கருத்துகளுக்கு முக்கியத்துவம் அளித்து அதனை முழுமையாக உள்வாங்கிக் கொள்பவர்களே ஆற்றல் மிகுந்த தலைவராக தங்களை நிலை நிறுத்திக்கொள்கின்றனர். என்னைப் பொறுத்தவரை நிறுவனத்தின் வளர்ச்சிக்கும், தனிமனித முன்னேற்றத்திற்கும் கருத்து மோதல்கள் அவசியம். அவை, கூட்டு முயற்சிகளின் வாயிலாகவோ அல்லது நிர்வாக செயல்பாடுகளின் வாயிலாகவோ தலைமைத்துவத்தில் தொடர்ந்து இருத்தல் வேண்டும். அதுவே உங்களின் நிறுவனத்தையும் அதன் செயல்களையும் சிறப்பாக வழி நடத்த உதவும்.

தொடர்ந்து முயற்சி செய்யுங்கள்

உங்கள் வெற்றிக்கான ரகசியம் உங்கள் தோல்விகளில் தான் ஒளிந்துள்ளது. எவ்வளவு தூரம் உங்களின் முயற்சிகளில் நீங்கள் தோல்வியுறுகின்றீர்களோ அவ்வளவு தூரம் உங்களின் அனுபவத்தை நீங்கள் கூட்டிக்கொண்டு செல்கின்றீர்கள் என்பதை நினைவில் கொள்ளுங்கள். உங்களின் அனுபவமே உங்களின் வெற்றிக்கான அடித்தளம். கலிபோர்னியா மாநிலத்தில் உள்ள ஒரு புகழ் பெற்ற ஆராய்ச்சி நிறுவனத்திற்கு இதுவரை நான் தொடர்ந்து 76 முறை ஆராய்ச்சி பணிக்கு விண்ணப்பித்துள்ளேன். இதில் 74 முறை தொடர் தோல்விகள். இருமுறை மட்டும் அடுத்த கட்டத்திற்கு தேர்தெடுக்கப்பட்டேன். அமெரிக்க குடியுரிமை மற்றும் எப்.பி.ஐ கிளியரன்ஸ் இல்லாத காரணத்தால் பணிக்கு மறுக்கப்பட்டேன். இந்த 76 முறை தோல்வியின் போதும் மதிப்புக் கூட்டக்கூடிய எதோ ஒன்றை நான் தொடர்ந்து கற்றுக்கொண்டே இருக்கின்றேன். அடுத்த முறை எனது விண்ணப்பத்தில் அதனை சீர் செய்து மீண்டும் முயற்சிக்கின்றேன். சமீபத்தில் நடைபெற்ற இந்தியன் இன்ஸ்டிடியூட் ஆப் டெக்னாலஜி பம்பாய் (IITB) உதவி பேராசிரியர் பணிக்கு 7 மணி நேரம் தொடர் காணொளி

தேர்வில் கலந்துக்கொண்டு கடைசி கட்டம் வரை சென்றேன். அந்த பணி எனக்கு கைகூடவில்லை என்றாலும் அங்கே நான் பெற்றுக்கொண்ட அனுபவம் எனது அடுத்தகட்ட நகர்வுக்கு உதவி புரிகின்றன. நீங்கள் ஒரு இலக்கை நோக்கி பயணிக்கையில் வெற்றிகளைப் பற்றியோ அல்லது தோல்விகளைப் பற்றியோ கவலை கொள்ளாமல் முயற்சியில் மட்டும் தொடர்ந்து ஈடுபடுங்கள். தொடர் முயற்சிகள் மட்டுமே உங்களின் இலக்குகளை தெளிவுப்படுத்துகின்றன. தெளிவான இலக்குகள் தான் உங்களின் வெற்றிகளை உறுதி செய்கின்றன.

கடந்த 2012 -ஆம் ஆண்டு அமெரிக்க விண்வெளி ஆய்வு நிறுவனமான நாசா 'தார்பா யு.ஏ.வி ஃபோர்ஜ் சலான்ச்' என்ற போட்டிக்கு ஏற்பாடு செய்திருந்தது. உலகெங்கும் உள்ள பல்வேறு நாடுகளை கொண்ட அணிகள் இந்த போட்டியில் கலந்து கொண்டன. இதில் எங்கள் அணியான தக்கூாவும் கலந்து கொண்டது. மொத்தம் மூன்று சுற்றுகளாக இந்த போட்டி நடைபெற்றது. முதல் சுற்றில் எங்கள் குழுவைப் பற்றியும், ஆளில்லா விமானத்தின் செயல்பாடுகள் குறித்தும் குறும்படம் எடுத்து அனுப்ப வேண்டும். இதில் தேர்வாகும் அணி இரண்டாம் கட்ட சுற்றுக்கு தேர்ந்தெடுக்கப்படுவர். இரண்டாம் கட்ட சுற்றானது காணொளி வாயிலாக நடைபெறும். இதில் விஞ்ஞானிகள் கலந்து கொண்டு உங்களின் தொழில்நுட்ப அறிவினையும், விமானத்தின் செயல் திறனையும் மதிப்பீடு செய்வர். இதில் தேர்வாகும் முதல் பனிரெண்டு அணி இறுதிப் போட்டிற்கு நேரடியாக அமெரிக்கா அழைக்கப்படுவர். முதல் சுற்றில் எளிதாக வெற்றி பெற்ற எங்களின் அணி, அடுத்த கட்ட காணொளி போட்டியில் பங்கு பெற்றது. காணொளி சுற்றில் விஞ்ஞானிகள் கேட்ட அனைத்துக் கேள்விகளுக்கும் எங்கள் குழு பதிலளித்தது. அத்துடன் அவர்களின் கட்டளைகளுக்கு ஏற்ப ஆளில்லா உளவு விமானத்தை இயக்கியும் காட்டியது. இதில் இரண்டாம் இடத்தை பிடித்த எங்கள் அணியை ஏப்ரல் மாதம் நடைபெறும் இறுதிப்போட்டியில் கலந்து கொள்ளுமாறு அழைத்திருந்தனர். இறுதிப்போட்டிக்கு

தேர்ந்தெடுக்கப்பட்ட எங்கள் அணி நான் முன்பு குறிப்பிட்டிருந்ததை போல கடைசி கட்ட நேரத்தில் என்னை ஒரு சுமையென கருதி கழட்டிவிட்டு சென்றது. ஒரு வழியாக போட்டி நடைபெறும் ஜார்ஜியா மாகாணத்தை அடைந்த எங்கள் குழு மிகப்பெரும் பின்னடைவை சந்திக்க நேர்ந்தது. போட்டி நடைபெறும் இடமான ஜார்ஜியா மாகாணத்தில் உள்ள அடர்ந்த காட்டுப்பகுதி எங்கள் இறுதிப்போட்டிக்கான இடமாக விஞ்ஞானிகள் தேர்ந்தெடுத்து வைத்திருந்தனர். அடர்ந்த பயின் மர காடுகளால் நிரம்பிய பகுதி அது. அதனிடையே நீங்கள் உளவு விமானங்களை இயக்கி சரியான இடத்தில தரையிறக்க வேண்டும் என்பதே விதி. இதற்கு விமானத்தில் பொருந்தியுள்ள கேமராவின் உதவியை நீங்கள் பயன்படுத்திக்கொள்ளலாம் என்றும் நிர்ணயம் செய்திருந்தனர். உளவு விமானத்தில் பொருத்தப்பட்டுள்ள கேமரா RF டிரான்ஸ்மீட்டர் அலைகளை வெளிப்படுத்தும் தன்மை கொண்டது. இதன் மூலம் நீங்கள் நேரடியாக விமானங்கள் செல்லும் இடத்தை கண்காணிக்க முடியும். சாதாரண தரைப்பகுதிகளில் இந்த வகை கேமராக்கள் சிறந்த செயல்பாட்டினை வெளிப்படுத்தினாலும், காடுகள் நிறைந்த பகுதிகளில் இவை சரியாக வேலை செய்யவில்லை. பொதுவாக பயின் மர காடுகள் RF அலைகளுக்கு எதிரானவை. அவை RF அலைகளின் ஆற்றலை முழுமையாக கிரகித்துக்கொள்ளும் தன்மை கொண்டவை. இதன் காரணமாக எங்களுக்கு முன்பு பங்கேற்ற அனனத்து அணிகளும் தங்களது விமானத்தை தரை இறக்க முடியாமல் தங்களது விமானங்களை இழக்க நேரிட்டது. போட்டிக்கு முந்தைய நாள் இரவு பேராசிரியர் என்னை தொடர்பு கொண்டு இப்பிரச்சனைக்குத் தீர்வு காண மாற்று யோசனையினை வினவினார். நாங்கள் பயன்படுத்தும் கேமரா ட்ரான்ஸ்மீட்டர்களும் இத்தகைய இடர்களை சந்திக்க நேரிடும் என்பதை முன்கூட்டியே உணர்ந்து இதற்கான மாற்று யோசனை முன்மொழிந்தேன். ஸ்மார்ட் போன்கள் அப்போது தான் புழக்கத்திற்கு வந்த சமயம், அதன்

தொழில்நுட்பத்தை எங்களுக்கு சாதகமாக பயன்படுத்தும் யோசனையினை நான் முன்மொழிந்தேன். அதன்படி ஆளில்லா உளவு விமானத்தில் ஒரு ஸ்மார்ட் போனை இணைத்து அதில் ஸ்கைப் செயலியை பதித்தோம். விமானத்தை இயக்கும் தரைக்கட்டுப்பாடு நிலையத்தில் கணினியிலும் ஸ்கைப் செயலியை பதிந்தோம். இவ்விரு செயலிகளுக்கு இடையே வீடியோ காலிங் முறையில் இணைப்பை ஏற்படுத்தினோம். இதன் மூலம் தடையற்ற தொடர் வீடியோ இணைப்பை எங்களால் பெற முடிந்தது. இந்த முயற்சியின் காரணமாக எந்த ஒரு அணியும் தரை இறங்க முடியாது என்று நினைத்த இடத்தில் வெற்றிகரமாக தரையிறங்கி நாங்கள் சாதனை புரிந்தோம். இன்றும் அந்த நிகழ்வு இணையத்தில் காணொளியாக உள்ளது. உங்களுக்கான அங்கீகாரங்களோ அல்லது வாய்ப்புகளோ உங்களை விட்டு கைநழுவி செல்லும்போது அதனை விடுத்து அணியின் வெற்றிக்காக தொடர்ந்து உழைத்துக் கொண்டே இருங்கள். அதுவே நீங்கள் உங்கள் அணியினருக்கு செய்யும் கைமாறு. உங்களுக்கான வாய்ப்புகளை யாராலும் தடுக்க இயலாது. உரிய காலத்தில், உரிய நேரத்தில் அவை உங்களுக்கு வந்தே சேரும் என்பதே இயற்கையின் விதி.

உங்களுக்கான பிரச்சனைகளை நீங்கள் எதிர்கொள்ளும் போது அதனை நேர்கோணத்தில் சிந்திக்காமல் மாற்றுச் சிந்தனையின் வாயிலாக அணுக முயற்சிக்கும்போது அவற்றின் மதிப்புக் கூட்டப்படுகின்றன. எங்களின் இந்த மாற்று யோசனையினை வெகுவாக பாராட்டிய நிகழ்ச்சி ஒருங்கிணைப்பாளர்கள் எங்களை வெகுவாக பாராட்டினர். பிரச்சனைகளை மாற்றுக் கோணத்தில் அணுகிய எங்களுக்கு அங்கு மிகுந்த மரியாதை அளிக்கப்பட்டதாக பிறகு நான் கேட்டு அறிந்து கொண்டேன். உங்களின் அறிவுசார் சிந்தனைகளை அறிவுசார் சமூகம் மதிக்கும் என்பதற்கு என் வாழ்வில் நடந்த இந்த நிகழ்வே ஒரு சிறந்த உதாரணம்.

மீன்களைப் பிடிக்கக் கற்றுக்கொள்ளுங்கள்

2019-ஆம் ஆண்டு பொறியியல் துறையில் முனைவர் பட்டம் பெற்ற எனக்கு வெகுநாட்களாக ஆராய்ச்சி மாணவர்கள் கிடைக்கப் பெறாமல் இருந்தனர். கோவிட் தொற்று காரணமாகவும், ஆராய்ச்சித்துறையில் மாணவர்களின் விருப்பம் பெருமளவு குறைந்த காரணத்தினாலும் ஆராய்ச்சி மாணவர்களின் சேர்க்கை கடந்த மூன்று ஆண்டுகளாக குறைவாகதான் இருந்து வருகின்றது. அடுத்த கட்ட துறை ரீதியான எனது பதவி உயர்வுக்கு ஆராய்ச்சி மாணவர்கள் இருப்பது கட்டாயம் என்ற காரணத்தால், எனது ஆசிரியரான முனைவர் க. செந்தில்குமாரிடம் அதிகமாக இருக்கும் மாணவர்களில் யாரேனும் ஒருவரை எனக்கு மாற்றித்தர இயலுமா? என ஒரு முறை கேட்க சென்றேன். எனது அனைத்துக் கோரிக்கைகளையும் அமைதியாக கேட்ட அவர். உன்னிடம் தற்போது எவ்வளவு ஸ்பான்ஸர் ஆராய்ச்சிகள் இருக்கின்றன என்று வினவினார். என்னிடம் தற்போது ஸ்பான்ஸர் ஆராய்ச்சிகள் ஏதும் இல்லை என கூறினேன். உன்னிடம் ஸ்பான்ஸர் ஆராய்ச்சி ஏதும் இல்லாத காரணத்தால் தான் மாணவர்கள் உன்னிடம் ஆராய்ச்சி மாணவர்களாக வரவிரும்புவதில்லை என்ற உண்மையை எனக்கு எடுத்துரைத்தார். சராசரியாக ஒரு முழு நேர ஆராய்ச்சி மாணவர் தனது அன்றாட வாழ்வாதாரங்களுக்கும், தனது ஆராய்ச்சிப் பணிகளை மேற்கொள்ளவும் சுமார் இருபது முதல் முப்பதாயிரம் ரூபாய் வரை செலவுகள் மேற்கொள்ள நேர்கின்றது. இதனை ஒரு ஆசிரியராக நீங்கள் உங்களது ஆராய்ச்சி மாணவர்களுக்கு பெற்றுத்தர வழிவகை செய்ய வேண்டும். உங்களின் இத்தகைய செயல்பாடுகள் தான் மாணவர்களை உங்களை நோக்கியும் உங்களது ஆராய்ச்சியினை நோக்கியும் ஈர்க்கும் என்று எடுத்துரைத்தார். பேராசிரியரின் இந்த அணுமுறை என்னை வெகுவாகக் கவர்ந்தது. பசிப்பவனுக்கு மீனை பிடித்து தராமல் மீன் பிடிக்கும் கலையினை கற்றுத்தந்த மாபெரும் ஆசான் அவர்.

அன்றிலிருந்தே நான் பல்வேறு ஆராய்ச்சி மையங்களுக்கு ஸ்பான்ஸர் சம்பந்தமான ஆராய்ச்சி விண்ணப்பங்களை அனுப்பிக்கொண்டு இருக்கின்றேன். சமீப காலத்தில் கூட மத்திய அரசிடமிருந்து இரண்டு ஸ்பான்ஸர் ஆராய்ச்சி நிதிகளை பெற்றுள்ளேன். பேராசிரியரின் இந்த அணுகுமுறை என்னை முற்றிலும் வேறு கோணத்தில் சிந்தித்து வெற்றி பெற வைத்தது.

19. உங்கள் ஊக்குவிப்புகளை தேர்ந்தெடுங்கள்

மனிதர்களாக பிறந்த அனைவரும் ஒரு செயல்களின் வாயிலாகவோ அல்லது ஒரு நடவடிக்கையின் வாயிலாகவோ ஊக்கம் பெறுவதில்லை. மாறாக அவரவர் விருப்பத்திற்கும், வாழ்க்கை முறைகளுக்கு ஏற்ப அவர்கள் ஊக்கம் கொள்கின்றனர். உங்கள் வாழ்க்கைக்கான வளர்ச்சி சீரான பாதையில் பயணிக்க வேண்டுமென்று நீங்கள் விரும்பினால் முதலில் உங்களுள் பொதிந்துள்ள ஆளுமையினை கண்டுபிடியுங்கள். பிறகு அதனை உங்களுக்கு சாதகமாக மாற்ற முற்படுங்கள். கீழே நான்கு வகையான ஆளுமைப்பண்பை பற்றி குறிப்பிட்டுள்ளேன். அதில் நீங்கள் எந்த வகை என்று கண்டுபிடித்து அதில் உங்கள் ஆளுமையினை பட்டை தீட்டிக் கொள்ளும் முயற்சிகளில் ஈடுபடுங்கள். இவை உங்களின் தலைமைப்பண்பின் வளர்ச்சிக்கு பேருதவியாக அமையக்கூடும்.

முதல் வகையை சார்ந்த மக்கள் எதற்கும் உணர்ச்சி வசப்படாதவர்கள். இவர்கள் எது குறித்தும் அவ்வளவாக அலட்டிக்கொள்ள மாட்டார்கள். அனைவரும் விரும்புகின்ற ஆளுமைப்பண்பை உடையவராகவே இவர்கள் திகழ்வார்கள். இவர்களிடம் இருக்கும் ஒரே குறை செயலில் இறங்குவது. அனைத்து விதமான திட்டவரைவுகளையும் தயார் நிலையில் வைத்திருக்கும் இவர்கள் அதற்கு செயல்வடிவம் கொடுக்க முற்பட மாட்டார்கள். இவர்களை போன்றவரா நீங்கள்? நீங்கள் மேற்கொள்ளும் வேலைகளின் மதிப்பையும், அதனால் ஏற்படப் போகின்ற விளைவுகளையும் முன்கூட்டியே கண்டுபிடிப்பதன் மூலம்

அந்த வேலையை செய்ய உங்களை நீங்களே ஊக்குவித்துக் கொள்ள முடியும்.

இரண்டாம் வகையை சார்ந்த மக்கள் முதல் வகைக்கு முற்றிலும் நேர் எதிரானவர்கள். இவர்களால் மிகச் சுலபமாக எதற்கும் தலைமையேற்று வழிநடத்த முடியும். விரைவாக தீர்மானங்களை மேற்கொள்ள முடியும். இது அவர்களுடைய வலிமைகளில் ஒன்றாகும். ஆனால், ஒரு காரியம் இவர்களின் கட்டுப்பாட்டில் இல்லாவிட்டால் அதில் அவர்கள் பங்கேற்க மறுத்து விடுவதென்பது இவர்களுடைய மிகப்பெரிய பலவீனங்களில் ஒன்றாகும். இவர்களை போன்றவர்களில் ஒருவரா நீங்கள்? அப்படியானால் உங்களின் உள்ளார்ந்த ஊக்குவிப்பினைத் தட்டி எழுப்புங்கள். நீங்கள் தேர்தெடுக்கும் பணிகளில் உங்களின் கவனத்தை முழுமையாகச் செலுத்துவதன் மூலம் உங்களை நீங்களே ஊக்குவித்துக்கொள்ள முடியும். மூன்றாவது வகையினைச் சார்ந்த மக்கள் எப்போதும் கேளிக்கைகள் மற்றும் குதூகலத்தை விருப்புகின்றவர்கள். இவர்கள் இருக்கும் இடத்தை எப்போதும் மகிழ்ச்சி நிறைந்ததாகவே இருக்கும். குதூகலமாக செயலாற்றுவார்கள். உற்பத்தித் திறன் இவர்களிடம் இரட்டிப்பாக வெளிப்படும். ஆனால், ஒருமித்த கவனக்குவிப்பு இவர்களிடம் குறைவாகவே இருக்கும். அவ்வப்போது தங்கள் வேலைகளில் இருந்து அடுத்த வேலைக்கு எளிதில் தாவி விடுவார்கள். நீங்கள் இவர்களில் ஒருவரை போன்றவரா? நீங்கள் வளர்வதற்கான செயல்களை ஒரு விளையாட்டாக மாற்றிக்கொள்ளுங்கள். இதன் மூலம் நீங்கள் எண்ணற்ற செயல்களில் படிப்படியாக வெற்றியினை எளிதில் அடைய முடியும்.

நான்காம் வகையினை சார்ந்தவர்கள் ஒருவித மனச்சோர்வினை உடையவர்கள். எதையும் கச்சிதமாக செய்ய வேண்டும் என்ற எண்ணம் கொண்டவர்கள். இவர்களிடம் நீங்கள் எந்த ஒரு வேலையைக் கொடுத்தாலும் அதனை தீர ஆராய்ந்து கச்சிதமாக நிறைவேற்றுவார்கள். ஆனால், அதே சமயம் தவறுகள் செய்ய இவர்கள் மிகவும்

அஞ்சுவர். இவர்களில் ஒருவரா நீங்கள்? அப்படியானால் நீங்கள் எடுத்துக்கொள்கின்ற வேலைகளை பற்றி மிகத் துல்லியமாக அறிந்து வைத்துக்கொள்வதன் மூலமாக நீங்கள் உங்களை ஊக்குவித்துக்கொள்ள முடியும். என்னைப் பொறுத்தவரை ஒவ்வொரு ஆளுமையிலும் ஒருவித வலிமைகள் பொதிந்துள்ளன என கூறுவேன். அவற்றுள் உங்களுடைய ஆளுமையினை கண்டுபிடித்து உங்களை நீங்களே சுய ஊக்கப்படுத்திக்கொள்வதன் மூலம் தலைமைத்துவத்தில் நீங்கள் சிறப்புற முடியும்.

**"ஊக்குவிப்பு உங்களுக்கு செயலூக்கம் அளிக்கின்றது.
ஆனால் நீங்கள் பின்பற்றுகின்ற ஒழுங்குதான் நீங்கள்
தொடர்ந்து வளர்வதை உறுதி செய்கின்றது"**

எளிய விஷயங்களை முதலில் தொடங்குங்கள்

உடற்பயிற்சி நிலையத்திற்கு முதன் முதலில் செல்லும் நபர்கள் மேற்கொள்ளும் தவறு என்னவென்று உங்களுக்கு தெரியுமா? எடுத்தவுடன் அங்கு இருக்கும் அனைத்து உபகரணங்களில் உரிய பயிற்சியின்றி தாங்களாகவே செயல்பட தொடங்குவதுதான். ஒரே நாளில் தங்களது உடல் எடை குறையும் என்று எண்ணிக்கொண்டு முடிந்தவரை கடினமான உடற்பயிற்சியினை மேற்கொள்கின்றனர். விளைவு மறுநாள் தசைப்பிடிப்பு, உடல்வலி மற்றும் அவதி. தனிப்பட்ட வளர்ச்சியினை அணுக முயற்சி செய்கின்ற அனைவருமே இதே தவறைதான் முதலில் மேற்கொள்கின்றனர். அதன் காரணமாக அவர்கள் மேற்கொள்ளும் செயல்களில் நாட்டம் இழந்து பிறகு ஊக்கமிழக்கின்றனர். மிகக் குறைந்த நேரத்தில் அளவுக்கு அதிகமான செயல்களை நீங்கள் தொடர்ந்து மேற்கொள்வதால் அது ஒருவித சலிப்பை ஏற்படுத்துவது மட்டுமின்றி நீங்கள் உங்கள் இலக்கினை அடைய முடியாதபடி செய்துவிடுகின்றது. மிகப்பெரிய இலக்குகளை நீங்கள் முதலில் தொடங்குவதற்கு முன் அவற்றை சிறு

இலக்குகளாக பிரித்துக்கொண்டு அதிலிருந்து உங்கள் முயற்சிகளை தொடங்குங்கள். உயரம் தாண்டும் விளையாட்டு வீரர்களை உற்று நோக்கினால் அவர்கள் அனைவரும் முதலில் சிறிய உயரங்களில் இருந்துதான் தங்களது பயணத்தை தொடங்கி இருக்கின்றனர். தொடர் பயிற்சி, விடா முயற்சி, கடின உழைப்பு ஆகிவற்றை நண்பர்களாக்கிக் கொண்டு தங்களது உயரம் தாண்டும் திறனை தொடர்ந்து உயர்த்திக்கொண்டே செல்கின்றனர். பொதுவாக உங்களின் ஊழியர்கள் தாங்கள் நெருக்கடி நிலைக்கு உள்ளாவதை பெரிதும் விரும்புவதில்லை. அவர்களைக் கட்டாயப்படுத்தி உங்களின் இலக்குகளை அடைய முயற்சிப்பதென்பது நடவாத செயல். கிட்டத்தட்ட தற்கொலைக்கு நிகரான ஒரு முயற்சி. போதுமான வரையில் உங்களின் ஊழியர்களைக் கட்டாயப்படுத்தாமல் பார்த்துக்கொள்வதென்பது தலைவராகிய நீங்கள் நிர்வாகத்தில் கடைபிடிக்க வேண்டிய முக்கிய கடமைகளில் ஒன்று.

உற்பத்தித்திறனில் நீங்கள் உங்களில் வேகத்தை அதிகரிக்க விரும்பினால் மதிப்பு வாய்ந்த ஆனால் சாதிக்கக் கூடிய இலக்குகளை நிர்ணயிப்பதிலிருந்து உங்களது முயற்சிகளை முதலில் தொடங்குங்கள். நீங்கள் வெற்றி பெற பெரிய வெற்றிகள் மீது குறி வைக்காதீர்கள். முதலில் சிறிய வெற்றி, பிறகு படிப்படியாக பெரிய வெற்றியினை நோக்கி அடி எடுத்து வையுங்கள். பெரும்பாலான மக்கள் தங்கள் இலக்குகளை அடைய விரும்பும்போது முதலில் பெரிய வெற்றிகளையே குறிவைக்கின்றனர். அது நிறை வேறாத நிலையில் அதன் மீது ஊக்கம் இழக்கின்றனர். வெற்றிகள் வெறும் அதிர்ஷ்டத்தால் மட்டுமே வந்தடைகின்றன என்று தங்களின் முயற்சிகளைக் கைவிட்டு பெரும் பின்னடைவுகளை சந்திக்கின்றனர். இவர்கள் தங்கள் வெற்றிக்கான சாதனைகளை அடைய எவ்வளவு அருகில் முன்னேறி இருக்கின்றோம் என்பதை அறியாமலே இருந்து விடுகின்றனர். வாழ்வில் எல்லா மதிப்பான செயல்களுக்கும்

அர்ப்பணிப்பும், உரிய நேரமும், அதற்கான காலமும் தேவைப்படுகின்றன. பொறுமை மற்றும் விடாமுயற்சிகளை பயன்படுத்திக் கொள்கின்றவர்களே வாழ்வில் பெரிய அளவில் சாதனைகளை எட்டுகின்றனர்.

நடவடிக்கைகளின் வாயிலாக உங்கள் ஊக்குவிப்புகளை தேர்ந்தெடுங்கள்

குறுகிய காலத்தில் மேற்கொள்ளும் எந்த ஒரு நடவடிக்கைகளுக்கும் நீண்டகால இலக்குகளை அடைய உதவுவதில்லை என்று ஒரு சிலர் நம்புகின்றனர். நீண்ட காலமாக மேற்கொள்கின்ற எந்த ஒரு நடவடிக்கையும் உடனடியாக பலனளிப்பதில்லை என்றும் ஒரு சாரார் கருதுகின்றனர். என்னைப் பொறுத்தவரையில் குறுகிய காலத்தில் நீங்கள் எடுக்கின்ற சிறந்த நடவடிக்கைகள் தான் உங்களின் நீண்டகால நோக்கங்களை தீர்மானிக்கின்றது. எதிர்வரும் காலங்களில் நீங்கள் ஒரு சிறந்த தலைவராக சிறப்பிக்க விரும்பினால் இன்றிலிருந்தே அதற்கான நடவடிக்கைகளைத் தொடங்குங்கள். நீங்கள் தினந்தோறும் மேற்கொள்ளும் ஏதோ ஒரு நடவடிக்கை தான் உங்களின் வளர்ச்சியை தீர்மானிக்கின்றது. வெறும் திட்டங்களை மட்டும் வைத்துக்கொண்டு செயல் நடவடிக்கையில் இறங்காமல் இருப்பதென்பது உங்களின் வளர்ச்சியை பின்னுக்குத்தள்ளி எந்த விதத்திலும் உங்களின் வளர்ச்சிக்கு உதவாமல் போகலாம்.

ட்ரோன்கள் பறக்க பயன்படும் ரிமோட் கண்ட்ரோல் அமைப்பு பெரும்பாலும் சீனா, அமெரிக்கா போன்ற மேலை நாடுகளில் இருந்து தருவிக்கப்பட்ட சமயம். அதனை முழுமையாக இந்தியாவிலே உருவாக்கும் முயற்சில் நானும் எனது குழுவும் ஈடுபட்டிருந்தோம். கடின உழைப்பின் பயனாக நான்கு அலைவரிசை முதல் பன்னிரண்டு அலைவரிசை வரை கொண்ட ரிமோட் கண்ட்ரோல் அமைப்பினை உருவாக்கினோம். வாடிக்கையாளர்களின்

தேவைக்கேற்ப அதனை மேம்படுத்தினோம். முற்றிலும் உள்நாட்டு தொழில்நுட்பத்தைப் பயன்படுத்தி அதில் வெற்றியும் பெற்றோம். எங்களின் இந்த முயற்சியைப் பார்த்து "ஸூப்பா ஏரோஸ்பேஸ்" என்ற தனியார் நிறுவனம் இதனை சந்தைப்படுத்த முன்வந்தது. அப்போது இருந்த நடைமுறை சிக்கல் மற்றும் எனது அலட்சியம் காரணமாக அதற்கு செயல்வடிவம் தரமுடியாமல் போயிற்று. ஒரு வேளை அன்று நான் அந்த வாய்ப்பை சரியாக பயன்படுத்தியிருந்தால் இன்று ட்ரோன் தொழில்நுட்பத்தில் நானும் எனது நிறுவனமும் தன்னிலை அடைந்து சிறந்திருப்போம். திட்ட வரைவுகள் மற்றும் மாதிரிகளால் மட்டும் உங்களின் திறன் சிறப்புறுவதில்லை. மாறாக, நீங்கள் மேற்கொள்ளும் செயல் நடவடிக்கைகள் தான் உங்களின் திட்டங்களுக்கு மதிப்பினைப் பெற்று தருகின்றது.

சந்திராயன் II விண்கலம் என் வாழ்வில் மறக்கமுடியாத ஒரு நிகழ்வு. என்னுள் பொதிந்திருக்கும் திறன்களை எனக்கே அறிமுகம் செய்து வைத்ததொரு உன்னத நிகழ்வு அது. அதுவரை தொலைக்காட்சிகளில் செய்திகள் மற்றும் நேரடி ஒளிபரப்புகளை வீடுகளில் பார்த்து ரசித்த எனக்கு அதில் சிறப்பு விருந்தினராகப் பங்குபெறும் வாய்ப்பினை முதன்முதலில் வழங்கியது "தந்தி தொலைக்காட்சி". உண்மையை சொல்ல வேண்டுமானால் அன்றைக்கு நான் ஒரு மாற்று விருந்தினர் மட்டுமே. முன்னதாக எனது ஆசிரியரான முனைவர் செந்தில்குமார் செல்லவிருந்த நிகழ்ச்சி அது. அவருக்கு மாற்றாக நான் களம் கண்டேன். முதல் முறை தொலைக்காட்சியில், அதுவும் நேரடி ஒளிபரப்பு. எதிர்வரும் கேள்விகள் என்னவென்று கூட அனுமானிக்க முடியாத சூழ்நிலை. அளவான உயரம், வெளிர் நிறம் கொண்ட சுமார் 25 வயது நிரம்பிய இளைஞன் ஒருவர் தான் உங்களை பேட்டி காணும் தொகுப்பாளர் என்று எனக்கு அறிமுகம் செய்து வைத்தார் தந்தி தொலைக்காட்சியின் செய்திப்பிரிவு இயக்குனர் கேருப்பசாமி அவர்கள். உள்ளுக்குள் இருந்த அனைத்து வித

பதட்டத்தையும் மறைத்துக் கொண்டு முதல் கேள்விக்கான விடையினை எடுத்துரைத்தேன். முதல் கேள்வி முடிந்தவுடன் கன்சோல் எனப்படும் கட்டுப்பாட்டு அறையில் இருந்து வெளியே வந்த இயக்குனர் கருப்பசாமி அவர்கள் நன்றாக பேசுகின்றீர்கள், தெளிவுபட எடுத்து கூறுகின்றீர்கள். இப்படியே நிகழ்ச்சியினை தொடருங்கள் என ஊக்கமளித்தார். அருகில் இருந்த தொகுப்பாளர் என்னைப் பார்த்து புன்னகைத்தார். நிகழ்ச்சி இடைவேளையில் தொகுப்பாளரிடம் உரையாடும் போது தான் தெரிந்தது அவர் பெயர் பார்த்திபன் என்பதும் அவருக்கும் இதுவே முதல் நேரடி ஒளிபரப்பு என்றும். பிறகு என்ன! இருவரும் அங்கேயே நண்பர்களானோம். உண்மையினை கூற வேண்டும் என்றால் அன்றைய தினத்தில் எங்களின் இந்த கலந்துரையாடல் நிகழ்வானது யூடூப்பில் ட்ரெண்டிங் ஆனது. சுமார் 10 லட்சத்திற்கு மேலான பொதுமக்கள் எங்களின் சந்திராயன் கலந்துரையாடல் நிகழ்ச்சியினை பார்த்து ரசித்திருந்தனர். இன்று வரை இஸ்ரோ மற்றும் விண்வெளி தொடர்பான கலந்துரையாடல்களை நானும் பார்த்திபனுமே தந்தி தொலைக்காட்சியில் தொகுத்து வழங்கி வருகின்றோம்.

நண்பர் பார்த்திபன் ஒரு சிறந்த செயல் வீரர். செய்தி வாசிப்பாளர், செய்தி தொகுப்பாளர் என பல்வேறு திறன்களை கொண்டவர். தான் எடுத்துக்கொண்ட எந்த ஒரு பணியையும் அதன் இலக்கினையும் நேர்த்தியாகச் செய்யும் ஆர்வம் கொண்டவர். செய்தி வாசிப்பின் போது சாதாரண சொற்களில் தொடங்கி தலைவர்களின் பெயர்களை உச்சரிப்பதில் வரை அவரின் கவனம் உங்களை ஆச்சரியத்தில் வியக்க வைக்கும். அறிவியல் சம்மந்தமாக அவ்வவ்போது தொலைபேசியில் என்னுடன் உரையாடுவார். தனது சந்தேகங்களை தெளிவாக கேட்டறிந்து கொள்வார். நேரலையின் போது அவருக்கு விடை தெரிந்தாலும் கூட சாமானியர்கள் புரிந்து கொள்ளும் வகையில் அவரது கேள்விகள் அமையும். சமீபத்தில் ISRO நிலவிற்கு அனுப்பிய சந்திராயன்-3 நேரலையில் போது

நானே அவரை கண்டு ஆச்சரியப்படும் வகையில் அவரது நிகழ்ச்சித் தொகுப்பு அமைந்திருந்தது. தான் எடுத்துக்கொண்ட செயலுக்கு 200 சதவீதம் உழைப்பை சிந்தும் பார்த்திபனை போன்றவர்களால் தான் நிர்வாகத்தையும் தங்களது செயல்களையும் முறையே வழிநடத்த முடிகின்றது. உங்களின் சீரிய முயற்சிகளும் அதன் உழைப்பும் எவ்வாறு அமைய வேண்டும் என்பதற்கு நண்பர் பார்த்திபன் ஒரு சிறந்த உதாரணம். அடுத்தமுறை நீங்கள் அவரை தொலைக்காட்சியில் பார்க்க நேர்ந்தால் அவரின் செயல்பாடுகளை உற்று நோக்குங்கள். நீங்களும் என்னைப் போல் ஆச்சரியப்படுவீர்கள்.

முடிவுரை

தலைமைத்துவத்திற்கு தேவைப்படும் பல்வேறு கருத்துகள் மற்றும் நடவடிக்கைகள் குறித்து இந்தப் புத்தகத்தில் நாம் வெகுவாக அலசினோம். என்னைப் பொறுத்தவரையில் தலைமைத்துவம் என்பது வெறும் புத்தகங்கள் மூலமாகவோ அல்லது சொல்லாடல்கள் வாயிலாகவோ பெறப்படுவதில்லை. மாறாக நீங்கள் மேற்கொள்ளும் ஒவ்வொரு நடவடிக்கைகள் வாயிலாக அது உங்கள் வசப்படுகின்றது. தனிமனித செயல்பாடுகளில் தொடங்கி, கூட்டு நடவடிக்கைகள் வரை தொழில்நுட்ப வளர்ச்சிக்கேற்ப பல்வேறு செயல்களின் மூலம் அவை மெருகேற்றப்படுகின்றன. தனக்கான தலைவர்களை அவை தேர்ந்தெடுக்கின்றன. அதற்கான காலங்கள் வரும் வரை அவை அமைதியாக காத்திருக்கின்றன. சீரான திட்டமிடல் மற்றும் கூட்டு நடவடிக்கை மூலம் சாதிக்கும் ஒருவர் கிடைக்கும் போது அவை "தலைமைப்பண்புகள்" என்ற பெயரின் மூலம் தன்னை வெளிப்படுத்திக்கொள்கின்றன. இத்தகைய தலைமைப்பண்பில் நீங்கள் சிறப்புற விருப்பினால் முதலில் ஆழ்மன விருப்பம் கொள்ளவேண்டும். நேர்மறை எண்ணங்களை விதைக்க வேண்டும். உங்களின் செயல்கள் மற்றும் அணுகுமுறைகளில் மாற்றங்கள் மேற்கொள்ள வேண்டும். ஆழ்மன விருப்பத்தின் மூலம் உங்களின் அந்தராத்மாவை அணுகி, தலைமைத்துவம் குறித்தும் அதன் செயல்கள் குறித்தும் தொடர்ந்து ஆராய வேண்டும். இந்தப் பழக்கத்தை நீங்கள் தொடர்ந்து வளர்த்துக்கொண்டால் நீங்கள் விரும்பும் தலைமைத்துவம் உங்களிடம் வசப்படும்.

பெரும்பாலும் தலைமைப்பண்பில் புதிதாக இணைபவர்கள், தங்களுக்கு யாரும் உதவ முற்படுவதில்லை என்ற குற்றச்சாட்டையே முன்னிலைப்படுத்துகின்றனர். இது முற்றிலும் தவறான ஓர் குற்றச்சாட்டாகும். அடுத்தவர் உங்களுக்கு உதவவில்லை என்று குறைபடுவதை விடுத்து, அவர்கள் தங்களது வாழ்வில் மேம்பட உங்களால் எவ்வாறு உதவமுடியும் என்று

சிந்தியுங்கள். அதனை செயல்படுத்தும் நடவடிக்கைகளை மேற்கொள்ளுங்கள். இவ்வாறு நீங்கள் நேர்மறையாக செயல்படுத்துவதன் வாயிலாக உங்களின் ஊழியர்களின் ஆதரவை எளிதில் பெறமுடியும். சக ஊழியர்களின் ஆதரவோடு நீங்கள் மேற்கொள்ளும் கூட்டு முயற்சிகளே, சாதாரண ஊழியரான உங்களை மாபெரும் சாதனைத் தலைவராக மாற்றுகின்றது என்பதை நினைவில் கொள்ளுங்கள்.

உங்களின் தலைமைப்பண்பை வளர்த்துக்கொள்ளவும் அதனை மேம்படுத்தவும் உங்களின் தலைமைத்துவ நடவடிக்கைகளை மறு சீராய்விற்கு உட்படுத்துங்கள். உங்கள் தலைமைப்பண்பை நீங்கள் மறு சீராய்விற்கு உட்படுத்தும் போது அவை மதிப்புக் கூட்டப்பெற்று உயர் நிலையினை அடைகின்றது. உங்களின் இந்த நடவடிக்கைகள் மற்றும் செயல்கள் தான் உங்களின் தலைமைத்துவதையும் உங்களின் எதிர்காலத்தையும் தீர்மானிக்கின்றது. ஆற்றல்மிகு செயல் நடவடிக்கைகளில் நீங்கள் தொடர்ந்து ஈடுபடுவதன் மூலம் உங்களின் ஊழியர்கள் உங்களை நோக்கி ஈர்க்கப்பட்டு உங்களின் இலக்கினை அடைய விருப்பம் கொள்கின்றனர். மதிப்புக் கூட்டப்படுகின்ற பல்வேறு செயல்களில் தங்களைத் தானாகவே இணைத்துக்கொண்டு நிறுவனத்தின் வளர்ச்சிக்காக தொடர்ந்து போராடுகின்றனர். தங்களின் செயல்கள் மூலம் நிறுவனம் அடைகின்ற வளர்ச்சியினைக் கண்டு மகிழ்ச்சியடைகின்றனர்.

நீங்கள் உங்கள் நிறுவனத்தில் மாற்றத்தை மேற்கொள்ள விரும்புகின்றீர்களா? அப்படியென்றால் அவை சரியான மாற்றங்களாக இருக்கின்றனவா? என்பதை ஒன்றுக்கு இரண்டு முறை உறுதி செய்து கொள்ளுங்கள். அதை எப்படி செய்வது? நீங்கள் தற்போது எங்கே இருகின்றீர்கள்? நீங்கள் ஏன் மாற விரும்புகின்றீர்கள்? என்பதை மதீப்பீடு செய்வதிலிருந்து அது தொடங்குகின்றது. நீங்கள் ஒரு நிறுவனத்தில் பயணிக்கையில் போதுமான அளவு

உங்களுக்கு சவால்கள் இருக்க வில்லை என்று தோன்றினாலோ அல்லது நீங்கள் வளர்வதற்கான சாத்திய கூறுகள் அங்கு நிலவவில்லை என்று தோன்றினாலோ நீங்கள் மாற்றத்திற்கு தயாராக இருங்கள். மாற்றம் என்றால், வெறும் ஏனோ தானோ என்ற மாற்றங்கள் அல்ல. புதியதொரு மாற்றம். உங்களின் சூழலில் முக்கியமான மாற்றத்தை நீங்கள் மேற்கொள்ளும் அதே வேலையில் உங்களையும் நீங்கள் மாற்றிகொள்வதற்கான ஒரு தீர்மானத்தை மேற்கொள்ளுங்கள். நீங்கள் உங்களை மட்டும் மாற்றிக்கொண்டு உங்களின் சூழ்நிலையை மாற்றாவிட்டால் வளர்ச்சி என்பது மெதுவாகவும், மிக கடினமானதாகவும் அமையும். அதே போல நீங்கள் சூழலை மாற்றிவிட்டு உங்களை மாற்றி கொள்ளா விட்டால் வளர்ச்சி என்ற ஒன்று நிகழாமலே கடந்து விடும். எனவே இவை இரண்டையும் சரியான விகிதத்தில் கையாள கற்றுக்கொள்ளுங்கள். உங்களையும் உங்களில் சூழலையும் நீங்கள் ஒன்றாக மாற்ற முயற்சிக்கும் போது அந்த வளர்ச்சியானது பன்மடங்கு மதிப்பு கூட்டப்பட்டு உங்கள் செயல்கள் அனைத்தும் நேர்மறையாகவும், வெற்றிகரமானதாகவும் அமைகின்றது.

போராட்டங்கள் தான் உங்களை உயிர்ப்பிக்கின்றன

கடவுள் எனக்கு மட்டும் ஏன் தொடர் தோல்விகளையும், சோதனைகளையும் தருகின்றார்? மற்றவர்கள் அனைவரும் மகிழிச்சியில் திளைத்திருக்க நமக்கு மட்டும் ஏன் இத்தகைய ஒரு சூழ்நிலை. அனைவருக்கும் மகிழ்ச்சியான வாழ்வையே இறைவன் அருளியிருக்கலாமே என உங்களில் பலர் அவ்வப்போது கூறுவதைக் கேட்டிருப்போம். அவர்களுக்கான ஒரு நிகழ்வை பற்றி இங்கே நான் குறிப்பிட விரும்புகின்றேன். பிரபல நெறிமுறை நிபுணரான ஜான்.பி. கால் ஹவுன் அவர்கள் "பிகவியர் சிங்க்" என்ற

மிகப்பிரபலமான ஆராய்ச்சி ஒன்றை மேற்கொண்டார். "மவுஸ் பேரடைஸ்" என்ற சந்தேக பெயர் கொண்ட அந்த ஆராய்ச்சியில் 6 ஜோடி எலிகளை ஒரு பூட்டிய அறைக்குள் வைத்து அதற்குத் தேவையான உணவு, தண்ணீர் என சகல வசதிகளையும் அளித்து அதன் செயல்பாடுகளை ஆராய்ந்தார். முதலில் உற்சாகமாக சுற்றித் திரிந்த எலிகள், உணவு, உறைவிடம் கிடைத்த மகிழ்ச்சி திளைப்பில் அதன் இனப்பெருக்கத்தை மேற்கொண்டன. இதன் விளைவாக எலிகளுக்குள் கூட்டம் பெருகி இடநெருக்கடி ஏற்பட்டது. இட நெருக்கடி காரணமாக அதன் எண்ண செயல்பாடுகளில் நிறைய மாற்றங்கள் ஏற்பட்டன. எலிகள் இயல்பான இனப்பெருக்க நடவடிக்கைகளை விடுத்து, தங்களுக்குள் அடித்துக்கொண்டு, சுய மாமிசங்களை உண்டு, தங்களது இனங்களை தாங்களே அழிக்கத் தொடங்கின. அதிகபட்சமாக 600 என்ற ரீதியில் இருந்த எலிகளின் எண்ணிக்கை மளமளவென குறைய தொடங்கின. எலிகளை வைத்து மேற்கொள்ளப்பட்ட இந்த ஆராய்ச்சியின் முடிவானது மனிதர்களுக்கும் பொருந்தும் என நான் கருதுகின்றேன். அனைத்தும் அனைவருக்கும் கிடைத்துவிட்டால் மனித இனம் தனது இனப்பெருக்கத்தை அதிகரிக்கும். அதன் விளைவாக மனித எண்ணிக்கை பெருகும். பிறகு மனித இனம் தங்களைத் தாங்களே அழித்துக்கொள்ளும் சூழல் உருவாகும். இத்தகையக சூழல்களை களையவே இயற்கை ஏற்றத் தாழ்வுடன் கூடிய மனித இனத்தை போராடும் குணங்களை கொண்டு படைத்துள்ளது. போராட்டக் குணங்களின் மூலம் தங்களது உயிர்களை தற்காத்து கொள்ளும் சூழலே மனித இனத்தை இன்றளவும் உயிர்ப்புடன் வைத்துள்ளதாகவும் நான் கருதுகின்றேன். பலகோடி வருடங்களுக்கு முன்பு தோன்றிய டைனோசர் கூட இத்தகைய செயல்பாடுகள் காரணமாகத்தான் தங்களைத் தாங்களே அழித்துக்கொண்டன என ஒரு கருத்தும் தற்போது பரவலாக முன்வைக்கப்படுகின்றது. உணவுச் சங்கிலி தொடரில் முதன்மையில் இருந்த அவைகளுக்கு தேவையான

அனைத்தும் கிடைத்தன. இயற்கையை தவிர அவைகளின் உயிர்களுக்கு அச்சுறுத்தல்கள் எதுவும் இல்லை. இதன் காரணமாக அவைகளின் கூட்டம் அதிகமானது. பிறகு அதுவே அதன் ஒட்டுமொத்த இனத்தின் அழிவிற்கும் காரணமாகவும் அமைந்தது.

போராட்டங்களின்றி வாழ்கை இல்லை! போராட்டங்களின்றி வெற்றி இல்லை! போராட்டங்களே உங்களை அடுத்த கட்ட பரிணாமத்திற்கு அழைத்துச் செல்கின்றன. தலைமைத்துவத்தில் நீங்கள் சிறப்புற வேண்டுமானால் தொடர்ந்து போராடுங்கள்! உங்களின் தலைமைத்துவம் வெற்றியடைய எனது இதயம் கனிந்த வாழ்த்துகள்.

■■■

நூலாசிரியர் பற்றி

நூலாசிரியர் கவியரசு அய்யாக்கண்ணு மயிலாடுதுறை மாவட்டத்தில் உள்ள பெரும்பூர் என்ற சிறிய கிராமத்தில் பிறந்தார். இவர் தனது இளநிலை பொறியியல் படிப்பை மன்னம்பந்தலிலுள்ள ஏ.வி.சி பொறியியல் கல்லூரியிலும், முதுநிலை படிப்பை சென்னையிலுள்ள அண்ணா பல்கலைக்கழக எம்.ஜ.டி (MIT) வளாகத்திலும் பயின்றார். ஏவியானிக்ஸ் எனப்படும் வானூர்தி மின்னணுவியல் துறையில் முனைவர் பட்ட பெற்ற இவர் தற்போது அண்ணா பல்கலைக்கழகத்திலுள்ள "ஏரோஸ்பேஸ்" துறையில் உதவிப் பேராசிரியராக பணியாற்றி வருகின்றார். அண்ணா பல்கலைக்கழகத்தால் உருவாக்கப்பட்ட ஆளில்லா உளவு விமானமான "தக்கூஷவை" தோற்றுவித்த குழு உறுப்பினர்களில் ஒருவரான இவர். தற்போது தலைமைத்துவத்தின் மீது கொண்ட அதீத காதலால் IQAC எனப்படும் இன்டெர்னல் குவாலிட்டி அசூரன்ஸ் செல்-இல் இணைந்து தற்போது துணை இயக்குனராக கூடுதல் பொறுப்பு வகிக்கின்றார். இவர் தனது வாழ்வில் நடந்த சுவராசிமான நிகழ்வுகளையும், தலைமைத்துவத்தில் சந்தித்த பல்வேறு அனுபவங்களையும் அதனைக் கையாண்ட உத்தியினையும் அனைவரும் தெரிந்துகொள்ளும் விதமாக நூலாக வடித்துள்ளார்.

தலைமைத்துவத்தைப் பற்றி அனைவரும் புரிந்துகொள்ளும் விதத்தில் எளிய நடையில் இப்புத்தகம் எழுதப்பட்டுள்ளது. தலைமைத்துவத்தில் புதிதாக இணைய விரும்பும் நபர்களுக்கு இந்தப் புத்தகம் ஒரு சிறந்த தொடக்கமாக அமையும். அதே சமயம் ஊக்குவிப்பிற்கான பல்வேறு காரணங்களும் அதன் விளைவுகளும் இந்தப் புத்தகத்தில் வெகுவாக அலசப்பட்டுள்ளன. நீங்கள் உங்களை வளர்த்தெடுப்பதன் மூலம் தலைமைத்துவம் எவ்வாறு உங்கள் வசப்படுகின்றது என்பதில் தொடங்கி தலைமைத்துவத்தில் நீங்கள் தெரிந்துகொள்ள வேண்டிய பல்வேறு அடிப்படைகளுக்கு இந்த நூல் விடையளிக்கிறது.

தலைவர்கள் பிறப்பதில்லை மாறாக அவர்கள் உருவாக்கப்படுகின்றனர் என்ற மொழிக்கேற்ப உங்களுள் பொதிந்துள்ள தலைமைத்துவத்தை நீங்கள் அடையாளம் கண்டுகொள்ள இந்த நூல் உங்களுக்கு உதவியாக இருக்கும் என்பதில் சந்தேகமில்லை. உங்களின் விடாமுயற்சி, தொடர் நடவடிக்கைகள் மற்றும் செயல்திட்டங்கள் மூலம் தலைமைத்துவம் விரைவில் உங்கள் வசப்பட எனது மனமார்ந்த வாழ்த்துகள்!

■■■

"உங்களை நீங்கள் முழுமையாக உணர்ந்து கொள்ளாத வரை இந்த உலகம் உங்களை அடையாளம் காண்பதில்லை."